கடல் நிச்சயம் திரும்ப வரும்

சித்துராஜ் பொன்ராஜ்

கடல் நிச்சயம் திரும்ப வரும்	:	சிறுகதைகள்
ஆசிரியர்	:	சித்துராஜ் பொன்ராஜ்
	:	© ஆசிரியருக்கு
முதற்பதிப்பு	:	டிசம்பர் 2019
அட்டை வடிவமைப்பு மற்றும் வெளியீடு	:	வம்சி புக்ஸ் 19, டி.எம்.சாரோன், திருவண்ணாமலை - 606 601 9445870995, 04175 - 235806
அச்சாக்கம்	:	மணி ஆப்செட், சென்னை - 600 077
விலை	:	₹ 230/-
ISBN	:	978-93-84598-74-7

Kadal nitchayam thirumba varum	:	Short Stories
Author	:	Sithuraj Ponraj
	:	© Author
First Edition	:	December - 2019
Wrapper Designed and Published by	:	Vamsi books 19.D.M.Saron, Tiruvannamalai - 606 601 9445870995, 04175 - 235806
Printed by	:	Mani Offset, Chennai - 600 077
Price	:	₹ 230/-
ISBN	:	978-93-84598-74-7

www.vamsibooks.com - e-mail: vamsibooks@yahoo.com

" இத்தலைமுறை எழுத்தாளர்களுக்கு
ஆதர்சமானவரும், தமிழ்ச் சிறுகதைகளைப் புதிய
தளங்களுக்கு உயர்த்திக் கொண்டிருப்பவருமான
எழுத்தாளர் எஸ். ராமகிருஷ்ணனுக்கு''

உள்ளே....

1. பூஜ்ஜியம் செய்தவன்.. 07
2. முக்கோணம் 20
3. சந்திரமதியின் தாலி 32
4. மாலோலன் 46
5. வேதாவின் சந்தோஷங்கள் 58
6. கடல் நிச்சயம் திரும்ப வரும் 72
7. கடாட் 90
8. மூன்று லாரி வீடு 103
9. விழிப்பு 112

10.	வைப்பாட்டியைக் கனம் செய்தவன்	125
11.	கனம்	139
12.	உர்சுலா லெ குவின்- இன் வலது ஆள்காட்டி விரல்	157
13.	செந்துவர் வாய்	165
14.	காபிக்கொரு பெண்	177
15.	காணி நிலம்	190
16.	ஏழு	203
17.	சியோல்	216
18.	பெருச்சாளிகள்	229

பூஜ்ஜியம் செய்தவன்

மால்வண்ணன் பூஜ்ஜியம் என்ற எண்ணைக் குறிப்பிடும் எழுத்து வடிவத்தை முதன்முதலாகக் கண்டுபிடித்த போது அவனோடு ராகுலனும், பரிதியும் இருந்தார்கள். பின் காலை நேரம். மூவரும் சைலேந்திரரின் பாடசாலைக்கு அருகிலிருந்த சிறு வனப் பகுதியில் மணல் மூடிக் கிடந்த திட்டைச் சுற்றி நின்று கொண்டிருந்தார்கள். சுற்றியும் வாசனை மிகுந்த காட்டு டுரியான் மரங்கள். கோடை காலம். டுரியான் மரங்களின்அடர்ந்த இலை பின்னல்களை மீறியும் மணல் திட்டு மீது தங்க நிறமாக வெயில். மணல் திட்டுஒருக்களித்துப் படுத்திருக்கும் உயிருள்ள உடலைப் போன்று உஷ்ணமாக இருந்தது.

மால்வண்ணன் கீழே கிடந்த குச்சிகளில் ஒன்றைக் கையிலெடுத்துக் குனிந்தபடியே மணல் மீது எழுதினான். கறும் பழுப்புநிறமான உடம்பு. இடுப்பிலிருந்து முழங்கால் வரை கட்டியிருந்த சாந்து நிற சாரோங் என்ற சிறு வேட்டியை தொடைகளுக்கு இடையே திணித்திருந்தான். மணல் மீது எழுதக் குனிந்ததில் முதுகுத்தண்டுக்கு இரு புறமும் உள்ள தசைகள் மினுமினுக்கும் பாளங்களாய் புடைத்து நின்றன.

குச்சியின் முனையில் மணல் மீது வெறுமே ஒரு சதுரம் வரையப்பட்டிருந்தது.

''இது என்ன?'' என்று பரிதி கேட்டான்.

''இதுதான் பூஜ்ஜியம்'' என்று மால்வண்ணன் சொன்னான்.

''பூஜ்ஜியம் என்றால்?''

''முன்னால் பேசியிருக்கிறோமே. எதுவும் இல்லாதது. எண்களுக்கு முன்னால்இருப்பது. அல்லது எண்கள் முடிந்து போகும் எல்லைக்கும் அப்பாற்பட்டது.''

மால்வண்ணன் பரிதியை உற்றுப் பார்த்தபடி நின்றான். முஷ்டிகளை அவனையும் அறியாமல் இறுக மூடி இருந்தான். டுரியான் மரக் கிளைகளைத் தாண்டி வந்த வெயிலின் கிரணங்களில் மால்வண்ணனின் கண்கள் சூரியன் கொப்பளித்தன.

ராகுலன் இடது கையை மால்வண்ணனின் தோள்மீது வைத்தபடியே பின்னாலிருந்துமணல் மீது வரையப்பட்டிருந்த சதுரத்தை விசித்திரமானப் பிராணியைப் பார்ப்பதைப் போன்று எட்டிப் பார்த்தான்.

''எண்ண முடியாததை எப்படி உருவமாக்கிக் காட்ட முடியும்? ஆமாம் மாலு, நீ பூஜ்ஜியம் என்று சொல்வது தரையில் வரைந்த நான்கு கோடுகளையா, அல்லது அவற்றின்உள்ளே இருக்கும் இடைவெளியையா?''

மால்வண்ணன் இம்முறை ராகுலனை மிகுந்த கனிவோடு பார்த்தான். அவன் முகம் கடும்பாறையாய்க் கறுத்திருந்தது. எங்கிருந்தோ தப்பி ஓடிவந்த வெயில் பிரகாசம்அவனது நெற்றியின் இடப்பகுதியின் மேல் புறமாக பிறைச்சந்திரனைப் போன்று சுடர்விட்டது.

"இரண்டும் இல்லை ராகுலா. அல்லது இரண்டும் கலந்ததுதான் பூஜ்ஜியம். அரு உருவம். அல்லது உருவ அருவம்."

"நம்மைப் போன்ற உள்ளூர்க்காரர்கள் சொல்வதையெல்லாம் அதிகாரத்தில் உள்ளவர்களும், காஞ்சிபுரத்திலிருந்து இங்குவந்து பாடசாலை நடத்தும் பண்டிதர்களும் ஏற்றுக் கொள்வார்கள் என்று நினைக்கிறாயா?" பரிதி பேசினான்.

சூரியன் வானத்தின் உச்சியை நெருங்கிக் கொண்டிருந்தது. சுனை நீரைச்சேகரித்து வைத்திருந்த மண் பானைகளையும் சுனையில் துவைத்த துணிகளையும் கைகளில் எடுத்தவாறே மூவரும் பாடசாலையை நோக்கி நடந்தார்கள்.

கையில் வைத்திருக்கும் மண்குடங்களாலும் முன் கையில் கனமாக மடித்துப்போட்டிருக்கும் ஈரத் துணிகளாலும் ஒற்றையடிப் பாதையின் இரண்டு பக்கத்திலும் வளர்ந்திருக்கும்செடிகளையும் கொடிகளையும் தள்ளிவிட்டுக் கொண்டு பரிதி முதலில் நடந்தான். அவன் முகத்தில் கடும் கோபம் இருந்தது. பாதையின் மீது குழைந்திருக்கும் சேற்றைக் கவனமாகப் பார்த்தபடியே தலை குனிந்தபடியே அடுத்ததாகமால் வண்ணன். அவனுக்குப் பின்னால் அரையடி தள்ளி மால்வண்ணனைக் கவலை நிரம்பிய முகத்தோடுபார்த்துக் கொண்டு ராகுலன்.

பாதையின் சேறு மூவரின் பாதங்களிலும் கனமாய் ஒட்டிக் கொண்டிருந்தது.

உபாத்தியாயர் மாதுபாகர் பாடசாலை திண்ணையில் நின்றபடி பாலகர்களுக்கு இலக்கணப் பாடம் நடத்தியபடியே மூவரின் வருகையையும் எதிர்ப்பார்த்துப் பாடசாலைக்கு வரும்பாதையை

அவ்வப்போது எரிச்சலுடன் பார்த்துக் கொண்டிருந்தார்.உச்சிநேர வெயிலின் அடையாளமாய்அவருடைய பாதங்களின் அடியில் அசைந்து கொண்டிருந்த அரைவட்ட கறுப்பு நிழலிலிருந்து உற்பத்தியாகி எழுந்தது போன்ற கட்டையான கன்னங் கரேலென்ற உருவம். மஞ்சலேறிய கண்கள். எண்ணெய் அதிகம் பூசி தலைக்கு ஒரு புறமாய் ஒதுக்கப்பட்டிருந்த பளபளக்கும் தலைமயிர்.உடம்பைச் சுற்றி போர்த்தப்பட்டிருந்த மலிவான வெண்பட்டுஉத்தரீயமும், வேட்டியும் திடீரென்று எழுந்த உஷ்ணக் காற்றில் பாய்மரங்களாய் உப்பியிருந்தன.

பாடசாலை மரப்பலகைகளால் கட்டப்பட்டிருந்தது. வெள்ளத்தாலும், விஷப்பிராணிகளாலும் பாதிப்பு வராத அளவுக்குக் கட்டடத்தைப் பூமியிலிருந்து மார்பளவு உயரத்துக்கு கட்டைகளின் மீது ஊன்றியிருந்தார்கள். மரப்பலகைகளால் ஏற்படுத்தப்பட்டிருந்த படிக்கட்டுகளை ஏறிச் செல்ல, பாடசாலை நடக்கும் திறந்த திண்ணையும் வாசலைத் தாண்டி முன் கூடமும் இருந்தன.இடப்பக்கமாக மாணவர்கள் முடைந்த பாய்களில் உறங்குவதற்காக காற்றோட்டமுள்ள பெரிய அறை.முன் கூடத்தின் வலப்பக்கமாக உபாத்தியாயர் தன் மனைவியோடு வாழ்ந்து வந்தார். பாடசாலைக் கட்டடத்தின் அடியில் குண்டான பழுப்பு நிறக் கோழிகள் மண்ணைக் கிளறியபடி அலைந்தன.

மால்வண்ணன் டுரியான் மரங்களுக்கிடையில் இருக்கும் மணல் திட்டில்எழுதிக்காட்டியவடிவத்தைப் பற்றித் தங்களில் யாரேனும் ஒருவன் உபாத்தியாயரிடம் சொல்லிவிடுவான் என்றுதான் மூவரும் எதிர்பார்த்தார்கள். ஆனால் மால்வண்ணன் உபாத்தியாயரிடம் இதைப்பற்றி முதலில்பேசியது மற்ற இருவருக்கும் வியப்பைத் தரவே செய்தது.

மாலை உணவாக சூரியன் சாயும் நேரத்தில் தேங்காய்ப்பால் கலந்த சோறும் இரண்டு கருவாட்டுத் துண்டுகளும் தந்திருந்தார்கள். தன் அறைக்குச் சென்று சாப்பிட்டு வந்த உபாத்தியாயர் தூரத்தில் கரு நீல நிறத்தில் தெரியும் மலைத்தொடர்களைப் பார்த்தபடி திண்ணையில் கால் நீட்டி அமர்ந்தார். அவர் பக்கத்தில் வெற்றிலைகள் வைக்கப்பட்டிருந்த சிறிய மரப்பெட்டியும் பாக்கு இடிப்பதற்கான உபகரணங்களும் இருந்தன. அவற்றுக்கு அருகில் மெல்லிய கரும்புகையை சுழல விட்டபடி எண்ணெய் விளக்கொன்று எரிந்து கொண்டிருந்தது.

மலைத்தொடரின் மத்தியிலிருந்த மலையொன்றின் உச்சியிலிருந்து சிவந்தவானத்தில் சாம்பல் நிறப் பூக்களாய் புகை எழுந்து கொண்டிருந்தது.

''கிழக்கு மலை ராஜன் கோபமாக இருக்கிறான்.''

மாதுபாகருக்கு காலை நேரங்களில் பாடசாலையைச் சுற்றியிருக்கும் பழ மரங்களில் கதறும் கிளிகளைப்போன்ற கீச்சுக் குரல். சாவா மொழியைப் பல்லவ தேசத்தின் உச்சரிப்போடும் மிதமான த்வனியோடும் பேசினார். சாவா மக்கள் பேச்சில் தென்படும் சங்கீதத்தனமான ஏற்ற இறக்கங்கள் அவர் பேச்சில் இல்லாமல் இருந்தது. அவர் பேச்சில் அதிகமான வடமொழி கலந்திருந்தது.

ராகுலன் உபாத்தியாயருக்குப் பக்கதிலிருந்த வெற்றிலைப் பெட்டியைஇழுத்து அவருக்காக வெற்றிலை மடித்துத்தர முயன்றான். வெற்றிலை, தடவிவிட்டுச் சுண்ணாம்பு, கிராம்பு, மிளகு, தூவலாய்ப் பாக்கு என்று வெற்றிலையில் சேர்த்து வெற்றிலையை கூம்புபோன்ற முக்கோண வடிவமாய் மடிக்க ஆயத்தமானான். ராகுலன் செய்வதைக்

கவனித்த மாதுபாகர் அவசரமாய் வெற்றிலைப் பெட்டியை அவனிடமிருந்து பிடுங்கினார்.

''சீ. எத்தனை தடவை உன்னிடம் சொல்வது. கட்டிய மனைவிதான் ஓர் ஆண்பிள்ளைக்கு வெற்றிலை மடித்துத் தர வேண்டும். நீ என்ன நான் கட்டிய பெண்டாட்டியா?''

பதினேழு வயதுள்ள பையன்கள் மூவரும் உடலை நெளித்துக் கொண்டே வெட்கப்பட்டுச் சிரித்தார்கள்.அவர்கள் மூவரின் பார்வையும் முன் வாசலையும் கூடத்தையும் தாண்டி உபாத்தியாயர் வசிக்கும் இடத்திற்குள் ஊடுருவியது.அங்கு மாதுபாகரின் மனைவி செண்பகா தேவி குனிந்தபடி ஏதோ ஒரு ஜாடிக்குள் நீரை ஊற்றிக்கொண்டிருந்தாள். சாவா தீவின் நாட்டுப்புறக் கிராமங்களில் வாழும் பெண்களின் வழக்கப்படி உடம்பைச் சுற்றிப் பெரிய செம்பருத்திப் பூக்கள் வரைந்திருந்த ஒற்றை ஆடை மட்டுமே கட்டியிருந்தாள்.

அவள் ஜாடியில் ஊற்றிக் கொண்டிருந்த தண்ணீரில் விழுந்து அவள்மீது தெறித்த மாலை வேளையின் கடைசி வெளிச்சத்தில் அவளது லட்சணமான முகமும் மார்புத் திரட்சியும் பொன்னிறமாக ஜ்வலித்தன.

மாதுபாகரின் கால்களைத் தன் மடிமீது வைத்து கால்விரல்களைச் சொடுக்குஎடுத்துக் கொண்டிருந்த மால்வண்ணன் வெடுக்கென்று அவர் கால்களைத் தன் மடியிலிருந்து அகற்றிஅவற்றைத் தரைமீது வைத்தான். பின்பு தரையைப் பார்த்தபடியே கைகளால் தன் முழங்கால் மூட்டுகளை நீவி விட்டபடியே பேசினான்.

"ஆசான், நான் முன்னால் பேசிய விஷயத்தைப் பற்றி.''

ஆழமாகிக் கொண்டிருந்த ஊதா நிற இருட்டில் எண்ணெய் விளக்கின் வெளிச்சத்துக்கு அருகிலிருந்த மால்வண்ணனின் முழங்கால் மூட்டுக்கள் இதழ் விரித்திருக்கும் வெள்ளி நிறமலர்களாய் மின்னின.

வெற்றிலைச் சாற்றின் காரத்தில் கண்கள் கிறங்கியிருந்த மாதுபாகர் திடுக்கிட்டு நிமிர்ந்தார்.

"ம். என்ன?"

"அதுதான், பூஜ்ஜியம்.''

"என்ன?"

மாதுபாகரின் குரல் மேலும் உயர்ந்து அவர்களின் தலைமீது தொங்கவிடப்பட்டிருக்கும் கனமான ஜமுக்காளமாய் லேசாய் ஆடியது.

"இல்லை ஆசான். அதுதான் முன்னால் சொன்னேனே. எண்ணிக்கையில் அடங்காத எண். பூஜ்ஜியம்."

"அதற்கு ஒரு எழுத்து வடிவத்தையும் மால்வண்ணன் தந்திருக்கிறான்.''

பரிதி குதூகலத்துடன் பேசினான். ஆனால் அவன் கண்கள் மட்டும் சாலையோரச் சிறு கற்களாய் உயிரற்றுக் கிடந்தன.

பரிதி தரைப் புழுதியில் விரலால் எழுதிக் காட்டிய சதுரத்தை உன்னிப்பாகக் கவனித்த மாதுபாகர் தளர்ந்திருந்த தன் வெண்ணிற வேட்டியைச் சரி செய்தபடி திண்ணைச் சுவரை விட்டுத் தள்ளி மேலும்

நிமிர்ந்து அமர்ந்தார். பின்னர் மார்பைச் சரக் சரக் என்று சொறிந்தபடி தணிந்த குரலில் பேசினார்.

"இந்த கண்டுபிடிப்பால் உனக்கு என்ன லாபம் மால்வண்ணா?"

"இல்லை ஆசான். எண்களை மீறியும் என்ன உண்டு என்று அறிந்து கொள்ளலாம்அல்லவா? ஒன்று இருக்கிறது என்று காட்டுவதற்கு எழுத்து வடிவம் இருப்பதைப்போல் ஒன்று இல்லை என்று காட்டுவதற்கும் எழுத்து வடிவம் தேவையென்றுதான்..."

மூச்சுத் திணற, உபாத்தியாயரின் இடது தோள் பட்டை மீது புரளும்உத்தரீயத்தின் மீது கண் குத்தி நிற்க, கைகள் பரபரக்க மால்வண்ணன் பேசினான். பரிதி இருவரையும்மெல்லிய புன்னகையோடு பார்த்துக் கொண்டிருந்தான். ராகுலனின் முகத்தில் குழப்பம்இருந்தது.

"என்கேள்வி அதுவல்ல. இப்படி ஓர் எழுத்து வடிவம் உனக்கு எந்த வகையில் பயன் தரும் என்று கேட்டேன். எண்களைக் குறிக்கும் இலக்கங்கள் இருக்கும் பட்சத்தில் நம்மிடம் இருக்கும் செப்புக்காசுகளையோ, கால் நடைகளையோ, கோழிகளையோ அல்லது வேறு பொருள்களையோ துல்லியமாக கணக்கெடுத்து மறக்காமல் இருக்க ஓலைகளில் எழுதி வைத்துக் கொள்ளலாம். இப்படிஎழுதி வைத்திருக்கும் எண் இலக்கங்களைச் சுலபமாகக் கூட்டுவதற்கும், கழிப்பதற்கும், பெருக்குவதற்கும், வகுப்பதற்கும் காஞ்சிபுரத்தில் உள்ள சீனப் பிக்குகள் சொல்லித் தர ஆரம்பித்திருப்பதாகவும் சொல்கிறார்கள் மாமல்லபுர வணிகர்கள் சில பேர் சென்ற மழைக்காலத்தின் போது ஊர் திரும்பகாற்று

வசதியாவது வரைக்கும்இங்கு தங்கியிருந்த போது சொன்ன கதைகளைத்தான் நீ கேட்டாயே.''

மால்வண்ணன் பலமாகத் தலையாட்டினான். அப்படி தங்கியிருந்த வணிகர்களில் சுபகீர்த்தி என்ற பெயருடைய மத்திய வயதுக்காரர் நேரம் கிடைக்கும் போதெல்லாம் மால்வண்ணனிடம் புத்தரின் மகிமைகளை எல்லாம் சொல்லி அவனையும் பௌத்தனாக்கி இருந்தார்.மாதுபாகர் தீவிர சைவர். தன்னைப் பௌத்தனாக்கிய சுபகீர்த்தி பௌத்த தத்துவத்தைப் பற்றி வேறெதுவும் சொல்லித் தருவதற்கு முன்னாலேயே ஊருக்கு வணிகக்கப்பலில் கிளம்பி விட்டதால் மால்வண்ணன் உதட்டளவில் சைவனாகவும், உள்ளுக்குள் முரட்டுபௌத்தனாகவும் மாறியிருந்தான்.

பௌத்த பிக்குகளின் அறிவாற்றலைப் பற்றி மாதுபாகர் பேசியது மால்வண்ணனுக்கு மகிழ்ச்சியையும் இறுமாப்பையும் தந்தது. ஆனால் மாதுபாகர் அந்தத் தகவலை முக்கியமானதாகக் கருதாமல் கடந்து போனார்.

''எண்ண முடியாத வெறுமைக்கு எழுத்து வடிவம் கண்டு பிடித்து என்ன லாபத்தைக் காணப் போகிறாய்?''

பளபளக்கும் கொக்கிகளைப்போல அவனுக்கு முன்னால் தரை முழுவதும் கேள்விகள், பல்லிளித்து நீந்தும் சுறா மீன்களைப்போல். மால்வண்ணன் திகைத்துப் போய் அமர்ந்திருந்தான்.

''எண்களுக்கு முன்னாலும், அவற்றைக் கடந்தும் இருக்கும் வெறுமை என்பதெல்லாம் சோம்பேறி தத்துவவாதிகளின் எதற்கும் உதவாத வெறும் கற்பனை மால்வண்ணா. வாழ்க்கைக்குத் தத்துவக் குப்பைகள் எவ்வகையிலும் உதவாது. எண்களை வளைக்கக் கற்றுக்

கொண்டவனுக்குத்தான் இந்த உலகம் வசமாகும். எண்ணையும் எழுத்தையும் முழுமையாகக் கற்றுக் கொண்டதால்தான் காஞ்சிபுரத்துப்பெரும் பண்டிதனான நான் சமணர்களின் சதி வேலையால் என் நாட்டை விட்டுத் துரத்தப்பட்டாலும் சாவா வரை வந்தும் கூட மிகுந்த மரியாதையோடு நடத்தப்படுகிறேன். கற்றவனுக்குச் சென்ற இடமெல்லாம் புகழ்.''

நன்றாக இருட்டியிருந்தது. திண்ணையில் எரிந்து கொண்டிருந்த விளக்கின் வெளிச்சத்தில் மாதுபாகரின் கண்கள் தாமிரமாய்ப் பளபளத்தன. அவர் திண்ணென்று இருந்த தன்அகலமான வயிற்றைச் சொறிந்துவிட்டுக் கொண்டபடியே விக்கலால் அவதிப்படுபவரைப் போல திக்கித்திக்கிப் பலமாகச் சிரித்தார்.

''மேலும் காட்டுப்பயல்களான உங்களுக்குத் தத்துவ விசாரணையெல்லாம் ஒரு கேடா? மிஞ்சி மிஞ்சிப் போனால் உங்கள் பெண்டாட்டிகள் பெற்றுப் போடும் குழந்தைகளைக் கணக்கு வைத்துக் கொள்ள ஒன்றிலிருந்து இருபதுவரை எண்ணத் தெரிந்தால் போதாதா? அதற்குத்தான் இறைவன் கை விரல்களையும் கால் விரல்களையும் கொடுத்திருக்கிறானே.''

மீண்டும் மூச்சுத் திணறத் திணறச் சிரித்தார். அசம்பாவிதங்கள் இப்படித்தான் நிகழ்கின்றன. மாதுபாகர் தன்னைச் சுற்றி அமர்ந்திருந்த மூன்று கரும் பழுப்புநிற இளைஞர்களையும் பார்த்துச் சிரித்த அதே நேரத்தில் தன் கைக்குழந்தையைத் தூக்கியபடி ஒற்றையாடை உடுத்தியிருந்த செண்பகா தேவி கூடத்தைக் கடந்து போனாள். தன் கணவன் மிகவும் பலமாகச் சிரிப்பதைக் கண்டவள் மால்வண்ணனைப் பார்த்து உதடு விரியச் சிரித்தாள். அதே நேரத்தில் மால்வண்ணன் அவளைப் பார்த்தான்.

பரிதியும் ராகுலனும் தொடை தட்டித் திண்ணை அதிரச் சிரிக்கும் உபாத்தியாயரை முகங்களில் கடுமை சுவாலை விட்டு எரியப் பார்த்துக் கொண்டிருந்தார்கள்.

பதினேழு வயது சிறு பிள்ளைகள் பதினேழு வயது சிறு பிள்ளைகளைப் போலத்தான் நடந்து கொள்வார்கள் என்பது உலக நியதி. மாதுபாகர் உறங்கச் சென்றதற்குப் பிறகு தூங்குவதுபோல் பாசாங்கு செய்து கொண்டிருந்த மூவரும் மெல்ல எழுந்து மாணவர் அறைக்குப் பக்கத்து அறையில் அடுக்கி வைக்கப்பட்டிருந்த ஜாடிகளின் மண் மூடிகளைச் சிறிய ஆணியால் துளையிட்டு அவற்றுக்குள் பத்திரப்படுத்தி வைக்கப்பட்டிருந்த புளித்த அரிசி மதுவை மடமடவென்று பருகினார்கள். கோடைக் காலத்தில் பாடசாலையை ஆய்வு செய்ய வரும் கிராமத்து அதிகாரிகளுக்குத் தருவதற்காக மாதுபாகர் உழவன் ஒருவனிடமிருந்து மது ஜாடிகளை சென்ற அறுவடைக் காலத்தின் போது வாங்கி வைத்திருந்தார்.

மூவரும் மதுவைக் குடித்தபடியே தாழ்ந்த குரல்களில் ஏதேதோ பேசினார்கள்.அவர்களின் குரல்களில் மதுவின் புளிப்பைப் போலவும் லேசான காரத்தைப் போலவும் ஒரு கடுமை ஏறியிருந்தது. பின்பு ஏதோ லட்சியத்தோடு உந்தப்பட்டவர்களாய் மூவரும் பூனைகள் போல் தவழ்ந்து மாதுபாகரும் செண்பகா தேவியும் படுத்திருந்த அறைக்குள் நுழைந்தார்கள்.

மற்ற இருவரும் மாதுபாகரின் வாயை வலுவாகப் பொத்தி அவருடைய கைகளைப் பலமாகப் பிடித்திருக்க, மால்வண்ணன் செண்பகா தேவியின் வாயில் தன் கோவணத் துணியைத் திணித்தான்.அவளுடைய ஆடையை ஒரே இழுப்பில் களைந்துவிட்டு

அவளை மிகுந்த வெறியோடு புணர்ந்தான். பிறகு எழுந்து போய் மாதுபாகரைப் பிடித்துக் கொண்டான்.

அவனுக்குப் பிறகு ராகுலன். பின்பு மிக நிதானமாய் முகத்தில் மாறாத புன்னகையுடன் பரிதி. இருட்டில் அகலமாக விரிந்திருந்த மாதுபாகரின் கண்களில் திரண்டு வழிந்த கண்ணீர் அவர்களின் காமத்தையும் உக்கிரத்தையும் கூட்டியது.

இறுதியாக ஒரு முறை கண்கள் சுழலக் கிடந்த செண்பகா தேவியைப் புணர்ந்தபிறகு மால்வண்ணன் எழுந்து தன் ஆடையைச் சரி செய்தபடியே செண்பகா தேவியின் அருகில் கிடந்த வட்டமான கல் ஒன்றை எடுத்து வந்து மாதுபாகரின் தலைமீது போட்டான். அது காய்ந்த மூலிகைகளை இடிப்பதற்காக மாதுபாகர் பயன்படுத்தும் கனமான ஆட்டுக்கல். கல் மாதுபாகரின் மண்டையைச் சிதைத்து அவர் மார்பின் மீது தாவியது. தாவிய கல்லைத் தன் கல்வித் திறமைக்கு எதிர்பாராமல் கிடைத்த பரிசைப்போல் இரு கைகளிலும் ஏந்தி அணைத்து பெரிதாய் விரிந்திருக்கும் கண்களில் வியப்பு மேலிட மாதுபாகர் செத்துப் போனார்.

தன் கணவன் கொலை செய்யப்பட்டதைக் கண்ட செண்பகா தேவி அலறியிருக்கக்கூடும். பரிதியின் கைகள் அவள் வாயைப் பொத்தி இருந்தாலும் அவள் கண்கள் அழகிய தாமரை மலர்களைப்போல் மிக அகலமாக விரிந்திருந்தன. மால்வண்ணன் மூலிகை அரிவதற்காக சுவர் பிறையில் வைக்கப்பட்டிருந்த சிறு கத்தியை எடுத்து அவள் கழுத்தை அறுத்தான். ரத்தம் கொப்பளித்துப் பெருக அறுபட்ட மூச்சுக் குழாயின் வழியாக எழுந்த செண்பகா தேவியின் மரண இரைப்பு அறையெங்கும் கேட்க ஆரம்பித்தது.

கத்தியில் ஒட்டியிருந்த ரத்தத்தை உதறிவிட்டு நிமிர்ந்த போதுதான் பரிதியும் ராகுலனும் இருட்டுக்குள் ஓடி மறைந்திருந்ததை மால்வண்ணன் உணர்ந்தான்.

அவனைச் சூழ்ந்திருந்த இரவு செண்பகா தேவியின் உடலைப் போல் கதகதப்பாகஇருந்தது. திடீரென அச்சத்தால் உடல் வியர்த்தவனாய் மால்வண்ணன் செண்பகா தேவியின் அறுந்த மூச்சுக் குழாயிலிருந்து எழும் சிறு சிறு உறுமல்கள் பின் தொடர டுரியான் மரங்களுக்குநடுவில் இருந்த மணல் திட்டுக்கு ஓடினான். முற்பகலில் அவன் அதன் மீது எழுதிய பூஜ்ஜியம் இன்னமும் கலையாமல் லேசாய்ச் சுடர் விட்டபடி இருந்தது.

மணல் திட்டின் முன்னால் முழங்காலிட்டு அமர்ந்தபடி பெருங் குரலெடுத்து அழுதான். பின்னர் என்ன நினைத்தானோ பூஜ்ஜியம் என்று எழுதியிருந்த மணலைக் கவனமாகக் கைகளில் அள்ளியவனாய் திக்குத் தெரியாமல் பெரிதாய் ஓலமிட்டபடியே தலை தெறிக்க ஓடினான்.

அவன் ஓட ஓட கையிலிருந்து மண், விரல் இடுக்குகளின் வழியாகக் கொட்டி ஒன்றுமில்லாமல் போனது.

முக்கோணம்

பிரேக்கைத் தளர்த்தி லாரியைப் பின்னால் நகர்த்த ஹாரன் சத்தம் வெகு அப்பட்டமாய்க் கத்தியது. வேறொரு லாரிக்காரன் பின்னாலிருந்த கட்டிடத்திலிருந்து வெளியேறி என் லாரிக்குப் பின்னால் தன் லாரியை வசதியில்லாத கோணத்தில் சொருகியிருந்தான். எங்கள் இருவருக்கும் பக்கவாட்டிலிருந்து ஒரு கார் வாகனம் நிறுத்துமிடத்திலிருந்து வெளியேறி நின்று கொண்டிருந்தது. காரின் முன் இருக்கையில் நன்றாக உடுத்திய மத்திய வயதுக்காரி. சாயம் தடவிய தன் விரல்களை ஸ்டீரியங்கின்மீது தட்டியபடியே எங்கள் இருவரையும் வியப்போடு பார்த்துக் கொண்டிருந்தாள்.

இடதும் வலதுமாக சாய்வான கோணத்தில் இரண்டு லாரிகள். அவற்றுக்கு நடுவே நேர்க்கோட்டில் கார் ஒன்று. முக்கியச் சாலைக்குள் திரும்பும் குறுகலான நுழைவாயிலுக்கு கூரிய அம்பின் முனைபோல திசைகாட்டியபடி வெப்பமும் டீசல் நெடியும் கக்கிக் கொண்டிருக்கும் இரும்பு முக்கோணம், நகரவே முடியாதபடி.

சில நேரங்களில் நகராமல் இருப்பதுதான் எதிரிகளை வழிக்குக் கொண்டுவர உதவுகிறது. அடுத்த லாரியிலிருந்து தடித்த சீனன் இறங்கி

வருவது கதவோரத்தில் இருக்கும் கண்ணாடியில் தெரிந்தது. சிகரெட்டுப் பெட்டியின் உட்புறம்போல் வெண்சாம்பல் நிறம். கோரைப் புல்லாய் எவ்வித ஒழுங்கும் இல்லாமல் வளர்ந்து கிடந்த தலைமயிர். அம்மைத் தழும்புகள் நிறைந்திருக்கும் முகம். ஊழற்சதையால் இயல்பாகவே கைகளையும் கால்களையும் அகட்டி நடந்தான்.

என் லாரியின் உயரத்தினால் அவன் லாரி ஜன்னலின் கனமான கண்ணாடியின் மீது விரல்களால் தட்டியபோது அவன் மேடேறிய நெற்றி மட்டும் என் வலது முழங்கை ஓரமாகத் தெரிந்தது. இருக்கையிலிருந்தபடியே நிமிர்ந்து வலது பக்கமாய் எட்டி பார்த்தபோது அவன் உணவு தேடி நீர் மட்டத்துக்கு வந்திருக்கும் ஏதோ குண்டு மீனைப்போல் சிவந்த வாயைத் திறந்து திறந்து மூடிக் கொண்டிருந்தான்.

''ஏண்டா-புத்திகெட்ட-நாயே-மத்த-வண்டி-வருதா-இல்லையானு-பார்த்துட்டு-வண்டி-எடுக்க-மாட்டியா-அறிவுகெட்ட-முண்டம்-குருட்டுக்-கபோதி.''

நான் லாரிக்குள்ளிருந்த வானொலியின் சத்தத்தை அதிகப்படுத்தி, குளிர்சாதனத்தை ஏற்றிக் கடலாழங்களைப் போன்று ஜில்லிடச் செய்து அவன் வாயிலிருந்து வரும் வார்த்தைகளை நீருக்குள்ளிருந்து மெல்ல மேலேறி நீர் மட்டத்தைத் தொட்டவுடன் உடையும் குமிழிகளாகக் கற்பனை செய்ய ஆரம்பித்தேன்.

அபர்ணாவும் இப்படித்தான் வாயை வட்ட வடிவமாகத் திறந்தும் மூடியும் பாடங்களைப் படிப்பாள். அவள் முன்னால் பாலர் பள்ளி புத்தகங்கள் மூன்றோ நான்கோ திறந்து கிடக்கும். விரிக்கப்பட்டிருக்கும் வெள்ளைத் தாள்களில் மேசை விளக்கின் வெளிச்சம் பட்டுச் சிதறி

அவள் முகத்தின் கீழ்ப்பாதி ஜ்வலித்துக் கொண்டிருக்கும். அவள் என்னைப் பார்க்க அனுமதிக்கப்பட்டிருக்கும் நாள்களில் அவளுக்கு என்னால் முடிந்த வரைக்கும் தமிழ் பேசவும், ஓவியம் வரையவும், பாடல்கள் பாடவும், ஒன்றிலிருந்து முப்பது வரை எண்ணவும் சொல்லித் தருவேன்.

"என் மகளுக்கு இப்ப அஞ்சு வயசு ஆகுது. மாசத்துக்கு ஒரு நாள் மட்டும்தான் அவ அம்மா அவளை என்கிட்ட கொண்டு வந்து விடுவா. காலையில எட்டு மணியில இருந்து ராத்திரி எட்டு மணி வரைக்கும். அவ என்கிட்ட இருக்கும்போது ரோஜா நெறத்துலதான் டிரஸ் பண்ணிக்கணும்னு சொல்லிருக்கேன்."

வெளியே நின்று கொண்டிருந்த சீனனிடம் கண்ணாடியின் வழியாக மெல்லியக் குரலில் சொன்னேன். இதுவரைக்கும் கத்திக் கத்தி ஓய்ந்திருந்தவன் நான் எதையோ சொல்வதைக் கண்ணாடி வழியாகப் பார்த்ததும் கைகளையும் தலையையும் ஆட்டி ஆட்டிப் பேசத் துவங்கினான்.

"ரோஜா நிறம். ரோ-ஜா நிறம்."

இரண்டு கைகளையும் தூக்கி ஆள்காட்டி விரல்களையும் கட்டை விரல்களையும் ஒட்டவைத்து உலர வைத்திருக்கும் ஆடையை முன்னும் பின்னும் அசைப்பதுபோல் அவனிடம் காட்டினேன். முதலில் எதுவும் புரியாமல் நின்றவன் பிறகு தலையைச் சொறிந்தபடியே லாரியின் முன் சக்கரங்களைக் குனிந்து பார்த்தான். பின்பு லாரியின் முன்னால் சென்று முன்புறமிருக்கும் கம்பிகளின் வழியாக லாரியின் என்ஜினைச் சோதனை போட்டான்.

நான் சுவாரஸ்யமில்லாமல் லாரியைச் சுற்றியும் பார்த்தேன். காரில் அமர்ந்திருந்தவள் ஹாரனை அடிக்க நினைத்திருப்பாள். என் கண்கள் அவள் மீது பட்டதும் அவசரமாக கையை இறக்கிக் கண்களைத் தாழ்த்திக் கொண்டு கைத்தொலைபேசியைக் கோபத்துடன் தட்ட ஆரம்பித்தாள்.

தட்-தட்-தட்தட்-தட்-தட். அவள் அவசரம் மொத்தமும் அவள் தொலைபேசியின் திரையைத் தட்டும் வேகத்திலும் திரைச்சீலை நிழல்களாய் ஒப்பனை பூசி மிகக் கவனமாக ஒதுக்கப்பட்டிருந்த அவள் புருவங்களிலும் எதிரொலித்தது.

எனக்கும் கைத்தொலைபேசி இருக்கிறது. கொஞ்சம் தாமதமானாலே தன்னிடம் வேலை பார்ப்பவர்களின் தலைகளைக் கடித்துத் துப்பும் வயதான வங்காளி இன்னும் இருபது நிமிடங்களில் என்னை அழைத்து விடுவான். என் லாரியின் பின்புறத்தில் பல நிறச் சாயக் கலவைகள் நிறைந்திருக்கும் டிரம்கள் இருந்தன. எனக்குச் சிகரெட் பிடிக்கும் பழக்கம் இருந்தது. சொற்ப விலையில் வாங்கிய லைட்டர்தான். ஆனால் நான் அது வரைக்கும் யோசிக்கவில்லை.

பின்னால் நின்றிருக்கும் லாரி, பக்கத்தில் இருக்கும் கார், சுற்றியிருக்கும் கட்டிடங்கள், ஒரு ஐந்து கிலோமீட்டர் சுற்றளவு உடைய நகரத்தின் மையப்பகுதி அனைத்திலும் பல வர்ணச் சாயங்களை ஆரவாரமாகச் சிதறச் செய்வது இம்சையான வேலை. எனக்குள் ஏதோ ஒரு இனம் தெரியாத சோம்பல் நிறைந்திருந்தது.

இரண்டு வருடங்களுக்கு முன்னால் நாங்கள் மூவரும் கடற்கரையில் அமர்ந்து வாணவேடிக்கைகளைப் பார்த்துக் கொண்டிருந்த போது அவளிடம் சொன்னேன்.

"அபர்ணாவுக்கு மூணு வயசாச்சு. இன்னொரு குழந்தையைப் பத்தி யோசிக்கலாமா?"

அவளுக்குக் கறுப்புக் கேரம் காய்களைப் போன்ற தட்டையான கண்கள். வானத்தில் சில கணம் அதிர்ந்து சிதறிய வாண வேடிக்கைச் சரங்கள் அவற்றில் ஒட்டாமல் வழிந்தன. அபர்ணா எங்களுக்கு முன்னால் வாண வேடிக்கைகளுக்கு மாலையிடுபவள் போல இரண்டு கைகளையும் தலைக்குமேல் கோர்த்தபடி கால்விரல் நுனிகளில் நின்றபடி சுற்றிச் சுற்றி வந்து கொண்டிருந்தாள்.

சுகுணா என் கேள்விக்குப் பதிலேதும் சொல்லவில்லை. வானத்தில் வெடிக்கும் வாண வேடிக்கைகளுக்கேற்ப நிறங்கள் மாறி மாறித் தோன்றும் வழவழப்பான புத்தக அட்டை போன்ற தட்டையான முகத்தோடும் கண்களோடும் எந்தவிதமான உணர்ச்சியுமின்றி வானத்தையே பார்த்துக் கொண்டிருந்தாள்.

"அதான் கேட்குறேன்ல."

அவள் தோள்மீது கை போட்டேன். எரிச்சலை வெளிப்படுத்தும் மிக மெல்லிய உதடுகளின் உச்சு ஓசையோடு தோளை கீழிறக்கி என் கையைத் தட்டிவிட்டாள். பின்னர் கைகளை நீட்டிச் சொடுக்குப் போட்டு அபர்ணாவை அருகில் அழைத்தாள். அவளை அருகிலிருந்த கடல் மணல் மீது தன் கைக்குள் அடங்கியிருக்கும்படி அமர வைத்துக் கொண்டாள்.

மீண்டும் லாரிக்காரச் சீனன் என் இருக்கையின் பக்கமாக வந்து தயங்கியபடியே கண்ணாடி ஜன்னலின் மீது விரல்களால் தட்ட ஆரம்பித்தான். மத்தியான வெயிலில் சிறிய வெள்ளி இலைகளாய்

கடல் நிச்சயம் திரும்பவரும்

வியர்வை கலைந்து பளபளப்பாகியிருந்த அவன் நெற்றியையும் முகத்தையும் பரிதாபமாகப் பார்த்தேன். காரில் இருந்தவள் இப்போது கையைப் பலமாக ஆட்டி என் திசையைச் சுட்டிக் காட்டியபடி கைத் தொலைபேசிக்குள் பேசிக் கொண்டிருந்தாள்.

லாரியின் வெளியே நின்றபடி இடுப்பில் கைகளை அகட்டி வைத்து ஜன்னல் கண்ணாடியின் வழியாக என்னையே பார்த்து விழித்துக் கொண்டிருந்த சீனனை மிகுந்த கருணையோடு பார்த்தேன். அவனிடம் எல்லாவற்றையும் விளக்கிவிட எனக்கு ஆசை பிறந்தது.

வானொலியின் சத்தத்தை மேலும் உயர்த்தி வைத்துக் கொண்டேன். லாரியின் ஜன்னல் கண்ணாடி லேசாய் அதிர ஆரம்பித்தது.

''நான் ஊதாரியாம். பொறுப்பில்லாதவனாம். குடிச்சிட்டு வந்து பிரச்சினை பண்ணுறேனாம். என்னோட இனிமே அவளால வாழ முடியாதாம். என் சொந்த மகளை என்னோட வச்சுப் பார்த்துக்க எனக்கு அருகதை இல்லையாம். கோர்ட்டுல உத்தரவு வாங்கியிருக்கா.''

என் குரல் இப்போது உரக்க ஒலித்தது. நீதிமன்ற உத்தரவு என்பதை எப்படி சைகையால் காட்டுவது என்று யோசித்தேன். விரல்களை விரிய வைத்துக் கொண்டு என் முகத்தின் முன்னால் புகை எழுவது போல பாவனை செய்தேன்.

சீனன் பயந்திருக்க வேண்டும். பின்னால் சில அடிகளை எடுத்து காரில் அமர்ந்திருந்தவளிடம் கைகளை உயர்த்திக் காட்டித் தலையைப் பலமாக ஆட்டினான். காரில் இருந்தவள் ஹாரன் மீது கையை வைத்துப் பலமாக அடித்தாள்.

பாம்-பாம்-பாம்-பாம்.

அன்று சுகுணாவின் தங்கையின் படுக்கையறையில் நுழைந்த நேரத்தில் கூட இதே மாதிரிதான் காதுக்குள் ரத்தம் பாய்வது கேட்டது. பொது விடுமுறை நாட்களுக்கு முன்னால் ஒரு வாரமாக சாய டிரம்களை டெலிவரி செய்ய தினம் பதினாறு மணி நேரம் லாரி ஓட்டிய வேலை அன்றோடு முடிந்திருந்தது. நண்பர்களோடு பீர் குடித்துவிட்டு வீடு திரும்பியிருந்தேன். அவளும் பல்கலைக் கழக வகுப்புக்கள் முடிந்து அப்போதுதாம் வீட்டிற்கு வந்திருக்க வேண்டும். குளித்திருப்பாள். இரண்டு பக்கமும் கைப்பிடிகள் உடைய வெள்ளி நிறப் பாத்திரத்தில் ஊற்றி வைத்திருக்கும் தேனில் கனகாம்பரங்களை மிதக்க விட்டிருந்ததுபோல் பழுப்பு நிற உடம்பில் ஆரஞ்சு நிறத்தில் சரிகை வைத்த உள்ளாடைகள் அணிந்திருந்தாள். ஒரு பக்கமாக ஒதுக்கிய நீளமான தலைமுடியில் நீர்த்துளிகள் ஜெபமாலை ஸ்படிகங்களாக இறைந்து கிடந்தன.

ஒரு கைப்பிடிக்கே உட்பட்டுத் தூக்கி நிறுத்திய பிருஷ்டமும், மார்புகளுக்கு இடையே சிறிய மீன்களைப்போல் சதா அலைந்து கொண்டிருந்த ஊதா நிற நிழல்களும், அவள் உடம்பிலிருந்து எழுந்த சோப்பு வாசமும் கிறங்கடித்தன. ஆனால் அவள் முகத்தில் தெரிந்த என் மனைவியின் சாயலைக் கண்டு நான் திடுக்கிட்டுக் கதவு பக்கமாய் திரும்பிய நேரத்தில் அலமாரியின் முன்னால் குனிந்து வீட்டில் அணிவதற்கான அரைக்கால் சட்டையைத் தேடிக் கொண்டிருந்தவள் என்னைப் பார்த்துவிட்டாள்.

பாம்-பாம்பாம்-பாம்பாம்-பாம்.

ஒரு மனிதன் குற்றம் சாட்டப்பட்டு நிற்கும்போது அவனைச் சுற்றிப் பல்வேறு குரல்கள் கதறும் ஹாரன்களாய் எழுகின்றன. நகரத்தின் மையத்தில் இருக்கும் பேரங்காடி ஒன்றில் ஒரு நாள் முழுவதும் நின்று

விலை உயர்ந்த கைப்பைகளை விற்றுவிட்டு இரவு பதினோரு மணிக்கு வீடு திரும்பிய அக்காளிடம் தங்கை நான் வேண்டுமென்றே அவள் உடை மாற்றும்போது அறைக்குள் நுழைந்ததாகச் சொன்னாள். சுகுணா ஆத்திரமும் அசதியும் மேலிட என்னைக் கேட்க வேண்டிய கேள்விகளைத் தன் தங்கையிடம் இறைந்து கேட்டாள். வரவேற்பறையில் போடப்பட்டிருந்த நாற்காலிகள், சோபாக்கள், மடித்துவைத்த செய்தித்தாள்கள் ஆகியவற்றைக் கைகளால் அறைந்தும் குத்தியும் ஓரிடத்திலிருந்து மற்றோர் இடத்துக்குத் தூக்கிப் போட்டாள் பின்பு தனது கைகளை மடிமீது இறுக்கக் கோர்த்தபடி சுவரை வெறித்துப் பார்த்தபடியே சோபாவில் மௌனமாக நெடு நேரம் அமர்ந்துகொண்டாள்.

அவள் தங்கை வரவேற்பறையின் தூரத்து மூலையில் தன் நீண்ட கால்களை நீட்டியபடி தரையில் தலை கவிழ்ந்து அமர்ந்திருந்தாள். அவர்களின் நடுவில் அவர்களின் இருவரின் முகங்களையும் மாறி மாறி பார்க்கும் வகையில் முக்காலி போட்டு அமர்ந்து கொண்டேன்.

வெகு நேரத்துக்குப் பிறகு சுகுணா குழந்தை தூங்கிக் கொண்டிருந்த அறைக்குள் புகுந்து அதைத் தாழிட்டுக் கொண்டாள். அவள் தங்கை அதற்கு வெகு நேரம் முன்னாலேயே தூங்கப் போயிருந்தாள். நான் அதிகாலை நான்கு மணிவரை எதை எதையோ தீவிரமாக யோசித்துவிட்டுக் கோணலாகக் கிடந்த சோபாவிலேயே படுத்துக் கொண்டேன்.

ஆறு மாதங்கள். பேச்சே இல்லாமல். உடலுறவும் இல்லாமல். அடைத்த கதவைப் பார்த்துக்கொண்டு. சுகுணாவின் தங்கை மாணவர் விடுதியில் தங்கிப் படிக்கப் போய்விட்டாள். குழந்தையையும் சுகுணா என்னிடம் அதிகமாகப் பேச விடவில்லை. அவள் அலுவலகத்தில்

பரிசாகக் கிடைத்த நுழைவுச் சீட்டுகள் வீணாகிவிடக் கூடாது என்பதற்காக வாண வேடிக்கைகளைச் சென்று பார்த்துவிட்டு வந்தோம்.

ஆறு மாதங்களின் இறுதியில் கனமான வெள்ளைத் தாளில் வழக்கறிஞர் கடிதம் வந்த போதுதான் சுகுணாவின் மௌனத்தின் உக்கிரம் புரிந்தது.

சீனன் மறுபடியும் தன் லாரிக்குள் போயிருந்தான். இப்போது அவனும் காரில் இருந்த பெண்ணும் மாறி மாறி ஹாரன் அடித்துக் கொண்டிருந்தார்கள். ஆனால் அவர்களால் தொடர்ந்து ஹாரன் அடிக்க முடியவில்லை. மனித ஜாதியின் மிகுந்த பாரம்பரியமான தயக்கம் அவர்களைத் தொடர்ந்து இரைச்சல் ஏற்படுத்த விடாமல் தடுத்தது.

இந்த தயக்கம் என்ற வெட்டவெளியை மையமாக வைத்துத்தான் பல விதமான முக்கோணங்கள் சிக்கித் தவிக்கின்றன.

என் கைத்தொலைபேசி இப்போது அதிர்கிறது. முதலாளிதான் அழைக்கிறான் போலும். என் பழைய செங்கல் வடிவிலான கைத்தொலைபேசியைக் கால்சட்டைப் பையிலிருந்து விரல்களால் நெம்பி எடுத்தேன். அது இப்போது பழைய ஒலிநாடாக்களை ஓட விடும் வானொலிக் கருவியாக மாறியிருந்தது.

"இந்தாம்மா. அப்பா உனக்கு நெறைய கலர் பென்சில், மிட்டாய், சாக்லேட், பொம்மைங்க, கதை புஸ்தகம் எல்லாம் வாங்கியிருக்கேன் பாரு."

"அடுத்த மாசம் வரும்போது இதை எல்லாம் வாங்கி வச்சிருப்பியா அப்பா."

''நிச்சயமா வாங்கி வச்சிருப்பேம்மா. நீ தான் என் ரோஜாக்குட்டி இல்ல. நீ பள்ளிக்கூடத்துல நல்லா படிச்சேனா இன்னும் நெறைய வெளையாட்டுச் சாமான், கதை புஸ்தகம், கலர் பென்சில் எல்லாம் வாங்கித் தரேன்.''

''உன் லாரில ஒரு நாள் அழைச்சிட்டுப் போறியா?''

''என் லாரில ஒரு நாள் நிச்சயம் அழைச்சிட்டுப் போறேன்.''

''உன் லாரி வேகமா போகுமா அப்பா?''

மேனியெங்கும் பூசிய புதிய சாயமும் முன்னால் போடப் பட்டிருக்கும் இரும்புக் கம்பிகளும் பளபளக்கும் சொந்த லாரி. அதில் நானும் அபர்ணாவும் மட்டும். நாளெல்லாம் மிக நீளமாய் விரிந்திருக்கும் கறுப்பு நிற நெடுஞ்சாலைகளைத் தின்று துப்பிக்கொண்டு.

என் கைகளை அகலமாக ஸ்டீரிங்கில் விரித்து வைத்துக் கொண்டு லாரியை அசுர வேகத்தில் பின்னால் எடுக்கப் போகிறவனைப் போல லாரியின் அக்ஸிலேட்டரை மிக பலமாக வலது பாதத்தால் மிதிக்கிறேன்.

உரூம்-உரும்-உரூம்

லாரியின் அடியிலிருந்து கறுப்பும் வெள்ளையுமாக உஷ்ணம் எழுந்து அந்த இடமெங்கும் நெருப்புக் கோழிகளாக அலைகிறது. கார்க்காரியும் லாரிக்காரனும் நம்பிக்கை மிளிரும் கண்களோடு என்னை ஆசையோடு பார்க்கிறார்கள். லாரிக்காரன் எனக்குக் கட்டை விரலைத் தூக்கிக் காட்டுகிறான்.

''ஏம்பா அழறே?''

''உன்னை உங்க அம்மா வீட்டுக்கு அனுப்ப எனக்கு மனசே இல்லடா.''

ஸ்டீரிங் சக்கரத்தைப்போல் லாரியின் முன்பக்கம் முழுவதும்போல் அவளை இறுக்கமாக அள்ளி அணைத்திருக்கிறேன்.

''புது அப்பா வந்த பெறகும் அம்மா உன்னைப் பார்க்க அழைச்சிட்டு வருவாங்களா அப்பா?''

அன்று கறுப்பு நிற வானத்தில் ஒரு புள்ளியாகத் துவங்கி பிய்ந்து சிதறிய வாணங்களை கண்கொட்டாமல் சில நேரம் உற்றுப் பார்த்துக் கொண்டு அமர்ந்திருந்த போது வாண வேடிக்கை வர்ணங்கள் லட்ச கணக்கான ஊசிகளாக மாறி என் கண்களுக்குள் இறங்குவது போன்ற உணர்வு ஏற்பட்டு எனக்கு வயிற்றைப் புரட்டியது. சுகுணா என் அருகில் மேலும் அமர்ந்திருக்கப் பிடிக்காமல் அபர்ணாவை அழைத்துக் கொண்டு வேறெங்கோ போயிருந்தாள்.

''புது அப்பாவா? யாரும்மா அது?''

முகத்தைக் கலகலப்பாக்கிக் கொண்டு கேட்டேன். இது பென்சில், இது கதைப்புத்தகம், இது கரடி, இது பொம்மை. இதுதான் புது அப்பா.

''அதான் அம்மா தெனமும் வீட்டுக்குக் கூட்டிகிட்டு வராங்களே ஒரு அங்கிள். அவர் பேருதான் புது அப்பா.''

மீண்டும் வயிற்றைப் புரட்டியது. வயிறு இளகி குடல் முழுவதும் காற்றாய், பிரபஞ்சமாய்க் காலியாவதைப்போல் உணர்வு எழுந்தது. மீண்டும் லாரியின் வேக விசையைப் பாதத்தால் மிதித்து அது பின்னால் போகக் கூடிய வேகத்தை அனுமானித்துக் கொண்டேன்.

லாரிக்காரன் முகத்திலிருந்த சிரிப்பைத் துடைத்தெறிந்து விட்டுத் தன் லாரியை முன்னும் பின்னும் நகர்த்தித் தனக்கு முன்னால் இருந்த சிறிய இடைவெளி வழியாக வெளியேற முயன்று கொண்டிருந்தான்.

அவன் எப்படியாவது வெளியேறிவிடக் கூடும். அல்லது காரில் இருப்பவள் வாகனத்தைப் பின்னால் எடுத்து அவனுக்கு வழி ஏற்படுத்தித் தந்துவிட்டு அவளும் வெளியே சென்றுவிட முடியும்.

உலகம் முக்கோணம் போன்றது. எந்தப் பக்கமாகத் தட்டிவிட்டாலும் அது தன்னைத் தானே சரி செய்து கொள்ளும்.

நான் லாரியின் வேக விசையைக் காலால் மிதித்தும் தளர்த்தியும் கொண்டிருந்தேன். என் கை ஸ்டீரிங் சக்கரத்தின் ஓரமாக இருந்த பிரேக்கை விடுவிக்கத் தயாராய் இருந்தது.

ஒரு வேளை நானேகூட இந்த அசாதாரணமான சூழ்நிலையை முடிவுக்குக் கொண்டு வரவும் செய்யலாம்.

ஆனால் எனக்கு இப்போது இந்த இடம் தேவைப்பட்டது. கொஞ்ச நேரத்துக்கு எல்லோரையும் விட உயரமாக, நினைத்த நேரத்தில் மட்டும் நகரும் அதிகாரத்தோடு.

சந்திரமதியின் தாலி

கோகிலா படுக்கையை விட்டு எழுந்த போது இடது பக்கத்திலிருந்து அறைக்குள் கொட்டிய சாம்பல் வெளிச்சத்தில் குதிரையின் வாளிப்போடு இருந்த கீழ் முதுகின் கரும்பச்சைக் குழிவையும் உடம்பின் பழுப்பில் ஆச்சரியமூட்டும் வெள்ளை நிறத்தோடு சமமான அரை நீள்வட்டங்களாய் பளபளக்கும் துல்லியம் பிசகாத தராசுத் தட்டுகளாய்க் கைக்கடக்கமான பிருஷ்டத்தையும் ஆசையுடன் பார்த்துக் கொண்டிருந்தான்.

நடுமுதுகில் பெண்டுலம்போல் ஆடும் கூந்தல். கொண்டைபோட கைகளைத் தூக்கியபோது விலா எலும்புகளின் மேல்புறமாக உடம்பின் இரண்டு பக்கமும் கோதுமை நிறத்தில் மார்புத் திரட்சி.

''தாலியை விட்டுட்டுப் போயிராத'' என்றான்.

படுக்கையில் இரு கைளையும் அளைந்து தேடினாள். மேற்குப் பக்கம் இருந்த தலையணையின் ஓரமாக ஒற்றைத் தங்கப் பல்லாய்ச் சிரித்ததைக் கைக்குள் அடக்கிக் கொண்டு நிமிர்ந்தாள்.

''இருட்டுல மின்னுன சந்திரமதியோட தாலிதான் அவளை அரிச்சந்திரனுக்கு அடையாளம் காட்டுச்சு.'' என்று சொல்லி லேசாய்ச் சிரித்தாள்.

தாலியின் கனத்தைச் சோதிப்பதுபோல் உள்ளங்கையை மேலும் கீழும் அசைத்துவிட்டு அதை ஒரு முறை காற்றில் தூக்கிப் போட்டுப் பிடித்தாள்.

''சந்திரமதி தாலியோடயே பொறந்தானு பொஸ்தகத்துல படிச்சிருக்கேன்.'' சொல்லிவிட்டு அவள் முதுகை உற்றுப் பார்த்தான். எதிரிலிருந்த நிலைக்கண்ணாடிக்கு முகம் காட்டியவளாகப் படுக்கையின் விளிம்பில் கால் மீது கால்போட்டு அமர்ந்தபடி தன் பாதங்களில் ஏற்பட்டிருந்த வெடிப்புகளை விரலால் நீவி ஆராய்ந்து கொண்டிருந்தாள்.

''அவ மட்டுமில்ல. எல்லா பொம்பளையும்தான்.''

''அடிமைத்தனம்னு சொல்றியா?''

''இல்ல. அலங்காரம்.''

புரியாமல் விழித்தான். அமர்ந்த நிலையிலிருந்து எழுந்தவள் படுக்கையைச் சுற்றி வந்து கலைந்திருந்த அவன் தலைமயிரில் விரல்களை விட்டுக் கோதி முகத்தில் தன் மார்புகளைத் தேய்த்தாள்.

''பொம்பளைங்களுக்குத் தாலி மட்டுமில்ல. மாரு, வயிறு, பின்பக்கம், தொடை எல்லாம் அலங்காரம்தான். அப்படித்தான் எழுதியிருக்கு.''

லேசாகச் சரியத் தொடங்கியிருந்த வயிற்றில் பிரசவத் தழும்பிருந்தது. அவன் தலைமயிரை மீண்டும் கெட்டியாகப் பிடித்துக் கொண்டு செல்லமாக உலுக்கிவிட்டுக் குளியலறைக்குப் போனாள்.

''என்ன பார்க்குற. முப்பத்தெட்டு வயசு ஒடம்பு. அப்படித்தான் இருக்கும்.''

வெள்ளிப் பூக்களாய் தண்ணீர் தெறிப்பது, அவள் சோப்பை டப்பாவிலிருந்து கண்களை மூடியபடி உருவி உடம்பில் தேய்ப்பது, அவள் உடம்பின் ரகசியப் பாதைகளில் ஓடும் நீர்த்திவலைகள் சத்தங்களாகக் கேட்கத் தரையில் சரிந்து கிடந்த கால்சட்டையை எடுத்து இடுப்புவரை இழுத்துக் கொண்டான். டீ சட்டையின் முன்பக்கமாய் நீளமான சுருட்டை தலைமயிர் ஒட்டியிருந்தது. ஆடையின் கழுத்துப் பகுதியிலும் தோள்பட்டையிலும் அவள் வாசம் பலமாய் அடித்தது.

அவள் குளியலறையிலிருந்து வெளியே வந்து உடுத்த ஆரம்பித்ததைப் பார்த்துக் கொண்டு அமர்ந்திருந்தான். மார்புக்கு மேல்புறமாய் ஆடையை லேசாய் இழுத்துச் சரி செய்தவள் உதட்டைச் சுளித்தாள்.

''பல் படாம பார்த்துக்கோனு சொன்னா நல்லா கடிச்சு வச்சிருக்கே.''

''சேலையில நீ ரொம்ப அழகா இருக்கே.''

வெளியே டமார் என்று சத்தம் கேட்க அவள் நகர்ந்துபோய் திரைச்சீலையை மெல்லத் தேக்கி வீதிகளைக் கண்ணோட்டமிட்டாள். அவனும் ஜன்னலுக்கு நகர்ந்து வந்து அவள் முதுகோடு உரசியபடி நின்று கொண்டான். அவர்கள் இருந்த அறைக்கு எதிரில் இருந்த வங்கிக் கட்டடத்தின் ஓரமாய் சில நிழல்கள் ஓடி மறைவது தெரிந்தது.

"இந்த மாசத்துக்குள்ள முடிஞ்சிருமா?" என்று கேட்டாள்.

"நிச்சயமா முடிஞ்சிரும். மிஞ்சிப்போனா ரெண்டு மாசம். தூரத்திலிருந்து உதவிக்கு எங்களச் சேர்ந்தவங்க நெறைய பேரு நகரத்துக்குள்ள ஊடுருவி இருக்காங்க. புதுசா நிறைய ஆயுதங்களும் வந்திருக்கு."

முதுகுத்தண்டில் கர்வத்தின் விறைப்பு. முகத்தின் சிவப்பிலும் உதட்டில் ஒட்டியிருந்த சிரிப்பின் சாயலிலும் இளமையின் அசாத்திய தன்னம்பிக்கை. அவனுக்கு வயது இருபத்தேழா இருபத்தெட்டா என்று யோசித்தாள். சரியாக ஞாபகத்துக்கு வரவில்லை. திரைச்சீலையை ஊடுருவி வந்த மாலையின் தெரு விளக்குகளின் வெளிச்சம் அவள் முகத்தில் மஞ்சள் நிற வெட்கமாய் பூரித்திருந்தது.

கட்டடத்தின் பத்து மாடிகளுக்குக் கீழே வெறிச்சோடியிருந்த தெருவில் காலடி சத்தங்கள் கேட்டன. தொடைகளின் மத்தியில் ஆடையின் விளிம்பு அலைய இளம்பெண் ஒருத்தி தலை தெறிக்க ஓடி வந்து கொண்டிருந்தாள். வெகுவாக புடைத்திருந்த விழிப்பந்துகளின் வெண்மையில் அவளுடைய பயம் தெளிவாகத் தெரிந்தது.

அவளுக்குப் பின்னால் பத்து மீட்டர் இடைவெளியில் ஒல்லியாய் ஒருவன். தெரு விளக்குகளைக் கடந்த போதெல்லாம் நன்றாகப் பின்னுக்கு வாரியிருந்த எண்ணெய் படிந்த தலைமயிரின் பளபளப்பு. சவரம் செய்யப்படாத முகத்தில் வளர்ந்திருந்த நான்கு நாள் தாடி அவனுடைய முக அடையாளங்களை மறைத்தது. சிறிய கண்கள், வெறும் கரிக்கோடுகளாக நெற்றியின் அகலத்துக்கு அடியில் ஒட்டியிருந்தன.

சித்துராஜ் பொன்ராஜ்

ஓடி வந்தவன் அவர்கள் நின்றிருந்த ஜன்னலுக்கு முன்னால் அவளைக் கை நீட்டி எட்டிப் பிடித்தான். இப்போது அவனைப் பார்த்துத் திரும்பியிருந்தவள் இரு கைகளையும் நீட்டி கை விரல்கள் அனைத்தையும் விரிய வைத்து மேலும் அருகில் வர வேண்டாம் என்று கெஞ்சுவது தெரிந்தது. இடது கையின் விரலொன்றில் சின்னச் சுடராய் அவளுடைய திருமண மோதிரம்.

அவளைத் துரத்திக் கொண்டு வந்தவன் கை ஓங்கி அவள் முகத்தில் அறைந்தான். அவன் கை பயணித்த அரை வட்டத்தின் விட்டத்திலும் அவன் அணிந்திருந்த கோட்டின் அசைவுகளிலும் அந்த தாக்குதலின் பலம் அவர்கள் இருவருக்கும் புலப்பட்டது.

ஓர் அரை கணம்: ஏதோ நம்ப முடியாததைக் கண்டு விட்டவள்போல் தெருவில் நின்றிருந்த பெண் அவளை அறைந்தவனை விழிகள் விரிய பார்த்தாள். அடுத்த அரை கணம்: முகத்தில் வாங்கிய அறையின் பயனாக அவள் மண்டை பலமாக உதறப்படும் ஈரத் துணிபோல் சடாரென்று பின்னோக்கிச் சாய்ந்தது. ஒற்றைத் துப்பாக்கிச் சூட்டைப்போல் சுத்தமான, துல்லியமான சத்தம்.

அவன் அவளை மீண்டும் அறைந்தான். அவள் நடனமாடுவதுபோல் ஒரு முறை சுழன்று தரையில் விழுந்தாள். தெருவில் வெறும் ஆடைக் குவியலாகக் கிடந்த அவளுக்கு அருகில் அந்த மனிதன் மண்டியிட்டுக் கொண்டிருந்தான்.

"அவன் அவளை கற்பழிப்பானா?" என்று கோகிலா கேட்டாள். அவளுக்கு மிக லேசாக மூச்சிரைத்தது. உடம்பு லேசாய் நடுங்கிக் கொண்டிருந்தது.

ஆனால் அவன் அவளைக் கற்பழிக்கவில்லை.

தெருவில் குந்தியிருந்தவன் கீழே கிடந்தவள் மீது அதிக அக்கறையுள்ளவன் போல அவள் முகத்தை இப்படியும் அப்படியும் சில முறை அசைத்துப் பார்த்தான். பிறகு கால்சட்டையின் பின் பையிலிருந்து பளபளப்பான நீண்ட பேனாக்கத்தியை எடுத்துப் பிரித்து அவள் கழுத்தைச் சரசரவென்று அறுத்தான். சங்குபோன்ற வெண்மையான பெண் கழுத்து என்றாலும் மனித கழுத்தை அதைப் பிணைத்திருக்கும் சதையையும் நரம்புகளையும் மூச்சுக் குழாய் எலும்பையும் மீறி அறுப்பது சிரமமான விஷயம். கழுத்தை அறுப்பவனின் பிரயத்தனம் அவனது கை அசைவுகளில் தெரிந்தது.

கழுத்தை அறுத்து முடித்த பிறகு நிதானமாக அவள் அணிந்திருந்த நகைகளையும் கைக்கடிகாரத்தையும் கழற்றிக் கோட்டின் பைக்குள் திணித்துக் கொண்டான். அவள் விரலை ஓரிரண்டு முறை பலமாக உதறி திருமண மோதிரத்தையும் உருவிக் கொண்டான். பின்பு சாலையின் இரண்டு திசைகளையும் கவனமாகப் பார்த்துவிட்டு வந்த வழியிலேயே வேகமாக நடக்க ஆரம்பித்தான்.

கட்டடங்களின் மங்கிய வெளிச்சத்தில் தெருவில் கிடந்த பெண்ணின் தொண்டைக் குழியில் ரத்தம் கறுப்புச் சாமந்தியாய்ப் பூத்திருப்பது தெரிந்தது. அறையில் நின்று பார்த்துக் கொண்டிருந்த கோகிலாவும் அவளது காதலனும் அந்தப் பெண் இன்னமும் உயிருடன் இருப்பாளா என்று சிறிது நேரம் விவாதித்தார்கள்.

விவாதம் சண்டையாய் முற்றும் என்ற சாத்தியம் எழுந்தபோது கோகிலா திரைச்சீலையைத் தளரவிட்டு மீண்டும் நிலைக்கண்ணாடிக்கு முன்னால் நகர்ந்து கொண்டாள்.

சித்துராஜ் பொன்ராஜ்

''இன்னும் கொஞ்ச நாள்ல இந்தத் தொந்தரவு எல்லாம் சரியாகிடும்.''

கெஞ்சலாக, அவளுடைய நல்லெண்ணம் பெற வேண்டும். என்ற ஆவலில் பேசினான். அவன் கண்கள் அவள் உடல் முழுவதும் அலைந்தன.

நிலைக்கண்ணாடியைப் பார்த்தபடி தலைவாரிக் கொண்டிருந்தவள் தன்னையும் மறந்து கலகலவெனச் சிரித்தாள்.

''என் வீட்டுக்காரரும் இதையேதான் சொல்றாரு. என்ன ஆச்சரியம்னா நீங்க ரெண்டு பேரும் எப்பவுமே ஒண்ணா சேர முடியாத எதிர் எதிர் அணியில இருக்கீங்க.''

அவனுக்குக் கன்னச் சிவப்பும் மூக்கு விடைப்புமாய் லேசான கோபம் வந்தது.

''ரெண்டு பேரும் ஒரே விஷயத்தச் சொன்னதால அதோட அர்த்தம் ஒண்ணாயிடுமா?''

''உன் அத்தையும் நானும் கிராமத்துல ஒண்ணா இருந்தப்ப எப்படியாவது ஆளுக்கொரு நாவல் எழுதிடணும்னு அடிக்கடி பேசிக்குவோம். இதுல என்னவிட உன் அத்தைதான் ரொம்ப மும்முரமா இருந்தா.''

அவள் கதை சொல்லும் தோரணையில் அமர்ந்திருந்தாள்: நிலைக்கண்ணாடியின் முன்னாலிருந்த தாழ்வான இருக்கையில் அமர்ந்தபடி சற்று முன்னால் குனிந்து கொண்டு, விரல்களை ஒன்றோடொன்று கோர்த்தபடி, அவன் முகத்தை உன்னிப்பாகப் பார்த்துக் கொண்டு.

"பள்ளிக்கூடத்துல கடைசி வருஷம். கிளாஸ் முடிஞ்சு வீட்டுக்கு வந்தப்பறம் ரெண்டு பேரும் எதாவது தனிமையான எடத்துல போய் உக்கார்ந்து மணிக்கணக்கா பேசுவோம். அன்னைக்கு நடந்ததப் பத்தி, அடுத்த நாள், அடுத்த வருஷம், இன்னும் அம்பது வருஷத்துல நடக்கப் போறதப் பத்தி. எங்க ரெண்டு பேர் வீட்டுக்கும் பின்னால பழத் தோப்பையெல்லாம் தாண்டி ஒரு அல்லிக் குளம் இருந்தது. அநேகமா அங்கதான் போய் உக்கார்ந்திருப்போம். இன்னைக்குக்கூட தனிமைனா எனக்குக் கொய்யாப் பழங்களோட வாசனையும் அல்லிப்பூக்களோட சிவப்பு நெறமும்தான் நினைவுக்கு வரும்."

"..."

"அப்படி உக்கார்ந்திருக்குறப்பதான் உன் அத்தை அவ எழுதப் போற நாவலப் பத்தி விவரமாப் பேசுவா. ஒரு நாள் அதே குளத்துல தையல்காரக் கெழவனோட மக மூழ்கிச் செத்ததையும் நேரடியாப் பார்த்தோம்."

ஜன்னல் கண்ணாடியில் வெளிச்சச் சிதறல்கள் தோன்றி மறைந்தன. சில நிமிடங்களுக்குத் தட்-தட்-தட் என்று துப்பாக்கிகள் சுடும் சத்தம் கேட்டது. கோகிலா சில நொடிகளுக்கு ஜன்னலின் மீது கவனத்தைத் திருப்பி விட்டுக் கதையைத் தொடர்ந்தாள்.

"அது ஒரு அரைப் பயித்தியம். மூளை வளர்ச்சி இல்லாதது. ஒரு நாள் நானும் உன் அத்தையும் பேசிக்கிட்டு இருந்தப்ப கொளத்துப் பக்கமா வேகமா நடந்து வந்தா. எங்கடி வந்தேனு கேட்டா கொளத்துக்குள்ள கடவுள் இருக்குறதாவும் அதைத் தேடப் போறதாவும் சொன்னா. சொன்னவ எங்க முன்னாலயே உடுப்பையெல்லாம் கழட்டி அழகா மரத்தடியில மடிச்சு வச்சுட்டுக் கொளத்துக்குள்ள எறங்கிட்டா.

சித்துராஜ் பொன்ராஜ்

அந்தப் பொண்ணுக்கு நீச்சல் தெரியாதுனு உன் அத்தைக்கும் எனக்கும் தெரியும். என்னதான் கூத்து நடக்கப் போகுதுனு ரெண்டு பேரும் கொளத்துக் கரையில நின்னுப் பார்த்தோம். ஒண்ணு சொல்லவா. சுத்த ஸ்படிகம் மாதிரி தண்ணி. அது எத்தனையோ தடவை அவள் மேல தள்ளுனாலும் அவ ஒரு தடவக் கூட நீர் மட்டத்துக்கு மேல வரவே இல்ல. ரெண்டு மூணு தடவ விரிச்ச கண்ணோடயும் வெளிறிப்போன உடம்போடயும் தண்ணிக்கு அடியிலிருந்து எங்களப் பார்த்தவ நாலாவது தடவை தண்ணியோட ஆழத்துக்குள்ளேயே மூழ்கி மறைஞ்சுப் போனா. அவ கடைசியா மேல எழும்புன நேரத்துல அவன் தலையச் சுத்தி கொடிகளும் பல நெறங்கள்ல காஞ்ச எலைகளும் பின்னி அசல் வன யட்சினி மாதிரியே இருந்தா.''

''ஊருக்குள்ள நீயும் அத்தையும்தாம் போயி சேதி சொன்னீங்களா?''

கோகிலா உதட்டைப் பிதுக்கிக் காட்டினாள்.

''இந்தச் சம்பவத்தை மையமா வச்சு 'வன யட்சினியின் சரித்திரம்'னு ஒரு நாவல எழுதணும்னு உன் அத்தை அதுக்கப்புறம் சொல்லிக்கிட்டே இருப்பா. நான் கிராமத்தைவிட்டுப் பட்டணத்துக்கு வந்ததுக்கப்புறம் ஒரு குறுநாவல் மாதிரி எழுதியும் முடிச்சுட்டா. இங்கதான் தலைநகரத்துல இருக்குற கலாச்சார மண்டபத்துல நூல் வெளியீடு நடந்தது. நெறைய தகவல் பிழை..ஒரே உணர்ச்சிமயம். ஆனா நாவல் நல்லாத்தான் போனது. இருநூறு முந்நூறு பிரதிகள் வித்ததாக்கூட பின்னால பேப்பர்ல படிச்சேன். இது நடந்தது எண்பதுகள்ல. அந்த நேரத்துல இந்த மாதிரி நாவல்களுக்கு நெறைய வரவேற்பு இருந்துச்சு.''

''நீ எந்த நாவலையும் எழுதலியா?''

தலையாட்டினாள்.

"நாவல் எழுதுறது முழுச் சோம்பேறித்தனம்னு எனக்குப் பின்னால தோண ஆரம்பிச்சிடுச்சு. தகவல்கள ஆறப்போட்டுக் கொடுக்கறது உண்மையைக் கொலை செய்யுறது மாதிரி. வாய்ப்பிருந்தா நான் தினசரி பத்திரிகை ஒண்ணு தொடங்கியிருப்பேன்."

அவள் கண்கள் அல்லிக் குளத்தின் நீராய் குளிர்ந்திருந்தன. படுக்கையின் ஓரத்தில் கிடந்த அவளுடைய தாலியை அவன் கையில் எடுத்திருந்தான்.

"உனக்கும் அத்தைக்கும் ஒரே நாள்ல கல்யாணம் நடந்ததா கேள்விப்பட்டிருக்கேன்."

"ஆமா. ஒரே முகூர்த்தம். அப்ப நீ உன் அம்மாவோட வயித்துல இருந்தே."

"வித்தியாசமான தாலிக் கொடிதான்."

பெருவிரலுக்கும் ஆள்காட்டி விரலுக்கும் நடுவில் வைத்தபடி அதை ஆராய்ந்தான்.

"ஆமா. அப்பவே என் அப்பாவுக்குச் சொகுசா வாழணும்னு ஆசை அதிகம். மூத்த பொண்ணு மூலமா நிறைவேறணும்னு யாரோ ஜோசியனைக் கேட்டுக் கேட்டுத் தாலிக் கொடிய யந்திரமாவே பண்ணச் சொன்னாரு. ஆமா, அத்தைக்கு எப்படி இருக்கு."

தாலியை முகர்ந்தபடி கட்டிலில் சாய்ந்து அமர்ந்து கொண்டான்.

"அப்படியேதான் இருக்கு. மனநோய் முத்திப் போச்சுனு டாக்டர்கள்

சொல்றாங்க. சின்னச் சத்தம் கேட்டாலும் அத்தை அதிர்ந்து போறாங்க. தெனமும் கத்தை கத்தையா பேப்பர எடுத்து வச்சுகிட்டு எழுதிகிட்டே இருக்காங்க. எடுத்துப் படிச்சா வெளியில நடக்குற விஷயங்களக் கண்ணுக்கெதிரில பார்க்குற மாதிரி அவ்வளவு தத்ரூபமா இருக்கு. இத்தனைக்கும் அவங்க வீட்டுக்குப் பின்னால இருக்குற அறைய விட்டுப் பதினெட்டு வருஷமா வெளியில வந்ததே இல்ல. சின்ன வயசுல அவங்க கண்ணு முன்னால செத்துப் போன கிராமத்துப் பொண்ணுதான் ஆவியா அவங்களுக்குள்ள புகுந்து குறி மாதிரி சொல்றதா வேலைக்காரங்க பேசிக்கிறாங்க.''

அவன் சொன்னதை அவள் ஆமோதிக்கவும் இல்லை. மறுக்கவும் இல்லை. தொண்டையைப் பலமாகச் செறுமிக் கொண்டு அவன் தொடர்ந்து பேசினான்.

''அந்தச் சண்டைக்கப்புறம் என் அத்தைகூட மறுபடியும் நீங்க பேசவே இல்லையா?''

தாழ்ந்த குரலில் சிரித்தாள்.

''நீ அவங்க வீட்டுலதான வளர்ந்த. அந்தக் கதையெல்லாம் உனக்குத் தெரிஞ்சிருக்குமே.''

அந்த நிமிடத்தில் ஜன்னலுக்கு வெளியே கையெறி குண்டுகள் வெடிக்கும் சத்தம் கேட்டது. பல்லாயிரக்கான செய்தித்தாள்களை ஒரே நேரத்தில் அமானுஷ்யமான கரங்கள் கிழிப்பது போன்ற ஓசையோடு ஊரடங்கு அறிவிப்புகளை விசிறியபடி இராணுவ கனரக வாகனங்கள் வெளியிலிருந்த சாலையில் வேகமாக கடந்து போயின.

அவள் குறுகலான இருண்ட சந்துகளின் வழியாக வீட்டிற்குப்

போய்ச் சேர்ந்த போது மாசிலாமணி வீடு திரும்பியிருக்கவில்லை. ஆயா கதை சொல்ல குழந்தைகள் தூங்கிப் போயிருந்தார்கள். குழந்தைகள் பிறந்ததில் இருந்தே கோகிலா அவர்களுக்கு எந்த கதையையும் சொன்னதில்லை. தவிர்க்க முடியாத காரணங்களால் ஆயா வரமுடியாத நேரங்களில் கோகிலா அன்றைய செய்தித்தாளில் கொலை, களவு, காமம், கற்பழிப்புப் பற்றி வந்திருக்கும் செய்திகளைக் குழந்தைகளுக்கு வாசித்து அவர்களைத் தூங்க வைத்திருக்கிறாள்.

உடைமாற்றிய போது அவசரத்தில் தாலியை அவனிடமே விட்டுவிட்டு வந்ததை அவள் உணர்ந்து கொண்டாள். ஆனால் வருத்தப்படவில்லை. மாசிலாமணி தன் வெற்றுக் கழுத்தைக் கவனிக்கும் சாத்தியங்கள் குறைவு என்று கோகிலாவுக்குத் தெரியும்.

நடு இரவில் வீட்டிலெல்லாம் தீப்பற்றியதுபோல் நண்பர்களோடு மாசிலாமணி வீட்டிற்குள் நுழைந்தான். பிரம்மாண்டமான கிழ உருவம். தூக்கக் கலக்கத்துடன் கோகிலா படுக்கையறை விளிம்பில் நின்று பார்த்தபோது அவன் எப்போதும் போல் தூய்மையான வெள்ளை உடைகளை அணிந்திருந்தான். அவன் கையிலிருந்த மரப் பெட்டி ஒன்றை சோபாக்களின் முன்னாலிருந்த மேசைமீது வைத்துவிட்டு நண்பர்களோடு உரத்த குரலில் மாசிலாமணி பேசினான்.

‘‘உடம்பு செத்துப் போனாலும் வெள்ளைக்கும் சொள்ளைக்கும் குறைச்சலில்ல’’ என்று எப்போதும்போல் கோலிலா தனக்குள் உச்சரித்துக் கொண்டாள்.

சிறிது நேரத்துக்கெல்லாம்.நண்பர்கள் விடை பெற்றுக் கொண்டு போனார்கள். கோகிலா வரவேற்பறையில் அவனுக்கு முன்னால் வந்து நின்றாள்.

அவளைப் பார்த்தவன் கோணலான பெரிய பற்கள் தெரியச் சிரித்தான்.

"இன்னைக்கு நல்ல வேட்டை."

பெட்டியைத் திறந்து பார்த்த போது பெட்டி நிறைய ரத்தக் கறைகளோடு விரல்கள் இருந்தன. கழுத்தைச் சுற்றி எண்ணற்ற தாலிகளைப் பொறுத்தி மூன்று முடிச்சுப் போட்ட விரல்கள், பெண்களின் மதர்த்திருக்கும் முலைக்காம்புகளை வருடி மோகம் கொள்ள வைத்த விரல்கள், சின்னக் குழந்தைகள் இறுகப் பிடித்துக் கொண்டு நடக்கப் பழகிய விரல்கள், பளபளக்கும் துப்பாக்கிக் குதிரைகளை அழுத்தி ரவைகளை துப்பச் செய்த விரல்கள்.

அதில் ஒரு விரல் தனது தாலிக் கொடியை இறுகப் பிடித்துக் கொண்டிருந்தது.

"எதுக்கு விரல்கள்?" என்று மிக நிதானமாக சிரித்த முகத்துடன் கேட்டாள்.

"எதிரிகளக் கொன்னுட்டோம்ங்கிறதுக்குச் சாட்சி வேணாமா. தலைக்கு பத்தாயிரம். கை ரேகை இருந்தா எத்தன பேரக் கொன்னுருக்கோம்ங்கிற எண்ணிக்கையைச் சரி பார்க்க உதவியா இருக்கும்ணு இன்னைக்குத்தான் அறிவிப்பு வந்தது. சில பேரு பொய்க்கணக்கு காட்டுனதால இந்த ஏற்பாடு. பெட்டியில கொறஞ்சது நூறு நூத்திருபது விரல் இருக்காது?"

குதூகலிக்கும் குழந்தைபோல கேட்டான். அப்போது மேலிடத்திலிருந்து அவனுக்குத் தொலைபேசி அழைப்பு வந்தது. அவன் கைத்தொலைபேசியில் மூழ்கி இருந்த சமயம் கோகிலா தன்

தாலிக் கொடியை எடுத்து உள்ளங்கைக்குள் பத்திரப்படுத்திக் கொண்டாள். தாலிக் கொடி லேசான உஷ்ணத்தோடு இருந்தது.

தன் காதலன் செத்ததை அவன் விரலில் மாட்டியிருந்த தாலிக் கொடியால்தான் கோகிலா அறிந்து கொண்டாள். அல்லது அவன் விரலில் இருந்த தாலிதான் அவன் செத்ததை அவளுக்குச் சொல்லியது.

மாலோலன்

மீண்டும் மீண்டும் அதே கனவு. நாலாபுறமும் கண்ணாடி சுவர்கள் உள்ள அறை. தரையோடு ஒட்டிக் கொண்டு ஓடும் ரோமமுள்ள சிறு பிராணியின் உடலின் கதகதப்பாகக் காலை வெயில், முகத்திலிருந்தும் தோளிலிருந்தும் வழிகிறது. அறையின் ஓரமாய் இருக்கும் கண்ணாடிக் கதவைத் திறந்து மாலோலன் உள்ளே போக அவனுக்கு முன்னால் அவிழ்த்துவிட்ட மலர் மூட்டையாகக் கண் முன்னால் லட்சோப லட்சம் பட்டாம்பூச்சிகள். சிறகுகளின், வழவழப்பான உடல்களின், மெல்லிய கால்களின் தீண்டுதலில் உடம்பு கூசுகிறது.

''நல்லா யோசிச்சுத்தான் சரவணன் பையனுக்குப் பேர் வச்சிருக்கான், மாலோலன்'னு. அவுத்துவுட்ட நாயாட்டம் லோ லோனு மகா போக்கிரியாய் ஊர் மேயுது.''

சித்தப்பா இப்படிச் சொல்லும் போதெல்லாம் உடம்பு லட்சோப லட்சம் பட்டாம்பூச்சிகள் தொட்டுவிட்டுப் போவதுபோலக் கூசுகிறது. அப்படியென்றால் தான் பட்டாம்பூச்சிகளா அல்லது கண்ணாடி அறையா என்று மாலோலன் யோசித்தான். இரண்டுமல்ல அல்லது இரண்டும்தான் என்று உள்ளுக்குள் இருந்து பதில் வந்தது.

முன்னாலிருந்த கனமானக் கண்ணாடி குவளையில் காந்தள்பூ நிறமாக இதழ் விரித்திருந்த மதுவை எடுத்து ஒரு மிடறு குடித்தான். மது உள் இறங்க மிகப் பொறுமையாய் மிக விஸ்தாரமாய் இளஞ்சூடாய் கடல் அலைந்தது.

ஆனால் பெயர் காரணம் அதுவல்ல. மாலோலன் என்பது நரசிங்க சாமியின் பெயர். மகாலட்சுமி விரும்புகிறவன் என்று அர்த்தம். அதனால்தான் தகைந்திருக்கிறது. ஒரு மணி நேரத்துக்கு நூற்று ஐம்பது வெள்ளி. அறை வாடகை தனி. நூற்று ஐம்பது வெள்ளிக்குள் சகல சேவைகளும் அடக்கம்.

எதிரேயுள்ள மேசையில் அமர்ந்திருந்த வெள்ளைக்காரக் கிழவன் மாலோலனையே உற்றுப் பார்த்துக் கொண்டிருந்தான். முதலில் முகத்தைக் கடுமையாக வைத்துக் கொண்ட மாலோலன் பின்னர் கிழவனைப் பார்த்து மெல்லியதாய்ப் புன்னகைத்தான். வீட்டு வாடகையை வாரக் கடைசி கட்ட வேண்டும்..

''ஏங்க அவனை எப்பப் பார்த்தாலும் ஏசிக்கிட்டு இருக்கீங்க? உங்க அண்ணன் புள்ளதான?'' சித்தி கேட்பாள்.

''அண்ணன் புள்ளங்கிறதாலதான் இதுவரைக்கும் வீட்டில தங்க எடம் கொடுத்திருக்கேன். இல்லனா எப்பயோ வெரட்டி விட்டிருப்பேன். போலிடெக்னிக், தேசிய சேவை எல்லாம் முடிஞ்சு முழுசா மூணு வருஷம் ஆகப் போகுது. இருபத்தஞ்சு வயசு பையன் எந்த வேலைக்கும் போகாம பகலெல்லாம் தூங்கித் தெனமும் ராத்திரி ரொம்ப நேரம் வரைக்கும் ஊர் சுத்துறான்னா ஒண்ணு அவன் தெருப் பொறுக்கியா இருக்கணும் இல்ல திருடனா இருக்கணும்.''

கன்னக் கதுப்புக்கள் ஜ்வலிக்க சித்தப்பா பதில் சொல்வார். சித்தப்பா வீட்டில் பஞ்சகச்சமாகத்தான் வேட்டியைக் கட்டுவார். பெருத்த மார்பில் ஆவணி அவிட்டத்துக்கு கேலாங் சிவன் கோயிலில் வரிசையாக அமர்ந்து சிறு முணுமுணுப்போடு மாற்றிக் கொள்ளும் பூணூல் புரளும். வெளியில் கண்டதுகளோடு உட்கார்ந்து மதுவும் மாமிசமும் சாப்பிட நேர்ந்ததற்கான சிறு பிராயச்சித்தம். மனிதன் எப்படியாயினும் பிழைக்க வேண்டாமா சாமி?

சித்தப்பாவுக்கு என்ன தெரிந்திருக்கும் என்று மாலோலன் சிந்தித்தான். தான் புழங்கும் இடங்களுக்குச் சித்தப்பா வந்திருந்தால் அன்றி அவனைப் பற்றி அவருக்குத் தெரிந்திருக்க வாய்ப்பில்லை என்று மாலோலனுக்குத் தோன்றியது. அப்படியே வந்திருந்தாலும் அவனுக்கு மிக நெருக்கமாக அமர்ந்திருந்தால் மட்டுமே அவன் காரியம் என்னவென்று புரியும். தன் இரவு நேர வாடிக்கைகள் எங்கேனும் சித்தப்பாவைக் கண்டது உண்டா என்று மாலோலன் நெற்றியைத் தேய்த்தபடி யோசித்தான். ஆற்றங்கரை குடிக்கும் விடுதிகளில் கழித்த பல இரவுகள் அவன் கண் முன்னால் அரையிருட்டில் பளபளக்கும் கண்ணாடி மதுக் கிண்ணங்களாகவும், பல வண்ண சிறு விளக்குகளாகவும், கலகலவென்று பேசிச் சிரிக்கும் பெயர் அறியாத மனிதர்களின் முகப்பகுதிகளைக் காட்டும் நகரும் வெளிச்சப் பிறைகளாகவும் பூரித்து உதிர்ந்தன. எல்லாவற்றின் மீதும் கனமான காந்தள் நிறம்.பரவியிருந்தது.

''பாவங்க. அவன் அப்பா அம்மா மட்டும் ஒழுங்கா இருந்திருந்தா புள்ள நல்லபடியா வளர்ந்திருப்பானோ என்னவோ?''

சித்தியின் கண்களில் பழையதைக் கிளறும் பேரார்வம். மசாலா

வாசனையாய் ஏதோ குழம்பு கொதிக்கும் அடுப்பை அணைத்துவிட்டுச் சமையலறை வாசலில் கண்கள் ஜ்வலிக்கச் சமையலறை வாசலில் கைகட்டி நின்றிருந்தாள். அவள் கண்கள் அடிக்கடி வரவேற்பறையின் ஓரத்தில் தலை குனிந்தபடி நின்றிருக்கும் வயது மாலோலனை ஆசையோடு பார்த்தன. பலிக்கு ஆசையாய் நேர்ந்துவிட்ட ஆடு.

''நானா இவங்க அம்மாவ வேறொருத்தனோட ஓடிப் போகச் சொன்னன். நானும் சரவணனும் ஒரே நேரத்துலதான கல்யாணம் செஞ்சுகிட்டோம். அவனும் என்ன மாதிரிதான கம்யூட்டர் படிச்சான். எண்பதுகள்ல எவண்டி கம்யூட்டர் படிச்சான். ஒரு புடி புடிச்சிருந்தா என்ன மாதிரி உச்சிக்கு வந்திருக்க முடியாது? நானாவது இந்த ஊரு பொண்ணா இருந்தா போதுமுனு சொல்லி உன்னைக் கட்டிக்கிட்டேன். நம்ம கல்ச்சர் உள்ள பொண்ணுதான் வேணும்னு சொல்லி அவனும் எங்கப்பாவும் ஆடுன ஆட்டம்.இருக்கே. எல்லா ஊருலேர்ந்து புதுசா வந்த பயல்களோட சகவாசம். பொழுதன்னைக்கும் பஜனை, கோயில்லுனு. பூணூல் மாட்டிக்கிட்டுப் பூஜ பண்ணா போதுமா. பொம்மனாட்டிய சமாளிக்கிற திறமை வேணா? பினாங்குலேர்ந்து கொண்டாந்தாங்களே ராசாத்தி. எவனோ மலேசியா எஸ்டேட் பயலோட ஓடிப்போயிட்டா. சரவணனும் சாமியத் தேடுறேன் நிம்மதியத் தேடுறேன் ஊருல போயி உக்காந்திருக்கான்.''

சித்தப்பா கைகளை இடுப்புக்கு முன்னால் விரித்து ஆட்டிக் காட்டினார். அவர் குரலில் கர்வம் கருகும் வாசனையடித்தது. கழுத்து நரம்புகள் புடைக்க நிறைய பேசியதில் லேசாய் மூச்சிரைத்தது. தனது ஐந்தாவது வயதில் ஒரிரு நாட்களுக்குள்ளாகவே சொல்லாமல் கொள்ளாமல் முற்றாகக் காணாமல் போன அம்மாவையும்

அப்பாவையும் மாலோலன் நினைவில் நிறுத்த முயன்றான். அவர்கள் இருவரும் எப்போதோ எடுக்கப்பட்டு இப்போது துணி அலமாரியின் கடைசி அடுக்கில் பழைய துணிகளுக்குக் கீழே திணித்து வைக்கப்பட்டிருக்கும் மஞ்சலேறிய திருமணப் புகைப்படங்களாகச் சிரித்தார்கள்.

"உண்மையான ஆம்பிளையா இருந்தா பொறந்த ஊருலயே இருந்து பிரச்சனையச் சந்திக்கணும். அது என்ன இந்தியாவுக்கு ஓடிப் போறது? அங்க என்ன கொட்டியா வச்சிருக்கு? இந்த நாயையும் ஒழுங்கா ஓரிடத்துல இருக்கறதா இருந்தா இருக்கச் சொல்லு. இல்லனா இவன் அப்பனையும் அம்மாவையும் போல ஊர் மேயப் போகட்டும்."

பல்கலைக் கழகப் படிப்பு முடித்ததிலிருந்து ஒரே அரசாங்க இலாகாவில் எட்டு வருடங்களுக்கு எவ்வித பதவி உயர்வோ இட மாற்றமோ இல்லாமல் ஒட்டியிருந்த அப்பாவிடம் உச்சி வெயிலில் கண்களை அகலத் திறந்தபடி கட்டட பிரகாரத்தில் அமர்ந்திருக்கும் ஆந்தையின் சாயல் இருந்தது. அதற்கு மாறாக பணியிடத்திலிருந்து பணியிடம் மாறிக் கடைசியில் தனது சொந்த கணினி தொழிற்சாலையைத்துவங்கிய சித்தப்பா கண்கள் குறுக்கி மூக்கின் நுனி அதிர உடல் ரோமங்களின் வாளிப்புப் பளபளக்கப் பத்திரமாகக் கிளை பிடித்துக் கிளை ஏறும் காட்டுப்பூனை. சித்தி பயம் என்றாலும் காமம் என்றாலும் கீ,கீ என்று அதே குரலில் கத்தும் கிளி. அம்மா எதற்கும் அசைந்து கொடுக்காமல் மௌனத்தில் ஆழ்ந்திருக்கும் காட்டு மரம். அம்மாவின் அகலமான கனா ததும்பும் கண்களும், உயரமும், கட்டான உடல் அமைப்பும், பளீரென்ற சிரிப்பும் மாலோலனுக்கு வாய்த்திருந்தன.

உன் ரூபத்தில் இன்று வரைக்கும் அம்மாவைத்தான் விற்றுக் கொண்டிருக்கிறாயா மாலோலா. அப்படித்தான் இருக்கும்.

பினாங்கிலிருந்து கல்யாணமாகி வந்த புதிதில் வீட்டிலேயே இருந்த அம்மா இவன் பிறந்து ஒரு வருடம் கழிந்த பின்பு நடு முதுகுவரை வளர்ந்திருந்த கூந்தலை கத்தரித்து விட்டு செசில் தெருவிலிருந்த ஏற்றுமதி இறக்குமதி நிறுவனத்தில் எழுத்தராகச் சேர்ந்தாள். அவள் மனோநிலையில் ரசாயன மாற்றத்தின் இன்னும் திடமான அறிகுறியாக அவள் தாலி படுக்கையறைக் கதவின் பின்னாலிருந்த கொக்கியில் லேசாய் ஆடியபடி தொங்கியது.

''பட்டுச் சேலையும் பட்டு வேட்டியும் தெனைக்குமா உடுத்துறோம்? பண்டிகைக்கு உடுத்துனா பத்தாது?''

அம்மா அடிக்கடி இப்படிக் கேட்பாள் என்று ஒருமுறை சித்தி நகை வாங்க போன போது அவளுடன் வந்த தோழியிடம் சொல்வதை மாலோலன் கேட்டிருக்கிறான். சித்தி மாங்கல்யத் தகடைத் தாலியிருந்து கழற்றித் தங்கச் சங்கிலிக்கு மாற்றியிருந்தாள்.

சித்தி அம்மாவைப் பற்றி யாரிடம் சொன்னாள் என்று மாலோலன் மிகத் தீவிரமாய்ப் பல நாட்களாய் யோசித்திருக்கிறான். இந்த விவரம் மட்டும் தெரிந்தால் அம்மாவைப் பற்றிய இரகசியமும், அவள் தன் நிறுவனத்தில் வெறும் டெலிவரி சூப்பர்வைஸராக வேலைப் பார்த்த ராஜுவோடு ஏன் ஓடிப் போனாள் என்பதும் வெட்ட வெளிச்சமாக கொட்டி வைத்த வெறும் வெயிலாகத் தெரிந்துவிடும் என்று அவன் நம்பினான்.

அம்மாவின் உடம்பைப் போன்ற கதகதப்போடு இருக்கக் கூடிய அந்த ரகசியத்தில் அவனுடைய இந்நாளைய வாழ்க்கைக்கான

அர்த்தமும் விளங்கக் கூடும் என்று மாலோலன் கருதினான். ஆனால் எவ்வளவு முயன்றும் அந்த ரகசியம் அவனுக்குப் பிடிபடாமலே இருந்தது. நாட்கள் கடக்க சித்தி அப்படி உரையாடியதையே அவன் கற்பனை செய்து கொண்டதாக அவன் நம்ப ஆரம்பித்தான்.

சித்தி மட்டும் அவ்வப்போது பாரம்பரியமான குடும்பத்தில் பிறந்தாலும் ஊர்ப்பாசம் விடுமா என்று கேட்கிறாள். மனிதர்கள் செய்யும் நன்மைகளுக்கும் தீமைகளுக்கும் அவர்கள் பிறந்த ஊர்தான் வாய்ப்பாக அமைகிறது என்று மாலோலனுக்குத் தோன்றுகிறது.

செவ்வாய்க்கிழமை ஆபீஸுக்குப் போன அம்மா சாய்ந்திரம் வெகு நேரமாகியும் வீடு திரும்பவில்லை. அலுவலகத்திலிருந்து இரவு பத்து மணிக்கு வந்த அப்பா அதே ஆந்தையின் சாயலோடு வரவேற்பறை சோபாவில் அமர்ந்து வாசல் கதவைப் பார்த்தபடி விடிய விடியக் காத்திருந்தார். அடுத்த நாள் காலை விடிந்தும் அம்மா வராமல் போகவே கசங்கிய சட்டையோடும், கலைந்த தலைமயிரோடும், சிவந்த கண்களோடும் வெளியே எங்கேயோ போய்விட்டு வந்தார். நண்பகல் உணவு வேளை நெருங்க பழைய சூட்கேஸில் மாலோலனின் துணிகளை எடுத்து வைத்து அவனைச் சித்தப்பாவின் வீட்டிற்கு அழைத்துச் சென்றார்.

"ரெண்டு மூணு நாளைக்குள்ள நீலாவத் தேடிக் கண்டு பிடிச்சுட்டு மாலுவை அழைச்சிட்டுப் போறேன் மன்னி.''

அதற்குப் பின் மாலோலன் அப்பாவைப் பார்க்கவில்லை. பல மாதம் கழித்து புவனேஸ்வரிலிருந்த ஏதோ ஒரு பைராகி மடத்தின் கடித உறையில் அப்பாவிடமிருந்து கடிதம் வந்தது.

அப்போதும், சித்தப்பா இப்படித்தான் வீட்டின் நடுக்கூடத்தில் வேட்டியின் மடிப்பைக் கைக்குள் கொத்தாய்ப் பிடித்தபடி மூச்சிரைக்க நின்றிருந்தார்.

"கடைசியா சொல்லச் சொல்லு. ஒழுங்கா இதே இடத்துல இருக்குறானாமா, இல்லை ஊர் மேயப் போறானாமா?"

இல்லை, ஒரே இடத்தில் இருக்கச் சம்மதமில்லை. என் அப்பாவும் அம்மாவும் ஒரே இடத்தில் இருந்தால்தானே நான் இருக்க. மாலோலன் அன்றே சித்தப்பாவின் வீட்டை விட்டுக் கிளம்பினான்.

லோவர் டெல்டா சாலையில் உள்ள ஈரறை அரசாங்க அடுக்குமாடி வீடொன்றில் ஓரறை மாதம் எண்ணூற்றைம்பது வெள்ளிக்கு வாடகைக்குக் கிடைத்தது. வீட்டின் சொந்தக்காரச் சீனன் விமானத்தில் பணி செய்பவன்.

"என் நாயைப் பார்த்துக்கிறியா? வாடகையிலர்ந்து நூறு வெள்ளி குறச்சுக்குறன்."

உலகம் பரிவர்த்தனை மயம். அதில் உடம்பு மட்டும் விதிவிலக்கா? வெறும் மாமிசப் பிண்டம். சாப்பாட்டுக்கு மட்டும்,

"ரெண்டு பொரிச்ச கோழி சொல்லவா?"

உற்றுப்பார்த்த வெள்ளைக்காரக் கிழவன் இப்போது பக்கத்தில் தொடையோடு தொடை உரசியபடி அமர்ந்திருந்தான். கொஞ்சம் ஆங்கிலமும் நிறைய இத்தாலிய மொழியும் கலந்து கைகளை உயரத் தூக்கிக் காற்றில் பெரிய பெரிய வட்டங்களை வரைந்தபடி உரக்கப் பேசினான். அவனது தலையின் உச்சியில் நரைமுடி சப்புக்கொட்டியபடி அலையும் தீச்சுவாலைகளாய்க் கலைந்திருந்தது. மீனின் அடிப்பாகம்

சித்துராஜ் பொன்ராஜ்

போன்ற வெள்ளை நிறம். கனமான தொப்பை. அரைக்கால் சிலுவாரு. ஓநாய்க் கண்கள். கனிந்து தொங்கிய உதடுகளில் சதா ஒட்டிக் கொண்டிருக்கும் ஈரம்.

உணவுக்குச் சொன்னார்கள். கிழவன் மாலோலனின் புறங்கையில் தன் விரல் கொண்டு தேய்த்தான்.

"என்ன அழகான கறுப்பு நிறம். சிசிலியின் கரும் திராட்சை ரசம்போல்."

மாலோலன் வெறும் அவரோகணங்களாகச் சிரித்தான். அவன் கண்கள் சுற்றும் முற்றும் பார்த்துக் கொண்டிருந்தன.

"என்ன ஹோட்டல்?"

கிழவன் பதில் சொன்னான். மாலோலன் மேசைமீது விரல்களால் தாளமிட்டபடியோ சித்தான். போகலாம். செக்யூரிட்டியால் அவ்வளவு பிரச்சனை இருக்காது. ஆனால் மெனக்கெட வேண்டும். வியாபாரச் சந்திப்பு என்று சொல்ல வேண்டும். மாலோலன் தன் முழங்கைச் சட்டையின் முன் புறத்தை தட்டி சட்டையின் முனைகளை இழுத்துவிட்டுக் கொண்டான்.

"பணத்தை இப்பவே கொடுத்துட்டா நல்லது."

இரண்டு விரல்களை முகத்திற்கு முன்னால் தேய்த்து மாலோலன் காட்டினான். உலகமெங்கும் ஒரே மொழி. கிழவனின் முகம் சுருங்கியது. பின்னர் அரைக்கால்சட்டையின் பின்னால் வைத்திருந்த மணிப்பர்ஸை உருவிக் கிழவன் பணத்தை எண்ணினான். மூன்று நீல நிறத் தாள்கள் கை மாறின. கிழவன் மீண்டும் தன் முகத்தைச் சகஜமாக வைத்துக் கொண்டான்.

''நீ எவ்ளோ அழகா இருக்கே. மாடலிங் மாதிரி எதாவது செஞ்சா என்ன?''

''மாடலிங் போனாலும் கடைசியில இங்கதான கூட்டி வந்து விட்டுடுவீங்க. அதுக்கு நேரா இதுக்கே வந்துர்றது நல்லது இல்லயா? அப்புறம் எல்லாம் உடல் உழைப்புத்தான. இதுக்குனு தனியா வேலைக்குப் போகணும்னு எனக்குத் தோணல.''

கலகலவென்று சிரிப்பு. இப்போது கிழவன் தயக்கமில்லாமல் மாலோலனின் தொடையின் மேற்புறத்தில் கை வைத்திருந்தான்.

''உம் பேர் என்ன?''

''மாலோலன்.''

கிழவன் இரண்டு மூன்று முறை சொல்லிப் பார்த்தான்.

''உன்னை நான் மாலோனு தான் கூப்பிடுவேன்.''

மாலோ மாலோ. டர்ட்டி ஃபெல்லோ.

''மாலோ நீ இப்ப எதாவது வேலைக்குப் போறியா?''

''இல்ல?''

''கிடைக்கலியா?''

''தேடல.''

மாலோலன் கிழவனை முழுதாய் உற்றுப் பார்த்தான். எங்கிருந்தெல்லாமோ குடிக்கும் விடுதிக்குள் அலைந்த ஒளிக்கற்றைகளில் மாலோலனின் முகம் தாமிரமாய் மின்னியது.

கிழவன் மாலோலனின் பதிலில் மகா வேடிக்கையான ஒன்றைக் கண்டதைப்போல் சுவாரஸ்யத்தில் நிலக்கடலைகளை வாயில் போட்டுக் கொறித்துக் கொண்டிருந்தான்.

''ஏன் தேடல.''

''நீங்க சொல்லுங்க. உங்க அப்பா அம்மா சாகும்போது உங்களுக்கு ஏதாவது விட்டுட்டுப் போனாங்களா?''

''ஆமா, என் அப்பா பெரிய வியாபாரி. அவர் தொடங்கிய கம்பெனியிலதான் நான் இப்ப முதலாளியா இருக்கேன்.''

''அதே போலத்தான். என் அப்பாவும் அம்மாவும் விட்டுட்டுப் போன இந்த மூஞ்சியையும் உடம்பையும் வச்சு நான் பொழைக்குறேன்.''

கொஞ்ச நேரம் இருவரும் பேசாமல் அமர்ந்திருந்தார்கள்.

பொரித்த கோழி வந்தது. தட்டின்மேல் மல்லாக்க வைக்கப்பட்டிருந்த கோழி இறக்கைகள், சகல வித அலங்காரங்களோடு. அப்பாவுக்கும் சித்தப்பாவுக்கும் இந்தக் கிழவனின் வயதுதானே இருக்கும் என்று மாலோலன் யோசித்தான். அவர்கள் ஏன் இப்படியெல்லாம் சின்ன வயது பையனைத் தேடிப் போகவில்லை என்றும் யோசித்தான். கிழவனும் அவனும் அம்ர்ந்திருந்த குடிக்கும் விடுதி பெரிய கண்ணாடி அறையாகவும் அதன் அரையிருட்டில் மின்னிய விளக்குகள் பட்டாம்பூச்சிகளாகவும் மாலோலனுக்குத் தென்பட்டன.

''ம். சாப்பிடு.''

சித்திக்குக் குழந்தைகள் இல்லை. மாலோலனுக்கு உணவிட்டு விட்டு

ஒரு வித பெருமிதத்தோடு அவன் சாப்பிடுவதைப் பார்த்துக் கொண்டிருப்பாள். கிழவன் மாலோலனின் கையைத் தன் கைக்குள் எடுத்து ஈரமான முத்தங்களைத் தந்து கொண்டிருந்தான். அவன் கொடுத்த முத்தங்களின் இறுதியில் பொரித்த கோழியின் எண்ணெய் பிசுபிசுப்பு வழுக்கியது.

ஒவ்வொரு முத்தத்தின் நடுவிலும் கிழவன் குழறினான். என்னோடு வந்துவிடுகிறாயா. இத்தாலிக்கு அழைத்துச் செல்வேன். எல்லாம் என் செலவு. பெண்டாட்டி இல்லை. பிள்ளைகள் வளர்ந்துவிட்டார்கள். அங்கு இதெல்லாம் மிக சகஜம். மாதம் மூவாயிரம் டாலர்.

மாலோலன் கோழியை நன்றாக மென்று தின்று கொண்டிருந்தான். அவன் கண் முன்னால் ஓரிரு இரவுக்குள் மாயமாய் மறைந்துபோன அம்மாவும் அப்பாவும் கல்யாண நாள் புகைப்படங்களாக வந்து போனார்கள். சித்தப்பாவும் சித்தியும் சுற்றி நின்று அவனைப் பார்த்து ஓஹோவென்று பேய்ச்சிரிப்பு சிரித்தார்கள்.

திடீரென்று மாலோலனுக்கு கண்ணாடி அறையும் அதில் மாட்டிக் கொண்ட பட்டாம்பூச்சிகளும் எல்லாம் தெளிவாய் விளங்கின. இடது கையால் மேசை மீது பலமாக அடித்தான். கோழித் துண்டுகள் இருந்த தட்டும், சாப்பாட்டு உபகரணங்களும், கண்ணாடிக் கோப்பைகளும் பலமாய் அதிர்ந்தன.

"நான் எங்கயும் வர மாட்டேன் புரியுதா? இதுதான் என் இடம். நான் இங்கதான் இருப்பேன்."

மாலோலன் ஏறக்குறைய கத்தினான். வெள்ளைக்காரக் கிழவனின் கண்கள் குழப்பத்திலும் பயத்திலும் விரிந்தன.

வேதாவின் சந்தோஷங்கள்

'சி.எஸ்.ஐ. சர்ச்சைத் தாண்டினதும் கோயில் ஆர்ச் வரும். டிரைவரை அங்க திரும்பச் சொல்லுங்க.'

உஷ்ணமான உப்புக் காற்றால் நிரப்பப்பட்டு வாய்ப்பகுதியை வெள்ளி நிற ரிப்பன்போன்ற கடற்கரையால் கட்டிய பின்னால் வெயிலில் ஜ்வலிக்கும் பிளாஸ்டிக் பையாட்டம் லேசாய் இங்கும் அங்கும் அலையும் பெருநகரம். விமானத்திலிருந்து பார்த்த போது சென்னை அப்படித்தான் தோன்றியது. சதா அசையும் அந்தப் பைக்குள்தான் எங்கோ அனுமந்து சொன்ன தேவாலயமும் அலங்கார வளைவும் இருக்க வேண்டும்.

அவற்றிலிருந்து சற்று தூரம் போனால் அனுமந்து. அவன் வீட்டிலிருந்து இரண்டு தெரு தள்ளி ''ந்ருஸிம்ம கிருபா'' என்ற தூசு படிந்த ப. எண் 16/புது எண் 28 என்று இலக்கமிட்டிருக்கும் இருளோ என்றுகிடக்கும் வீட்டில் வேதா. வேதவல்லி.

அனுமந்துவுக்கு வயதாகியிருந்தது. கனமான மூக்குக்கண்ணாடியை அணிந்து கொண்டு அழுக்கான வேட்டியைத் தூக்கிக் கால்களின் இடுக்கில் செருகியபடி தெருவில் நின்று

கடல் நிச்சயம் திரும்பவரும்   58

கொண்டிருக்கும் எல்லா வாகனங்களையும் முறைத்துப் பார்த்துக் கொண்டிருந்தான்.

எதிர்வெயில். வருகின்ற வாகனங்களில் என் டாக்ஸி எதுவாக இருக்கும் என்று அறிந்து கொள்ளமுடியாமல் கண்ணாடிக்குப் பின்னால் உருண்டைக் கண்கள் தடுமாறுவது தெளிவாய்த் தெரிந்தது. ஒல்லியான கறுப்புத் தேகம். நெற்றியில் பெரிய தென்கலை நாமம். முடியெல்லாம் கொட்டிப்போய்த் தலையைச் சுற்றி ஒளிவட்டம்போல சாம்பல் நரை. கைகளில் பெரிய சாவிகளைப் பிடித்திருந்தான். கத்தோலிக்கத் திருச்சபையின் புனிதர் ஒருவர் தேவாலயத்தைப் பூட்டிய கையோடு அவசரமாக வைணவத்துக்கு மதம் மாறியதுபோல் அவன் தோற்றம் இருந்தது.

''ஏ...அனுமந்து...நமஸ்காரம்...இங்க இருக்கேன். இங்க, முன்னால.'' டாக்ஸி டிரைவர் குப்பைத்தொட்டியில் கொட்டியிருந்த பழச்சீவல்களையும் பேப்பர்களையும் மேய்ந்து கொண்டிருந்த மெலிந்த பசுவைத் தாண்டி வண்டியைக் கொஞ்சம் முன்னால் நிறுத்தியிருந்தான். கீழ் இறக்கிய ஜன்னல் வழியாக என் குரல் கேட்டதும் அனுமந்து பதற்றமாகி பின் கண்ணாடி வழியாகக் காருக்குள் குனிந்து பார்த்தபடியே சாவிகள் குலுங்க ஓடி வந்தான். நாம் வண்டிக்குள் இருப்பதை உறுதி செய்து கொண்டதும் வண்டியின் பின்புறத்தில் தடதடவென்று தட்டினான். டாக்ஸி டிரைவர் முறைத்தான்.

''என்ன ஐயரே. பட்டிக்காட்டான் மாதிரி வண்டிய இந்தத் தட்டு தட்டுற? அதான் நிறுத்தியாச்சுல.''

''சரி விடப்பா.''

வண்டியிலிருந்து பைகளை இறக்கும் சாக்கில் இருவரும் இன்னும் கொஞ்ச நேரம் ஒருவரோடருவர் பேசாமல் இருந்தோம். பெரிய பை டிக்கியில் மாட்டிக் கொண்டு வெளியில் வர மறுத்தது. அதை இழுத்துத் தரையில் வைக்கும் போது அனுமந்துவின் முட்டியில் தட்டியது.

''சாரிடா அனுமந்து.''

''இதுக்கெல்லாம் எதுக்குடா பெரிய வார்த்தை பேசிகிட்டு. நன்னாயிருக்கியோனோ? கொஞ்சம் குண்டானாப்ல தெரியுது. வேதா உன்னப் பார்த்தா ரொம்ப சந்தோஷப் படுவா. பார்த்து எத்தன நாளாச்சு.''

சாவிகளைக் கொண்டு என் கண்களைக் குத்துவதுபோல் கைகளை நீட்டி நீட்டிப் பேசினான்.

''இது என்னடா இவ்வளவு பெரிய சாவி? எதாவது கஜானாவுக்கு உன்னைக் காவலாப் போட்டிருக்காங்களா?''

ஒரு பையைத் தோளில். பெரிய பையைக் கரடுமுரடான பாதையில் இழுத்தபடியே அனுமந்துவோடு நடந்தேன்.

''ஹா ஹா ஹா'' இடது தோள்மீது போட்டிருந்த உத்தரீயம் புரளச் சிரித்தான்.

''இல்லடா கிட்டு. குளத்தாங்கரைக்கு அந்தப் பக்கமா இருக்குற ஒரு சின்ன அனுமார் சந்நிதிக்கு என்னை அர்ச்சகராப் போட்டிருக்காங்க. தெனம் போய் சுவாமிக்கு என்னால முடிஞ்ச அலங்காரம் செஞ்சு நைவேத்யம் பண்ணி வச்சு தீபாராதனை காட்டிட்டு வந்துருவேன். முடிஞ்சா அஷ்டோத்தரம். இல்லையா ரெண்டு சுலோகம். ஏதோ காலம் ஓடுது. அவளுக்கும் மருந்து செலவு இருக்கில்லையா?''

‘‘யாரு, நம்மவாளா?’’

‘‘அட நீ வேற. தெலுங்குக்காரா. நாயுடு.’’

ஆள்காட்டி விரலை நீட்டித் தன் நெற்றியில் கோடு போட்டுக் காண்பித்தான்.

‘‘நீ நல்லாருக்கியாடா அனுமந்து?’’

‘‘எனக்கு என்ன குறைச்சல்? குழந்தையா குட்டியா? என்ன ஒண்ணு, இப்பெல்லாம் ரொம்ப நேரம் உக்காந்தாலோ நின்னாலோ மூட்டுப் பேயா வலிக்குது. ஆனா பாவம் வேதாதான் ரொம்ப கஷ்டப்படுறாடா.’’

கடலோர வெக்கை. நாக்கும் தொண்டையும் வறண்டு போயிருந்தன. தெருவில் கிடக்கும் கற்களுக்கிடையே சிக்கிய பையை இழுப்பதைப்போல சிறிது நேரம் அனுமந்துவிடமிருந்து திரும்பி நின்று கொண்டேன். சாவிகளைத் தோள்மீது கதாயுதம்போல பிடித்தபடி என்னையே பார்த்துக் கொண்டிருந்தான். ஹாரன் அடித்தபடி இரண்டு சக்கர வாகனம் எங்களைக் கடந்து போனது.

‘‘வேணா நான் ஒரு பையத் தூக்கிக்கவா?’’

‘‘வேணாண்டா, பரவாயில்ல. ஆமாம் வேதாவை டாக்டர்கிட்ட அழச்சுக்கிட்டுப் போனியா? என்ன சொன்னாரு?’’

‘‘பழைய கோளாறுதானாமாம். கருப்பையில ஏதோ பிரச்சனை. ரத்தமா போறது. என்ன சொல்றது? அந்தப் பெருமாளுக்கும் கண்ணில்ல. உங்காத்துல எல்லாரும் சேஷமா இருக்காளோலில்லியோ? உனக்கென்ன ஃபாரின் சட்டையிலயும்

பேண்ட்டிலயும் ஜம்முன்னு இருக்க.''

அனுமந்து என் முகத்தைப் பார்க்காமல் பேசிக் கொண்டே தெருவைக் கடந்தான். பார்த்தசாரதி கோயிலின் பிரதான வாசலுக்கு முன்னாலிருந்த மண்டபத்தில் ஆண்களும் பெண்களுமாக நடை திறப்பதற்காகக் காத்திருந்தார்கள். எல்லோரும் பச்சை நிற ஆடை அணிந்திருந்தார்கள். எல்லோர் முகத்திலும் களைப்பிருந்தது. மடியில் குழந்தைகளைக் கிடத்தியிருந்த பெண்கள் நாங்கள் கடந்து போவதை லேசான வியப்புடன் பார்த்தார்கள்.

தேரடியைக் கடந்ததும் அனுமந்து இடது பக்கமாகத் திரும்பும் பெரிய சாலையைக் காட்டியபடி என்னைப் பார்த்தான்.

''நீ முதல்ல அகத்துக்குப் போறியா? ஒரு மாமி அனுமாருக்கு அர்ச்சனை பண்ணனும்னு சொல்லிருக்கா. மொதப் பேரனுக்குக் குளத்தாங்கரை அனுமார்கிட்டத்தான் சேவிச்சுக்கிட்டாளாம். அதை முடிச்சுட்டு அரை மணி நேரத்துல வந்துடறேன். வேதா எதாச்சும் டிஃபன் செஞ்சு வச்சிருப்பா.''

ஆட்டோ ஸ்டாண்டைக் கடந்து இருபுறமும் விரிந்து வாகன நெரிசலில் கடகடவென்று சிரிக்கும் சாலை. நாவிலும் தொண்டையிலும் அதே வறட்சி. சிறிய சந்துகளின் வழியாக அறிவிப்பில்லாமல் எழுந்த சிறு காற்றில் உப்புக் கரித்தது.

பையின் கைப்பிடியை இறுகப் பிடித்தபடி சாலையைப் பார்த்தபடி நின்றேன்.

''வேணாம் அனுமந்து. உங்கூடயே வரேன். குளத்தாங்கரை அனுமாரைப் பார்த்து நாளாச்சு.''

அவன் முகத்தில் வியப்புத் தெரிந்தது. ஆனாலும் எதுவும் சொல்லாமல் முன்னால் நடந்தான். வேர்வையில் மின்னும் அவன் மெலிந்த தோளைத் தொட்டேன்.

''அனுமந்து, எம்மேல எந்த வருத்தமும் இல்லையே.''

சுற்றியிருந்த கடைகள், பஞ்சகச்சம் கட்டிய ஆண்கள், புகைகக்கி நெளிந்தும் வளைந்தும் போகும் வாகனங்கள், புத்தகப்பைகளைச் சுமந்து ஓடிவரும் குழந்தைகள் அனைவரின் நடுவிலும் என் குரல் எனக்கே அந்நியமாக ஒலித்தது. நின்ற இடத்திலிருந்தே அனுமந்து என்னை வெறித்துப் பார்த்தான். அவன் கண்கள் கோயில் புறாக்களின் நிறமாய் ஜ்வலித்தன.

இடது கையை ஒரு விதமாய் உதறிவிட்டபடியே நடக்க ஆரம்பித்தான்.

''உனக்கு ஒரு விஷயம் தெரியுமா? வேதாவ நான் பொண்ணு பார்க்கப் போனப்ப கிராப்பு வச்சிருந்தேன். அப்பவே இத்தாலி கம்பெனியெல்லாம் நமக்கு ஒத்து வராது. வைதிகத்துக்கு வரணும்னு முடிவு பண்ணியிருந்தேன். ஆனா உத்யோகம் பார்க்குற பையன்களுக்கே யாரும் பொண்ணு தரமாட்டேங்குறா. இதுல சிகையோட போயி நின்னா எவன் பொண்ணு கொடுப்பான்னு அம்மாவும் பாட்டியும்தான் கிராப்பு வச்சுக்கிட்டு வானு சொன்னாங்க. கல்யாணத்துக்குப் பின்னால சொல்லிட்டாப் போச்சுன்னாங்க. பொய் சொல்றோமேனு குறுகுறுப்பு இருந்தாலும் ஆசை யாரை விட்டுச்சு.''

''இத்தாலியிலிருந்து ஊர் திரும்புனதுக்கப்புறம் இது என்ன ரெண்டு வருஷம் இருக்குமா?

‘‘மூணு வருஷம்டா. தாத்தா தவறி அப்பத்தான் ஒரு வருஷமாகியிருந்தது,’’

தொடக்கக் காலத்தில் நானும் அனுமந்துவும் வேலை பார்த்த நிறுவனம் இயந்திரங்கள் தொடர்பான பயிற்சிக்காக எங்கள் இருவரையும் மிலான் நகருக்கு அனுப்பியிருந்தது. இரண்டு வருட பயிற்சி முடிந்தவுடன் அனுமந்து ஊர் திரும்பிவிட்டான். நான் இந்தப் பக்கம் வந்துவிட்டேன். ஊர் திரும்பிய சில மாதங்களிலேயே அனுமந்து வேலையை விட்டுவிட்டதாக அலுவலகத்தில் வாய்ப்பேச்சாகச் செய்தி வந்தது.

‘‘ஆமா, பத்திரிகைகூட அனுப்பியிருந்தே. ஆனா அதுக்குள்ள என்னைத் தாய்லாந்துக்கு மாத்திட்டதால என்னால கல்யாணத்துக்கு வர முடியல.’’

கையில் கட்டியிருந்த ஜப்பான் கடிகாரத்தை இரண்டு முறை ஆட்டிவிட்டு அனுமந்து அதை நெற்றிக்கு எதிராய் உயரத் தூக்கி வைத்துக் கொண்டு மணி பார்த்தான்.

‘‘இன்னும் நாழி இருக்கு, அந்த மாமி மத்தியானம் தூங்கி முடிச்சுக் காபி எல்லாம் ஆன பிறகு ஆடி அசைஞ்சு வரதுக்கே நேரமாகும். சரி பரவாயில்ல, வா. சந்நிதி பக்கமா உக்காந்து பேசிக்கிட்டு இருப்போம். உன் தோள்ல இருக்குற பையை நான் தூக்கிக்கவா?’’

பையை வலியத் தன்னிடம் இழுத்துத் தன் தோளில் மாட்டிக் கொண்டான்.

‘‘வேதாவே உங்கிட்ட சொல்லியிருப்பா. கல்யாணமாகி ஒரு மூணு மாசத்துக்கப்புறம் சிகையோட போயி அவ முன்னால நின்னேன். ஒரே அழுகை, என்ன எல்லாரும் ஏமாத்திட்டேளேனு.’’

''போன தடவை நான் வந்து போனதுக்கப்புறம் வேதா எனக்கு ஃபோன் பண்ணவே இல்ல தெரியுமா?''

அனுமந்து நான் சொன்னதின் சாத்தியக் கூறுகளை ஆழமாய் யோசிப்பவன்போல் தீவிரமாய் வைத்தபடி மௌனமாக நடந்து வந்தான்.

''ஆனா ஆயிரம்தான் சொல்லு. என் அகத்துக்காரி தங்கம்தான். நான் மறுபடியும் சிகை வச்சுண்டதுக்கப்புறம் கொஞ்ச நாள்லயே ஒரு சுதர்சன ஹோமம் நடத்தி வைக்க அப்பாவுக்கு அழைப்பு வந்துச்சு. அப்பாவுக்கு அப்ப ஒடம்பு முடியல. நீ போயிட்டு வாடான்னார். நானும் சரின்னுட்டேன். ஆனா விசாரிச்சுப் பார்க்கறச்சதான் ஹோமத்துக்கு ரொம்ப பெரிய மனுஷாளா வரப்போறானு தெரிஞ்சுது. எல்லாம் வேதம் வாசிச்சவா. அவா முன்னால புஸ்தகத்தைப் பார்த்து ஹோம மந்திரத்தை ஒப்பிக்கிறதானு எனக்குள்ள தோணிச்சு. ராத்திரி பகல்னு பார்க்காம ஹோம புஸ்தகத்தை வச்சுகிட்டு எல்லா மந்திரத்தையும் வெறியோட மனப்பாடம் செஞ்சேன். அறுபத்து நாலு பக்கம். பொடிப் பொடி எழுத்து. அம்மாவும் அப்பாவும் நான் ஒரே எடத்துல உக்காந்து நேரம் காலம் தெரியாம பிணாத்திக்கிட்டு இருந்ததைப் பார்த்து 'உனக்குப் பைத்தியம்தான் பிடிக்கப் போறதுடா. புஸ்தகத்தைப் பார்த்துப் படிச்சாத்தான் என்ன குறைச்சல், எல்லாரும் அப்படித்தான செய்யுறா'னு கத்துனா. இவ மட்டும் ராத்திரி ரொம்ப நேரம் கண் விழிச்சி எனக்காகக் காபி போட்டுகிட்டுக் கொண்டு வருவா. என்னால நிச்சயம் எல்லாத்தையும் மனப்பாடம் செய்ய முடியும்னு நம்பிக்கையா பேசுவா. அதுக்கடுத்த வாரம் ஹோமம் நடக்குற எடத்துல போயி நின்னேன். வந்திருந்தவா எல்லாம் மூக்கு மேல விரல வச்சுட்டா. இன்னைக்கி நான் ஓரளவுக்காவது ஊருல நாலு பேருக்குத் தெரிஞ்ச

வைதிகனா இருக்கேன்னா அதுக்கு வேதாதாண்டா காரணம்.

அனுமந்துவின் கண்களில் பெருமிதம் மின்னியது. நான் கணுக்காலுக்கு மேல் புடவையை கொஞ்சம் தூக்கிக் கட்டியபடி கொலுசு சத்தம் குளிர்ந்த தரையெங்கும் பரவ இரவில் காபியுடன் நடந்துவரும் வேதாவை நினைத்துக் கொண்டேன்.

அனுமந்து சந்நிதி வாசலில் போடப்பட்டிருந்த பெரிய பூட்டை உலுக்கித் திறந்தான். உள்ளே இருட்டான கருவறையில் கைக்கூப்பியபடி முழங்கை உயரத்தில் பக்த ஆஞ்சநேயர். சந்நிதியே ஐந்தடி உயரம்தான் இருந்தது. இரண்டாகக் குனிந்து உள்ளே நடந்த அனுமந்து சாவிகளைச் சுவற்றில் மாட்டிவிட்டு சிலையின் மீதிருந்த பழைய வெற்றிலை மாலையை அகற்றி சந்நிதியின் ஓரமாய்ப் போட்டான். பிறகு பீடத்தின் மீது கிடந்த மலர் இதழ்கள், துண்டுத் தாள்கள், உணவுத் துகள்கள் யாவற்றையும் கையால் திரட்டி அதே இடத்தில் கொட்டினான்.

அனுமாரின் காலடியில் தூங்கிக் கொண்டிருந்த கரப்பான் பூச்சி ஒன்று திடுக்கிட்டு எழுந்து அங்குமிங்கும் குழப்பத்துடன் ஓடியது, பின்பு அனுமாரின் முதுகுக்குப் பின்னால் போய் ஒளிந்து கொண்டது.

சந்நிதிக்கு வெளியே எதையோ தேடிக் கொண்டு வந்தவன் என்னைப் புதிதாகப் பார்ப்பதுபோல் கொஞ்சம் தயங்கி நின்றான்.

''பார்த்துப் பதினஞ்சு வருசம் ஆச்சுல்ல.''

ஏப்ரல் விடுமுறையில் ஊருக்கு வரும்போது அனுமந்து, வேதா, நான் மூவரும் பண்டரிபுரம் போய் வரலாம் என்று நான்தான் சொல்லியிருந்தேன். தாய்லாந்திலிருந்து சிங்கப்பூருக்கு மாற்றலாகிப்

போவதற்கு முன்னால் ஒருமுறை சென்னைக்குப் போய் வந்தேன். அப்போது ரொம்ப நாளாய் நான் செய்ய வேண்டும் என்று நினைத்திருந்த கணபதி ஹோமத்தையும், நவக்கிரக ஹோமத்தையும் அனுமந்துதான் நடத்தி வைத்தான். அதிலிருந்து எனக்கு அனுமந்துவுடன் மீண்டும் பழக்கமாகி இருந்தது. அனுபமாவோ குழந்தைகளோ என்னுடன் சென்னைக்கு வருவதில்லை. சென்னைக்கு வருவதெல்லாம் அவர்களுக்குச் சிரமம் என்று சொல்லியிருந்தார்கள்.

அனுமந்துவையும் வேதாவையும் தொலைபேசியில் அழைத்துப் பேசும்போது வேதா அடிக்கடி பண்டரிபுரத்தைப் பற்றியும் அங்கு ஓடும் சந்திரபாகா நதியைப் பற்றியும் பேசியிருக்கிறாள்வ் குரல் கிறங்கப் பேசியிருந்தாள். அவர்கள் வீட்டின் அருகிலேயே பஜனை மடம் இருந்தது. நேரம் கிடைக்கும் போதெல்லாம் அங்கு போய் மராட்டியப் பஜனைப் பாடல்களைக் கற்பதாகச் சொல்வாள். சில பாடல்களை லேசாய் நடுங்கும் குரலில் கீழ்ஸ்தாயியில் பாடியும் காட்டுவாள். அவள் என்னிடம் பேசும்போது அனுமந்து வீட்டிற்குத் திரும்பினால் அவளிடமிருந்து தொலைப்பேசியை வாங்கி என்னிடம் ஓரிரு வார்த்தைகளைப் பேசுவான், பின்பு தொலைப்பேசியை அவளிடமே தந்துவிட்டு அறைக்குள் போய் விடுவான்.

"ஒரு வேளை நீ எங்க ரெண்டு பேரையும் ஃபோன்ல அவ்வளவு தூரம் பேச அனுமதிச்சிருக்கக் கூடாதோ என்னவோ."

சந்நிதிக்கு வெளியே ஒரு கவரில் பழக்கடைக்காரன் வைத்துவிட்டுப் போயிருந்த பழங்களைத் தரம் பிரிப்பதற்காகக் குனிந்து நின்று கொண்டிருந்த அனுமந்துவின் கறுப்பான முதுகைப் பார்த்தபடி சொன்னேன். அவன் நிமிராமல் தன் வேலையில் மும்முரமாக இருந்தான்.

‘‘ப்ச்சு வாழ்க்கையில நான் அவளுக்கு எந்த சந்தோஷத்தையும் கொடுக்கலடா கிட்டு. இதையும் அவகிட்ட இருந்து பிடுங்கியிருக் கணும்னு சொல்றியா?’’

வாடகைக்கார் இதே போலவே வெயில் நிறைந்த மத்தியானம் ஒன்றில்தான் பண்டரிபுரம் போய் சேர்ந்தது. நதிக்கரைக்கு மிக அருகிலேயே இருந்த தங்கும் விடுதி ஒன்றில் இரண்டு அறைகளைச் சொல்லியிருந்தேன். காரைவிட்டு இறங்கிய தூரத்தில் தெரிந்த கூம்பு வடிவக் கோபுரங்களைப் பார்த்து கன்னத்தில் அறைந்தபடியே ‘அனந்த ரமணா, கோவிந்தா’ என்று அரற்ற ஆரம்பித்தான். வேதா எனக்குச் சற்றுப் பின்னால் வந்தாள். எதிர் எதிரில் அறைகள். சாயந்திரம் கோயிலுக்குப் போகலாம் என்று முடிவு செய்து நாங்கள் அறைகளுக்குள் போனோம். பயணக் களைப்பில் வேட்டியை மட்டும் கட்டிக்கொண்டு மின்விசிறியை வேகமாகச் சுழலவிட்டு நான் தூங்கினேன். வேதாவிடம் பேசியபடி அறைக் கதவைப் பூட்டாமல். ஏதோ ஒரு பிரம்ம கணத்தில் வேதா அறைக்குள் நுழைந்து என் கால்களின் அருகே அமர்ந்தாள். என்னைப் பெயர்ச்சொல்லி எழுப்பினாள். அவள் கை எனது தொடைமீது இருந்தது. முகத்தைக் கழுவி மீண்டும் பொட்டிட்டுக் கொண்டிருந்தாள். மூடியிருந்த ஒற்றை ஜன்னலிலிருந்து கசிந்த வெளிச்சத்தில் அவளது விசாலமான கண்கள் பளபளத்தன. உடல் முழுவதும் தாமிர நிறமாய் இருந்தாள்.

வேதா கதவைச் சரியாகச் சாத்தாமல் விட்டிருந்தாள். தொடைமீது இருந்த அவள் கையைத் தொட்டபடி நான் எழுந்தபோது கதவிடுக்கின் வழியாக இடுப்பைச் சுற்றி அவசரமாகக் கட்டப்பட்டிருந்த வேட்டியை ஒரு கையால் கொத்தாகப் பிடித்தபடி கலைந்த தலைமயிரும், கனமான கண்ணாடியுமாக அனுமந்து தெரிந்தான். நான் எழுவதைப் பார்த்ததும்

அவன் அவசரமாகக் கிளம்பிப் போவது தெரிந்தது. அதன் பிறகு பண்டரிபுரத்திலும் சரி, சென்னையிலும் சரி, நான் ஊர்விட்டுக் கிளம்பும்வரை வேதாவும் அனுமந்துவும் அவ்வளவாகப் பேசவில்லை.

''பண்டரிபுரத்துல வேதாவும் நானும் ரூமுல தனியா இருக்கும் போது நீ கதவுவழியாப் பார்த்தது எனக்குத் தெரியும் அனுமந்து. ஆனா, ஆ-ஆனா சத்தியமாச் சொல்றேன் அன்னைக்கு எதுவுமே நடக்கலடா.''

சந்நிதிச் சுவரோரமாக அபிஷேக நீர் வெளியேற ஏற்படுத்தப்பட்டிருந்த அடைப்பில் ஏற்பட்டிருந்த அடைப்பைக் குச்சியால் கிளறிக் கொண்டிருந்த அனுமந்து சற்று நேரம் தலையைத் திருப்பி என்னைப் பார்த்தான்.

''தெரியும். அன்னைக்குத் திடீருனு கண் முழிச்சுப் பார்த்தப்ப வேதா இல்லாததப் பார்த்து கொஞ்சம் பயந்துட்டேன். ஆனா நீங்க ரெண்டு பேரும் தனியா இருக்கறச்ச நான் அப்படி வந்து நின்னது நான் செஞ்ச பாவமா புண்ணியமானு இது வரைக்கும் தெரியலடா கிட்டு.''

அனுமந்துவின் கண்கள் சந்நிதியின் இருட்டைத் தின்றிருந்தன. சந்நிதிக்கு வெளியே வந்தவன் குச்சியைத் தூர வீசிவிட்டுப் பாட்டிலில் இருந்த நீரைக் கவிழ்த்துக் கையலம்பிக் கொண்டான்.

அதற்குப் பின் அர்ச்சனை செய்யச் சொல்லியிருந்த மாமி வந்தாள். அவள் கையில் பெரிய பைகளும் ஆஞ்சநேயருக்குச் சூட்ட வேண்டிய வடைமாலையும் இருந்தன. வடைமாலையை அனுமந்துவிடம் தந்துவிட்டு அவன் அவள் பக்கமாய்த் திரும்பும் போதெல்லாம் வடைமாலையை வாங்கிக் கொள்ள கையை நீட்டியபடியே இருந்தாள்.

‘‘செத்த இருங்க மாமி. அர்ச்சனை பண்ணி முடிஞ்சதும் கொடுத்துடுறேன். நான் என்ன என் அகத்துக்கா எடுத்துகிட்டுப் போவப் போறேன். அப்படி எடுத்துகிட்டுப் போயி பங்கு போட்டு சாப்பிடறதுக்குத்தான் பெருமாள் எனக்கு குழந்தைகளக் கொடுத்திருக்காரா?’’

இத்தாலியில் நாங்கள் இருவரும் பயிற்சிக்குப் போய்ருந்தபோது ஒரு முறை ஸ்டாக் சரியாக இருக்கிறதா என்று ஆய்வு செய்ய தலைமை அலுவலகத்திலிருந்து அதிகாரிகள் வந்திருந்தார்கள். அவர்கள் கேட்ட பொருட்களையும் கோப்புகளையும் கொண்டு வந்து அவர்களிடம் காட்ட நாங்கள் எல்லோரும் நாலா புறமும் அலைவோம். அவன் தேடும் பொருள் கண் முன்னால் இருந்த போதும்கூட அனுமந்து பல முறை லேசாய் உதடுகள் பிரிந்தபடி இருக்க கைகளில் லேசாய் உதறலெடுத்தபடி என்ன செய்வதென்று அறியாமல் நின்றிருப்பான். நானும் மற்ற நண்பர்களும் அவனைத் திட்டியபடியே அந்தப் பொருளை எடுத்து அவனிடம் காட்டிவிட்டு அதை அதிகாரிடம் காட்ட ஓடுவோம்.

அன்று ஆஞ்சநேயருக்கு ஆரத்தி காட்டிக் கொண்டிருந்த அனுமந்துவின் முக பாவமும் அதே போல்தான் இருந்தது - உதடுகள் லேசாய்ப் பிரிந்து, கைகளில் லேசான உதறலோடு, தேடும் பொருள் கண் முன்னாலேயே இருந்த போதும்கூட அதைக் காண முடியாமல்.

அர்ச்சனை முடிந்ததும் சந்நிதியைப் பூட்டிவிட்டு வந்த அனுமந்துவிடம் நான் அவனுக்காக வாங்கி வந்திருந்த சட்டையின் கவரை நீட்டினேன். கவரை உதறி அவன் சட்டையைப் பிரித்துப் பார்த்தான்.

"நல்லாருக்குடா. வேதாவுக்கும் புடவை எடுத்திருக்கே இல்ல. உன்னைப் பார்த்தா அவ ரொம்ப சந்தோஷப்படுவா.''

கம்பிகளுக்குப் பின்னால் கைக்கூப்பியபடி பக்த ஆஞ்சநேயர் சிரித்த முகமாய் எங்களைப் பார்த்துக் கொண்டிருந்தார். தெருக்கள், வாகனங்கள், மனிதர்களின் உடைகள், தோள்கள், முகங்கள் என்று எல்லா இடத்திலும் தகித்த வெயிலில் மாடமாமயிலை திருவல்லிக்கேணி கட்டடங்கள் வெண்ணிறமாய் ஜ்வலித்தன.

கடல் நிச்சயம் திரும்ப வரும்

வெயிலில் வெள்ளிக்குழம்பாய் கொதிக்கும் கடல் நீர் கரையைச் சந்தித்த இடத்தில் பொன்னிறமான மணல் ஈரத்தால் கறுத்திருந்தது. சோம்பலாக அலைந்து கொண்டிருந்த கடல் பரப்பிலிருந்து ஒரு சிற்றலை பிரிந்து வந்து விமலாதித்தனின் கனமான காலணிகளின் மீது தாவி ஏறியது. வந்த வேகத்தில் பிரம்படி பட்ட நாயாய்த் திரும்பிப்பின் வாங்கியது. காலணிகளை அலைவந்து கவ்விய நேரத்தில் கால்விரல் இடுக்குகளில் எறும்புகள் ஊர்வது போன்ற ஒரு கதகதப்பும் உயிர்ப்புள்ள அலைதலும் தோன்றத் திடுக்கிட்ட விமலன் தனக்குப் பின்னால் நின்றவர்களைத் திரும்பிப்பார்த்தான். இருவரும் நீண்ட குழல்களை உடைய துப்பாக்கிகளை உடலின் முன்புறமாக எப்போது வேண்டுமானாலும் பயன் படுத்தலாம் என்பது போல் கீழ்நோக்கி நாற்பத்தைந்து டிகிரி கோணத்தில் ஏந்தியபடி மணலைக் கனமான காலணிகளால் அளைந்து கொண்டிருந்தார்கள். மணலில் பதிந்திருந்த கனமான வளைவுகள் கடலை நோக்கிப்பாயும் தோரணையில் இருந்தன. அவர்கள் தலையில் அணிந்திருந்த கவசங்களின் முன்புறமாகக் கண்களுக்கு முன்னால் அமைக்கப்பட்டிருந்த பளபளக்கும் செப்புத் திரையில் உடம்பு முழுவதும் மறைக்கும்

வகையில் வெள்ளை ஆடையும்தலைக்க வசமும் அணிந்திருந்த விமலன் அவன் பார்வைக்கே சிறுத்துப் போன தூரத்து உருவமாகத் தெரிந்தான்.

அம்மா இருந்திருந்தால் அவன் கால்களை முழங்கால் வரை ஈரமணலில் புதைத்து அவன் தன்னை விடுவித்துக் கொள்ளப்படும் சிரமத்தைப் பார்த்துச் சிரித்திருப்பாள். அம்மா அழகிய சிப்பிகளைப் போன்ற வெண்ணிறப்பற்களை அனைவரும் பார்க்கும் விதமாக உதடுகளை பிரித்துச் சத்தமில்லாமல் சிரிக்கத் தெரிந்தவள். ஆணையத்தின் முடிவு உறுதி செய்யப்பட்டுச் சூரியன் இன்னமும் உதிக்காத அதிகாலையில் அவள் பாதுகாப்பு உடை அகற்றப்பட்ட போது விமலன் அவள் பற்களைக் கடைசியாகப் பார்த்தான். அம்மாவின் நிர்வாணமான உடலைப் பிறகு கண்டெடுத்தவர்கள் சூரியனையே பார்க்க வெட்கப்படுபவள் போல் செம்பருத்தி நிறத்தில் இருந்த கரத்தைக் கொண்டு முகத்தை மறைத்தபடி கிடந்தாள் எனவும் அர்த்தத்துக்கே உட்படாத ஏதோ ஒரு பிரம்மாண்டமான நகைச்சுவையை பார்த்து அவள் சிரித்ததைப் போல் அவள் வாய் அகலத்திறந்து ஒரு பக்கமாகக் கோணியிருந்தது என்றும் சொன்னார்கள்.

அம்மாவைச் சவ அடக்கம் செய்ய விரும்புகிறாயா என்று கேட்டபோது அவன் வேண்டாம் என்றான். கனமான போர்வையாக நிலத்தைப் பலமணி நேரங்கள் கிடந்த வெப்பம் அம்மாவைக் கொஞ்ச நேரத்திலேயே பாடம் செய்திருக்கும். அதுவரைக்கும் அவள் உடலைக் கொத்தித்தின்னக் கூடிய காக்கைகளோ வேறு உயிரினங்களோ வேறெதுவும் இல்லை. சூரிய அஸ்தமனத்துக்கு முன்னால் இரண்டு மணி நேரத்துக்கு நகரமெங்கும் செம்மண் சுமந்தபடி அலையும்

வெப்பக்காற்றில் அம்மாவைச் சில நாட்கள் விட்டு வைத்தால் அவளே புதைந்து போவாள்.

அப்பா கடகட வெனச் சிரிப்பார். ஞாயிற்றுக் கிழமை சாயங்காலங்களில் அவர்களோடு அமர்ந்திருந்த போது அம்மா தின் பதற்காய்த் தயாரித்து வந்திருந்த பொரித்த முட்டை அடைத்த ரொட்டிகளின் வாசனையும் அப்பாவின் சிரிப்பும் நூற்றுப்பத்து டிகிரி வெப்பத்தையும் தாங்கக் கூடிய அவன் பாதுகாப்பு உடையையும் தலைக் கவசத்தையும் தாண்டி மெல்லிய புகை மண்டலமாக அவனைச் சூழ்ந்து கொண்டன. விமலனின் காலணிகளுக்குள் அவனது சின்னஞ் சிறிய பாதங்களை பதினைந்து வருடங்களுக்கு முன்னால் வருடிய பழைய கடல் மீண்டும் குறுகுறுத்தது.

அவனது பார்வைக்கு வலது புறமாகப் பளபளத்துக் கொண்டிருந்த பழைய விமான நிலையத்தின் முட்டை வடிவத்திலான முகப்புக் கோபுரம் வெட்சிப்பூக்களாய் எல்லாத் திசையிலும் சீறிக்கொண்டிருந்த வெயிலில் பெரிதாகச் சிரித்தது.

அவன் தங்கியிருந்த பொதுக் கூடாரத்தின் துணைத் தலைவனிடம் ஒருநாள் கேட்டபோது விமலனின் அப்பா கடலில் காணாமல் போய் விட்டதாகத் துணைத் தலைவன் சொன்னான்.

விமலன் லேசாய் வேக ஆரம்பித்த தன் உடலின் வெப்பத்தைத் தணிக்கத் தனது பாதுகாப்பு ஆடையின் வலப்புறத்திலிருந்த பொத்தான்களை கையுறை அணிந்த விரல்களால் தடவி முன்னும் பின்னும் அசைக்க ஆரம்பித்தான். அவனுடைய ஆடையின் பின் புறமாக மற்றுமொரு எலும்புக்கூடாய்ப் பொருத்தப்பட்டிருந்த குழாய்களின் வழியாக குளிர்ந்த திரவம் பாய ஆரம்பித்தது.

இயற்கையிலேயே குளுமை மிகுந்த பச்சை நிற ரசாயனங்கள் சேர்த்து யாரும் அறியாத இரகசிய விகிதங்களில் கலவையாய்த் தயாரித்த அந்தத்திரவம் தான் சோமரசம். நிலவின் சாரம். மரணத்தைத் தடுத்து வைக்கும் ஜீவகளை தரும்பும் அமிர்தம். பழைய விண்வெளிக் கலங்களைத் தயாரிக்கப் பயன்பட்ட வெப்பத்தைத் தாங்கக் கூடிய உயர்ரக அலுமீனியம் கலந்த நெகிழியால் நெய்யப்பட்ட ஆடையைத் தவிர நகரத்தில் வாழ்பவர்களுக்கும் நாள் தோறும் நகரத்தின் வெறிச்சோடிய தெருக்களில் பொங்கிப் பெருகும் 'அசுரசைன்யம்' என்று பெயரிடப்பட்ட வெப்பக்காற்றில் உடல் வற்றி செத்தவர்களுக்கும் உள்ள வித்தியாசம் நகரத்திலுள்ளவர்கள் இந்தத் திரவத்தை வைத்திருப்பதும் செத்தவர்களுக்கு அது கிடைக்காதிருந்ததும் தான்.

மணலைக் காலணிக் கால்களால் தோண்டத் தொடங்கியிருந்த தான் ஒன் விமலனையும், எக்வாஸையும் அழைத்தான். அவன் குரல் விமலனின் தலைக் கவசத்துக்குள் இரும்பின் த்வனியோடு கடல் காற்றுகளின் துயரம் மிகுந்த முனகல் ஓசையோடு கேட்டது.

''இதோ இன்னொருத்தன்.''

மணலில் புதையுண்டு போன மத்தியவயது ஆடவனின் உடல் வெயிலிலும் கொதிக்கும் மணலிலும் கிடந்ததில் கறுத்துப் போய் பாதிக்கும் குறைவாகச் சுருங்கி இருந்தது. வெயிலில் ஈரப்பதம் வற்றிப் போன உதடுகள் பின்னோக்கிச் சுருங்கியிருந்ததில் அவனுடைய பெரியபற்கள் பளிச்சென்று தெரியலே சாய்க்கூன் விழுந்து குளிரில் நடுங்கிக் கொண்டிருக்கும் குரங்கு போல் இருந்தான். நிலத்தின் சூட்டிலிருந்து தப்பிக்ககடலின் குளுமையை மாந்திக் குடிக்கப்

போகிறவன் போல் ஓடிக்கடலில் கலந்த ரசாயனங்கள் அவனுடைய நிர்வாண உடம்பைப் பல்லாயிரம் கத்திகளாகக் குத்த மீண்டும் அவன் நிலத்திற்கு ஓடி வந்து நிலத்துக்கும் கடலுக்கும் இடையே பலமுறைகள் மாறிமாறிச் சென்றிருக்க வேண்டும். மிகச்சில மணித்துளிகளிலேயே அவனுடைய சக்தி அனைத்தும் தீர்ந்து போக அவன் கடலுக்கும் தரைக்கும் இடையே குழந்தை போல் தவழ்ந்து போயிருப்பான். பின்பு முன்னுக்கும் நகரமுடியாமல் பின்னுக்கும் போக முடியாமல் நீரும் நிலவும் சந்திக்கும் இந்த விளிம்பில் சுருண்டு செத்துப் போயிருப்பான். அவன்மணிக்கட்டிலும் முழங்கால்களிலும் மணலால் ஏற்பட்ட ஆழமான சிராய்ப்புக்கள் செம்பவளங்களாய் சிவந்து காணப்பட்டன.

"ஆணையத்தின் வழிகாட்டுதல் படி நடக்காதவங்களுக்கு இதுதான் தகுதியான முடிவு."

எக்வாஸின் குரல் அவர்களது தலைக் கவசங்களுக்குள் எதிரொலிகள் நிறைந்ததாக காய்ந்த மணல் போல் சரசரத்தது. சொல்லிவிட்டு முகத்தை விமலனுக்கு நேராக இருக்கும் படி வைத்துக் கொண்டான். அவன் தலைக்கவசத்தின் முன்னால் இருந்த செப்புத் திரை தீப்போல் எரிந்தது. விமலனின் பாதுகாப்பு ஆடைக்குள் பரவும் குளுமைத் திரவத்தோடு கனம் மிகுந்த தாய்கறு மையாய் வேறொரு திரவம் விரைவாய் மேலேறி தன் கண்களை மறைத்தது. மீண்டும் அவனுடைய தலைக் கவசத்துக்குள் ஆணையத்தின் தீர்ப்பையும் மீறி நகரத்தை விட்டுத் துரத்தப்பட்டு புறநகர்ப் பகுதி கட்டட இடிபாடுகளில் ஒளிந்து கொண்டிருந்த கர்ப்பிணிப் பெண் ஒருத்திக்கும் அவள் கணவனுக்கும் பாதுகாப்பு ஆடைகளைக் கொண்டு போன அம்மா பிடிபட்ட போது அவள்மீது அடித்த முரட்டு வியர்வை வாசம் சூழ்ந்து அவனுடைய மூச்சைத்திணறச் செய்தது. மூக்குத் துவாரங்கள் விடைக்க

திடீரெனத் தலைக்கவசத்துக்குள் பிராணவாயு குறைந்ததால் விமலன் ஒருகணம் மயக்க நிலைபோன்ற ஒன்றுக்கு ஆட்பட்டு கொஞ்சம் தடுமாறி நின்றான்.

"என்அம்மா துரோகி இல்ல. என் அப்பா ஒரு சிலர் மட்டும் அனுபவிக்க குளுமைத் திரவத்தை இரவும் பகலும் உழைச்சுக் கண்டு பிடிக்கலனு என் அம்மா நம்புனாங்க."

"ஆனா நிச்சயமா உன் அப்பன் ஒரு கோழை. கடலுக்குள் ஓடிப் போனவன்."

"எல்லாம் மாய்மாலம்."

தான் ஓனின் குரல் கனமாய்க் கேட்டது. அவன் தனது பாதத்தைக் கவனமாய்ப் பின்னுக்கு இழுத்துக் காற்பந்தை எத்துவது போல் மண்ணில் பாதி புதைந்திருந்த பிணத்தின் விலாப்பகுதியில் பலமாய் எத்தினான்.

பிணம் இருமுறை உருண்டு போய் ஈரமான கடற்மணலில் குப்புற விழுந்தது. நீண்டு பெரியதாய் இருந்த அதன் பற்களும், கிட்டிட்டுப் போயிருந்த முகவாயும், விடைத்திருந்த கறுப்பான சிறிய காதுகளும் முழங்கால் மடிந்திருந்ததால் மேலேறி இருந்த பின்புறமும் அதுபெருங் காமத்தோடு நிலத்தைப் புணரத்தயாராவதைப் போன்ற தோற்றத்தைக் கொடுத்தன.

"கடலுக்குள்ள நாம மூணுபேரும் போறதால என்ன பெரிய நன்மை நடந்துரப் போகுது?" என்று தான்ஓன் கேட்டான்.

சித்துராஜ் பொன்ராஜ்

''இந்தக் கடலுக் கடியில ஒரு ராஜ்ஜியம் இருக்குற தா பழைய மலாய்ப் புத்தகங்கள்ல எழுதியிருக்கு. இந்த வட்டாரத்து நாடுகளத் தனக்குச் சொந்தமாக்கிக்குற எண்ணத்தோட சங் நீல உத்தமனோட அப்பாவான ராஜசோழன் இங்க வந்தப்ப கடலுக்குள்ளப் போய் ஒருராட்சச கடல் மீனோட சண்டை போட்டு ஜெயிச்சு அவங்க ராஜகுமாரியக் கல்யாணம் பண்ணிக்கிட்டதாவும் அதனாலதான் இந் த நகரத்தை அவருக்கும் கடல் இளவரசிக்கும் பிறந்த மூன்று மகன்கள்ல ஒருவனான சங்நீல உத்தமனால சொந்தமாக்கிக்க முடிஞ்சதாகவும் எழுதியிருக்கு. வருஷா வருஷம் மழைக்காலம் காது மடல்கள்ல லேசான குளிரா தோண ஆரம்பிக்குற நேரத்துல வர பௌர்ணமி நாள் காலை நேரம் கடல் திரும்பி உள்வாங்கும் போது கரை பக்கமா ஒரு சுழல் தோணி கடலுக்கடியில இருக்குற ராஜ்ஜியத்துக்குப் பாதை அமையும்னு எழுதியிருக்கு.''

விமலனின் குரலில் சுரத்தில்லாமல் இருந்தது. இந்தக்கதைகளை நம்பித்தான் அப்பா அவனையும் அம்மாவையும் தனியே விட்டுவிட்டு வெறும் நினைவுகளாகவும் நிழல்களாகவும் ஒருபகல் நேரத்தில் சுட்டெரிக்கும் வெயிலில் கரைந்து போனார்.

எக்வாஸ் இருவர் பேசுவதையும் கேட்ட படி கண்ணுக் கெட்டிய தூரம்வரை ஜ்வலித்துக் கொண்டிருந்த மஞ்சள் நிறமணல் மேடுகளைச் சுற்றும் முற்றும் பார்த்துக் கொண்டிருந்தான்.

''போய் என்ன செய்யப் போறோம்?''

''கடலுக்கடியில மனுஷன் வெயிலுக்குப் பயப்படாம வாழ நெறைய இடம் இருக்குதான் ஓன்.''

‘‘கடல்மாசு மேலபட்டு நொடிகள்ல சதை அழுகிச்செத்துப் போனவங்களோட புகைப்படங்களப் பார்த்தது ஞாபகம் இல்லையா?’’

எட்டு வருடங்களுக்கு முன்னர் எச்சரிக்கையில்லாமல் உலகம் முழுவதும் வெப்ப நிலை ஆறுமாதக் காலத்துக்குள் பல பத்து டிகி ரிகள் கட்டுக்கடங்காமல் ஏற விரல் நகங்களுக்கு அடியிலிருக்கும் தோல்போல் மென்மையான கணினிகளின் நுண்ணிய பாகங்கள் வெப்பம் தாங்காமல் உருகிச் செயலிழந்தன. கணினிகள் செயலிழக்க அவற்றின் கட்டுப்பாட்டிலிருந்த மின்சார, தொலைத் தொடர்பு, பயண, மருத்துவக் கட்டமைப்புக்கள் ஒரே நொடியில் ஸ்தம்பித்துப் போயின. பால்வெளியின் எல்லைகள் வரை விரிவேன் என்று சவாலாய் நெஞ்சை நிமிர்த்தி நின்ற உலகம் ஒரு கணத்தில் தொட்டாற் சிணுங்கியாய் மிகச் சிறிய வட்டங்களுக்குள் சுருங்கியது. அதற்கேற்றாற் போல் வயதானவர்களும், குழந்தைகளும், நோயாளிகளும், பாதுகாப்பான வீடில்லாதவர்களும், ஏழைகளும் செத்துப்போக உலகம் பலமான பெருமூச்சுவிட்டது போலவும் கண்களை ஒருநொடி மூடித் திறந்தது போலவும் உலகத்தின் மக்கள் தொகை மிகக் கணிசமாகக் குறைந்து போனது.

உலகம் பல நேரங்களில் கொடூரமானதாகத் தோன்றக் கூடியமிகத் துல்லியமான சமன்பாடு. பளபளக்கும்வெள்ளிச் சுத்தியல்களைப்போல் எந்நேரமும் தங்கள் புலன்களைத்தாக்கும் வெப்பத்தைத்தாங்கும்மன வலிமை இல்லாதவர்கள் அம்மணமாகக் கடலில் பாய்ந்து செத்துப் போனார்கள். அவர்களுடைய புகைப்படங்கள் கடலுக்கு ஏன் போகக் கூடாது என்று வலியுறுத்தும் வகையில் பள்ளிகளிலும் மனிதர்கள் வசிக்க ஆரம்பித்திருந்த பிரம்மாண்டமான கூடாரங்களிலும் முக்கியத் தருணங்களில்

காண்பிக்கப்பட்டன.

ஆணையத்திற்குக் கட்டுப் படாததால் செத்துப் போனார்கள் என்று மெல்லிய கிண்டலும் கேலியும் அந்தப் பொதுச் சேவை அறிவிப்புக்களில் ஒட்டியிருந்தது.

''மாசு கடலோட மேல்மட்டத்துலதான் ஓன். கடலுக்கடியில இருக்குற ராஜ்ஜியம் பல நூறுமைல் தூரத்துல இருக்குறதாச் சொல்றாங்க.''

''அங்க போய் வாழ முடியுமா?''

''குளுமைத் திரவம் தயாரிக்கத் தேவையான ரசாயனங்களும் பாதுகாப்பு ஆடை செய்யத் தேவையான அலுமீனியமும் தீர்ந்து வரதா சொல்றாங்க.''

வெப்ப நிலைமாற்றத்திற்குப் பல்லாண்டுகள் முன்னரே விமலனின் தந்தை பேராசிரியர் பராந்தகனின் தலைமையில் செயல்பட்ட விஞ்ஞானிகள் குழு பின்னால் வரப்போகும் சூழலியல் மாற்றங்களைக் கணித்து அதிலிருந்து மக்களைப் பாதுகாக்கக் கூடிய குளுமைத் திரவம் பாதுகாப்பு ஆடை ஆகியவற்றுக்கான தொழில் நுட்பத்தைக் கண்டு பிடித்திருந்தது. ஆனால் திடீரென நடந்த மாற்றங்களால் இவற்றுக்குத் தேவையான கச்சாப்பொருள்களைக் கொள்முதல் செய்துகொள்ள அரசாங்கம் மேற்கொண்ட முயற்சி ஆரம்பக்கட்டத்தைத் தாண்டும் முன்னால் நின்று போனது.

எக்வாஸ் கால்களால் மணலைப் பலமாக மிதித்துக் கையிலிருந்த நீண்டகுழலுடைய துப்பாக்கியை விறைப்பாக்கி அவர்களிடம் திரும்பினான்.

"ஆணையத்துக்கு எதிரா அவதூறு பரப்புறவங்கள..."

"பார், நீயே பாரு."

பாதுகாப்பு உடையின் தடித்த கையுறைகளின் வழியாக எந்தப் பொருளையும் துல்லியமாகப் பிடிப்பது சிரமமாக இருந்தாலும் விமலன் ஒரு வழியாக எக்வாஸ் அணிந்திருந்த உடையின் கழுத்துப் பகுதியைப் பிடித்து இருமுறை பலமாக உலுக்கி அவனை தெற்குத்திசையில் பார்க்க வைத்தான்.

இந்த நான்காண்டுகளாகக் கடுமையான கட்டாயக் கருத்தடை அமலில் இருந்தது. அப்படியும் ஆணையத்தின் அறிவுறுத்தலையும் மீறி பெறப்பட்ட குழந்தைகள் பிறந்தவுடன் நகரத்துக்கு வெளியே கடலை நோக்கி நின்று கொண்டிருந்த பதினைந்து அடிகம்பங்களில் கயிற்றால் ஏற்றி சாகடிக்கப்பட்டன. சுமார் ஐம்பது கம்பங்களில் மாட்டப் பட்டிருந்த குழந்தைகளின் காய்ந்த உடல்கள் அவ்வப்போது கடலிலிருந்து எழுந்து அடங்கிய உஷ்ணக்காற்றில் கொடிகள் போல் லேசாய் ஆடிக்கொண்டிருந்தன.

"இதுக்காக என் அப்பாவும் அவர் நண்பர்களும் ராப்பகலா. உழைச்சுக் குளுமைத் திரவத்தைக்கண்டு பிடிக்கல புரியுதா?"

விமலன் ஏறத்தாழ கத்தினான். மீண்டும் எக்வாஸைப் பலமாய் உலுக்கிவிட்டு அவனை விமலன் விடுவித்தான். மணலில் கால்கள் தடுக்கி உடம்புக்கு முன்னால் இரண்டுகைகளும் அலைய சில அடிகள் தூரம் எக்வாஸ் தடுமாறிப் போய் நின்றபடி விமலனையும் தான் ஓனையும் நெடுநேரம் அசையாமல் பார்த்தான்.

"கடலுக்கடியில இப்படிப்பட்ட ராஜ்ஜியம் இருங்குங்கிறத நீ

நம்புறியா விமலன்?''

''தெரியல ஓன். ஆனா ஒரு நாள் ராஜசோழனுக்குக் கட்டிக் கொடுத்ததன்னோட ராஜகுமாரியத் தேடிக்கடல் நிச்சயமா இந்த நகரத்துக் குள்ளவரும்னு அந்தக் கதையோட கடைசிப் பகுதியில எழுதியிருக்குனு எங்கப்பா அடிக்கடி சொல்வார்.''

''அதுக்கு நம்ம மாதிரி முழு நேரத்தேசியச் சேவையாளர்கள் தானாகிடைச் சாங்க. ஆணையத்துல எத்தனை பேர் வேலை செய்யுறாங்க?''

இதுவரை கடந்த நான் காண்டுகளில் கடலுக்குள் போகும் பாதையைக் கண்டு பிடிக்க ஐந்தாறு குழுக்கள் வரை ஆணையத்தால் அனுப்பப் பட்டிருந்த தேசியச் சேவையாளர்கள் அனைவரும் எந்தச் செய்தியுமில்லாமல் காணாமல் போயிருந்தார்கள். விமலனுடையது ஏழாவதுகுழு.

''உடல்பலம் உள்ளவங்களத்தான் அனுப்பணும்ங்கிறது ஆணையத் தோடவிருப்பமா இருக்கலாம்.''

''எல்லாம் மாய்மாலம்.''

தான் ஓன் மீண்டும் ஒலி பெருக்கிக்குள் துப்பினான். பிறகு ஆடைக்குள் அமைக்கப்படிருந்த குழாய்வழியாக அவன் உணவுக் கலவையை உறிஞ்சிக் குடிக்கும் சத்தம் கேட்டது. நிலத்திலும் கடலிலும் உள்ள எல்லா உயிரினங்களும் தாவரங்களும் வெப்பத்தில் அழிந்து போயிருந்ததால் இந்தரசாயனக் கலவைதான் எட்டு வருடங்களாக உணவாகியிருந்தது.

தலைக் கவசத்தில் பொருத்தியிருந்த சிற்றலைக் கருவிவழியாக தலைமைச் செயலகத்திலிருந்து சமிக்ஞை வந்தது. முதலில் மூவரும் பழைய ஏடுகளில் குறிப்பிட்டிருந்த படி அவர்கள் நின்றிருந்த இடத்திலிருந்து கடலுக்குள் வடக்குத் திசையிலிருந்த கற்பாறைக்கு முப்பது டிகிரி கோணத்தில் கணுக்கால் ஆழ நீரில் நடந்தார்கள். கடல் நீர் சாம்பல் நிறத்திலிருந்து பச்சை நிறமாக மாறிய இடத்தில் கடல் அவர்களை உள்ளே இழுத்துக் கொண்டது. மூவரும் கடலுக்கடியில் போகும் பாதையைக்கண்டு பிடித்தவுடன் அதில் கொஞ்சதூரம் பயணம் செய்து பார்த்து விட்டுப் பிறகு மற்றவர்களை அழைத்து வந்து காட்டவேண்டும் என்று தான் பேசி வைத்திருந்தார்கள். ஆனால் கடல் அவர்களை உள்ளிழுத்துக் கொண்ட இடத்தில் தனக்குள் சுழலும் சுரங்கப்பாதை போன்ற ஒன்று அவர்களை மேல் நோக்கிச் சீறும் பல்லாயிரம் வெள்ளி நிறத்தண்ணீர்க் குமிழ்கள், மெல்லிய பால் நிறமாய் ஒளிரும் பச்சை நிறத் தண்ணீர், ஆழந்த இருட்டு என்பதை எல்லாம் தாண்டி அவர்கள் உடல்களை மெல்லச் சுழற்றியபடியே அழைத்துச் சென்றது.

அவர்கள் கடைசியில் வந்து சேர்ந்த இடத்தில் தரை கடற்பாசிகள் நிறைந்து மெத்தென்றிருந்தது. அவர்களுக்கு முன்னால் பலநூறு அடி உயரமுள்ள பிரம்மாண்டமான பவளப்பாறைகள் பழங்கால அரண்மனைகளின் தோற்றத்தில் உயரமான பவளப்படிகளோடும் நீல மற்றும் சிவப்பு நிற நீர்த்தாவரங்களால் அலங்கரிக்கப் பட்ட மா பெரும் முகப்புகளோடும் காட்சியளித்தன. தரையில் அங்கங்கே கிடந்த வெண்ணிறமாய் ஜ்வலிக்கும் வட்டக் கற்களின் விசித்திரமான வெளிச்சம் அந்த இடத்தை நிறைத்துப் பிரகாசமாக்கியது. அதன் வெளிச்சத்தில் பல நிழல் உருவங்கள் பவளப்பாறை

அரண்மனைகளிடையே முன்னும் பின்னும் போய்க் கொண்டும் வந்து கொண்டும் இருப்பது அவர்கள் மூவருக்கும் தெரிந்தது.

அப்படி வந்து போய்க்கொண்டிருந்த உருவங்களுக்கு மனித லட்சணங்கள் இருந்தாலும் அவர்களின் முகங்களின் முன்புறங்கள் மீன்களுக்கு இருப்பதைப் போல் கூம்பு வடிவத்தில் கூர்மையாக இருந்தன. பக்கவாட்டிலிருந்து பார்க்கும் போது இது அவர்களுக்கு ஒரு வகையான தட்டையான தோற்றத்தைத் தந்தது. காதுவரை நீண்டிருக்கும் பெரியகண்கள். செப்பு நிறத்தில் நீண்ட தலைமயிர். ஆண்கள் முதுகின் நடுப்பகுதி வரை அதை விரித்துப் போட்டிருக்க பெண்கள் அவர்கள் தலை முடியைக் கனமானக் கொண்டைகளாக முடிந்து அதற்குள் பவளக்குச்சிகளைச் செருகியிருந்தார்கள். காதுகளுக்கு முன்னால் மூன்று ஆழமான வெட்டுக்களாகச் சிவப்பு நிறச்செவுள்கள் அவர்கள் முகங்களில் திறந்து மூடிக்கொண்டிருந்தன. அவர்கள் பழுப்பு நிற உடல் நிறத்துக்குச் செவுள்கள் பேரழகான ஆபரணங்களாகத் திகழ்ந்தன. கடலுக்கடியில் நடமாடியவர்களின் உடல்களை உற்றுப் பார்த்ததில் அவர்களுக்கு உடம்பைச் சுற்றியும் கண்ணுக்குப் புலப் படாத மிக மெல்லிய துணிபோன்ற தோல் கடல் நீரில் அசைந்து கொண்டிருப்பது தெரிந்தது. பெண்கள் மார்பைச் சுற்றி பெரிய கறுப்பு வடிவங்கள் வரையப்படிருந்த துணியைச் சுற்றியிருந்தார்கள். ஆண்கள் அதே துணியை இடுப்பில் கட்டியிருந்தார்கள். அவர்கள் தலையில் அதே துணியால் கோபுர வடிவத்தில் கட்டப்பட்ட தலைப் பாகைகள் இருந்தன. இருபாலாரும் மார்பிலும் கைகளின் மேல் புறத்திலும் மணிக்கட்டுகளிலும் தங்க நகைகளை அணிந்திருந்தார்கள். சிறு சிறு கூட்டங்களாக இங்கும் அங்கும் அலைந்தார்கள்.

கடலுக்கடியில் அவர்கள் மூவருக்கும் மூச்சுத்திணறாமல் இருப்பதை

எண்ணி விமலன் வியந்தான். தனது தலைக் கவசத்தைக் கழற்றிக் கையில் வைத்துக் கொண்டான். தான் ஒனும் எக்வாஸும் தங்கள் கைகளில் இருந்ததுப் பாக்கிகளை உயர்த்தி கடல் மனிதர்களைக் குறிபார்க்க ஆரம்பித்திருந்தார்கள். விமலன் தன்கையை உயர்த்தி அவசரப்பட்டு எதையும் செய்து விட வேண்டாம் என்ற பாவனையில் வைத்துக் கொண்டான்.

அந்த இடத்தில் இருந்த மிக உயரமான பாறையிலிருந்து சிறு கூட்டமாய் வந்தார்கள். அவர்களிக்குத் தலைவர் போல் இருந்தவர் வயதானவராகத் தெரிந்தார். அவர் கண்ணிமைகள் கனத்து கண்கள் வெறும் இடுக்குகளாய் மாறியிருந்தன. உதடுகளின் இருபக்கமும் மீன்களுக்குள்ளாவை போல் மெல்லிய நரைத்த மீசை மயிர்கள். ஒரு காலத்தில் செதுக்கி வைத்ததைப் போல் இருந்திருக்கக் கூடிய அகலமான மார்பு வற்றி மார்புச் சதை இருபுறமும் இளமுலைகளாய்த் தொங்கியது.

அருகில் வந்தவர் தன்னுடன் வந்த காவலாள்களை விரல் சொடுக்கி மற்ற இருவருடைய தலைக் கவ்சங்களையும் கழற்றச் சொன்னார். பிறகு மூவரையும் நெருங்கி முகத்தோடு முகம் உரசும் அளவுக்கு மூவர் முகங்களையும் ஆராய்ந்தார். மற்ற இருவரின் முகத்தை விட விமலனின் முகத்தைக் கவ்வித் தின்பது போலவும், முகர்ந்து தீர்ப்பது போலவும் அவர் மீண்டும் மீண்டும் ஆராய்ந்தார். அவர் முகம் சுருங்கியது.

''இல்லை. இதில் யாரும் உத்தமனின் வழி வந்தவர்கள் இல்லை.''

''உத்தமன் என்றால் சங் நீல உத்தமனா?'' என்று விமலன் கேட்டான்.

தலைக்கவசத்தின் உதவியோடு பேசுவது போலவே பேசும் போது நேரடியான ஒலி பரிவர்த்தனை எதுவும் நிகழவில்லை. அவர்கள் ஒருவரை ஒருவர்பார்த்துச் சொல்ல நினைத்தது மற்றவர்களின் காதுகளுக்கு நடுவில் பெரும் ஓசையாய்க் கேட்டது. ஆனால் நிலத்தில் உரையாடலுக்கு இடையூறாக வெப்பம் நிறைந்த காற்று இருந்ததைப் போலவே இங்கு அவர்கள் சம்பாஷணைக்குக் குறுக்காகக் கடல் கிடந்தது.

''ஆமாம். எங்கள் நாட்டின் மருமகன். எங்கள் வம்சத்தின் மகளான எங்கள் இளவரசியோடு விரைவில் எங்களைப் பார்க்க ராஜ சோழன் வருவார்னு காத்துக்கிட்டு இருக்கோம்.''

கிழவர் மிக மெதுவாகப் பேசினார். அவர் கண்களிலும் குரலிலும் கடல்போல் ஆழமானதும் விஸ்தாரமானதுமான நூற்றாண்டுகளின் சோகம் நிறைந்திருந்தது.

''நீங்கதான் இந்த ராஜ்ஜியத்துக்கு ராஜாவா?'' என்று விமலன் கேட்டான்.

''இல்லை. இது தெற்குக்கடல் சாம்ராஜ்ய தோட ஒரு சின்னபட்டணம் தான். இதுக்கு நான் பெந்தா ஹாரானு அழைக்கப்படுற வெறும் பட்டணத்தலைவன்தான். தெற்குக்கடல் சாம்ராஜ்யத்துக்குப் பேரரசியாக இருக்குற நியாய்லோ ரோகிதூல் தாயார் இன்னும் தெற்கே மெராப்பி-கிராத்தோன்-தென்கடல் அச்சுரேகைப் புள்ளியில ராஜசோழன் அமைச்ச தலைநகரமான யோகஜயபுரம் என்கிற நகரத்துக்கு நேரெதிர கடலுக்கடியில அமைஞ்சிருக்குற ஸ்ரீவிஜயம்ங்கிற ஊரைத் தலைநகரமாவச்சு ஆட்சிசெய்றவங்க. அவங்க இந்த சுவர்ண தீபத்தோட சாம்ராஜ்யங்களோட காவல்

கடவுள். இடுப்புவரை மரகதம் போலபச்சை நிறத்துல இருக்குற பெண் உடலும், இடுப்புக்குக் கீழ் மீன் உடம்பும் அமைஞ்சவங்க. சுவர்ண தீபக்கடல்கள் பெயருக்கேத்த மாதிரி பொன்னிறமா மாறுற நேரத்துல அலைகள் மேல நடக்குறவங்க. அவங்க விருப்பப்பட்ட எந்த உயிரையும் கைப்பத்திக்கக் கூடிய சர்வவல்லமை உடையவங்க. மணிமேகலா தெய்வம்.''

தென்கடல் அரசியைப் பற்றிப்பேசும் போது கிழவனின் குரல் மரியாதையிலும் விசுவாசத்திலும் கடல்கள் ஆழமான திரும்புதல்களாய் அதிர்ந்தது. அதுவரை அமைதியாய் இருந்த எக்வாஸ் கையிலிருந்த துப்பாக்கியை உயர்த்தி கிழவனின் மார்புக்குக் குறி வைத்தபடி பேசினான்.

''இந்தக் கதையெல்லாம் இருக்கட்டும். நாங்க எதுக்காக இங்கவந்திருக்கோம்னு தெரியுமா?''

கிழவனின் கண்கள் கோபத்தில் மஞ்சள் நிறமாய் ஜ்வலித்தன.

''ஏன் தெரியாது? ராஜசோழனோட காலத்துல இருந்து இந்தக்கடல் ராஜ்ஜியத்தைக் கைப்பத்த நிலத்துல உள்ளவங்க முயற்சி பண்ணிகிட்டுத்தான் இருக்காங்க. கடந்த நாலுவருஷமா பதினெட்டுப் பேரு.''

பெரும் குதூகலம் வாய்ந்த சிரிப்புடன் பேசுவது போல் கிழவனின் வாக்கியத்தில் மிகப்பெரிய இடைவெளிகள் நிறைந்திருந்தன. விமலன் கடலில் காணாமல் போன தனது அப்பாவை நினைத்துக் கொண்டான். கிழவனின் வார்த்தைகளில் இருந்த அன்பும் குரூரமும் அவனை அசைத்துப் பார்த்தன.

''இந்தக்கடலோட நீட்சி தான் சுவர்ணதீபம். சுவர்ண தீபத்துல பிறந்த வங்க எவ்வளவு தூரம் வெவ்வேற நிலங்களுக்குப் போனாலும் அவங்க கண்ணோரத்துலயும் குரல்களிலேயும் இந்த வெப்பக்கடலோட ஓலம் கேட்டுக்கிட்டே இருக்கும். அவங்கால் விரலுகிடையிலே கடல் அலையும். ஒரு நாள் இந்தக் கடல் மறுபடியும் இந்தச்சுவர்ண தீபத் தீவுகள அரவணச்சு ஆரத்தழுவிக்குற வரைக்கும் அவங்களோட தேடல் தொடர்ந்துகிட்டே இருக்கும். கடல் கருணை உள்ளது. கணிதசமன்பாடு போல துல்லியமானது. துல்லியமாக்குறது. இந்தத் தீவுகள்ல பிறந்த நியாய்லோரோகி தூலோட குழந்தைங்க யாரும் இதை உணர்ந்திருப்பாங்க. நியாய்லோரோகிதூல் நீதி தெய்வம். அவங்க மறுபடியும் சுவர்ண தீபத்துக்குள்ள வர்றநாள்ல நீதியை நிலை நாட்டுவாங்க.''

''அப்படினா நாங்க நிலத்துக்குத் திரும்பிப் போக முடியாதா?'' விமலன் கேட்டான்.

''ரொம்ப நாள் வெளியூர்ல அலைஞ்சுவீடு திரும்பியிருக்குற மகனை எந்தத்தாய் மறுபடியும் வெளிய அனுப்புவா?''

''ஆனா ராஜ சோழன் கடலுக்கடியில போயிட்டுத் திரும்பி வந்தாரே?''

''சதய நட்சத்திரத்துல பிறந்து சோழர்வம்ச முத்திரை இருக்கவங்க கடலுக்கடியில போனாலும் திரும்பவருவாங்கங்கிறது நியதி. நீங்க யாராவது சதய நட்சத்திரத்துல பிறந்திருக்கீங்களா?''

விமலாதித் தன் தனியாளாய் கடற்கரைக்கு மீண்டும் திரும்பியபோது அசுர சைன்யம் சின் ன ஊசி முனைகளாய் பிடறியை வருட ஆரம்பித்திருந்தது. விமலன் படுக்கையில் கிடக்கும்

கைக்குழந்தையின் அருகில் படுத்திருக்கும் அன்னையாய் தாய்மை குணத்தில் பொங்கிக் கொண்டிருக்கும் வெள்ளிநிறக் கடலைப் பார்த்தபடி நெடுநேரம் நின்று கொண்டிருந்தான். பிறகு தனது பாதுகாப்பு ஆடையையும் தலைக் கவசத்தையும் முழுவதும் கழற்றி நிர்வாணமாய் கடற்கரை மணலில் தனது முழங்கால்களை மார்போடு ஒட்டியபடி வைத்துத் தன்னைத்தேடி கடல் வரும்வரைக்கும் உடம்பில் விழுந்த பிரம்மாண்டமான வெயிலை அனுபவித்தபடி அமர்ந்திருந்தான்.

அப்படி அமர்ந்திருக்கும் போது அவன் மனதிற்குள் இந்தத் தீவுகளின் மிகப் பழைய பாடல்கள் இடையறாது ஒலித்தன. அவன் கால்விரல்களுக் கிடையில் உயிர்ப்புள்ள பொருளாய்க் கடல் அலைந்தது. கரையை நோக்கி ஆசையுடன் தாவும் பேரலைகளின் தலைமீது அவன் அம்மாவும் அப்பாவும் நின்றபடி அவனை நோக்கி வந்து கொண்டிருந்தார்கள்.

நிலத்தை நோக்கி விரையும் கடலை வரவேற்பது போல் வேகமெடுக்கத் தொடங்கியிருந்த அசுர சைன்யக்காற்றில் உயர்ந்த கம்பங்களில் மாட்டியிருந்த கைக் குழந்தைகளின் காய்ந்த உடல்கள் பல்லாயிரம் கரவொலிகளாகச் சடசடத்தன.

க டாட்

உன் கைகளை தலைக்குமேல் உயர்த்தி உன் உடம்பைச் சுவரோடு அழுத்திப்படுக்கையறை விளக்குகளின் மஞ்சள் வெளிச்சத்தில் தாமிர நிறமாகச் சுடர்விடும் உன் மணிக்கட்டுகளை நீளமான பட்டுத் துணியால் கட்ட நீ லேசாய் திமிறுகிறாய். நல்ல வாலிபத்தில் இருக்கும் எருதின் உடல்வாகு உனக்கு. தோள்களில் கரளை கரளையாகத் தசைகள். பளபளக்கும் தேக்கு மரப் பலகையாகக் காபி நிறத்தில் உறுதியான மார்பு. வாளிப்பான போர்க்குதிரைக்கு உள்ளது போன்ற குழிந்த வயிறு. தடவும் கைகளுக்கடியில் வெண்ணெய்போல் உன் பிருஷ்டமும் தொடைகளின் திண்மையும்.

ஏற்கனவே விஸ்தாரமான உன் கண்கள் பயத்தில் மேலும் அகலமாகியிருக்கின்றன.

''கயல்விழி'' என்கிறாய். தலைக்கு மேல் உன் கைகளை முறுக்கிக் கட்டியதாலும் வீணையின் மெல்லிய நரம்புகளை மீட்டும் பாவனையில் என் கை விரல் நகங்கள் உன் மார்பைக் கீறுவதாலும் உனக்கு லேசாய் மூச்சிரைக்கிறது.

அழகான உதடுகள் உனக்கு. எனது மார்புக்குழியை உறுத்தும் கனமான தாலிக்கொடியை. லேசாய் நகர்த்துகிறேன். கட்டியிருக்கும் மலிவான குளியல் துண்டின் முன் முடிச்சை ஒரு முறை இழுத்துத் துண்டை மீண்டும் சரியாகப் உடம்பைச் சுற்றிப் பொருத்தியபடி உன் தோள்களைப் பிடித்தபடி கால் விரல்களில் என்னை உயர்த்திக் கொண்டு உன் முகத்தில் கவனமாக உமிழ்கிறேன்.

படுக்கையறையின் ஓரத்தில் கேமராமேனோடு நின்று கொண்டிருக்கும் டைரக்டர் 'கட்' என்கிறார். அடுத்த சீன் படுக்கையில். ரெண்டு பேரும் படுக்கைக்கு வந்து விடுங்கள். படுக்கையறையின் நடுவில் கிடக்கும் கட்டில் வெட்கமில்லாத பொம்பளைபோல் கால் அகட்டி மல்லாந்து கிடக்கிறது. அர்சசனா என் முக அலங்காரத்தை கூரிய முனையுள்ள நீண்ட பிரஷினால் சரி செய்ய கட்டிலைப் பார்த்தபடியே அமர்ந்திருக்கிறேன்.

அறையின் இன்னொரு மூலையில் படுக்கைக் காட்சியின்போது உன் ஆண்மை வெளியே அசிங்கமாகத் தெரிந்துவிடாதபடி ஒருத்தன் இடுப்பைச் சுற்றிக் கோவணம்போல் எதையோ பொருத்திக் கொண்டிருக்கிறான். இதற்கு மோடெஸ்டி பௌச் என்று ஆங்கிலத்தில் பெயர் உள்ளது எனக்குத் தெரியும். போர்னோவில் நடிக்கும் ஆண்களின் மானத்தை மறைப்பது. போர்னோவில் நடிக்கும் பெண்களுக்கு அந்த மாதிரி எந்தப் பொருளும் இல்லை. உன்னைச் சுற்றி நின்றிருக்கும் டைரக்டரும் கேமராமேனும் தாழ்வான குரலில் உனக்கும் அவனுக்கும் ஆலோசனைகள் சொல்லிக் கொண்டிருக்கிறார்கள்.

''காசு பேசிட்டியா?'' காதோரமாய் கலைந்திருக்கும் தலைமுடியை ஒதுக்கியபடியே அர்ச்சனா கேட்கிறாள்.

"என்னம்மா ரெடியாச்சா? வீட்டோட சொந்தக்காரன் வரதுக்குள்ள வேலையை முடிச்சரலாம்னு பார்க்குறேன். அவன் பொண்டாட்டிக்குத் தெரியாமத்தான் ஷூட்டிங் நடத்த விட்டிருக்கான். நீங்க என்னம்மோ கல்யாண ரிசப்ஷனுக்குப் போற மாதிரி சிங்காரிச்சிகிட்டு இருக்கீங்க."

எதிர் மூலையில் உனக்குக் கோவணம் கட்டிவிட்டவனும் கேமராமேனும் ஒருவரை ஒருவர் பார்த்துப் பல் தெரியச் சிரிக்கிறார்கள். நீ அவர்களைக் கவனிக்காமல் உன் இடுப்பைச் சற்றி இருக்கும் தோல் நிற உடுப்பின் கயிற்றின் இறுக்கத்தை ஒற்றை விரலால் இழுத்துச் சரிப் பார்க்கிறாய். பிறகு ஓரிரு முறை நின்ற இடத்திலேயே லேசாய் குதிப்பதுபோல் பாவனை செய்து உடுப்பு நழுவாமல் இருக்கிறதா என்று உறுதி செய்து கொள்கிறாய். உன் முகத்தில் கவலை பிரகாசிக்கிறது.

உன் கழுத்தின் ஓரமாய் காதுக்குப் பின்னாலிருந்து வெள்ளிச் சரடாய் இறங்கும் வியர்வையை ஒற்றை விரலால் துடைத்துக் கொள்கிறாய். அந்த விரல் நுனியில் இப்போது பழுப்பாய் கன்சீலர் ஒட்டியிருக்கும். உன்னோடு இருப்பவர்கள் இப்போது படுக்கைக்கு எதிரில் கோணங்களை ஆராய்ந்து காமிராவைக் குடைய ஆரம்பித்திருக்கிறார்கள்.

நான் புருவத்தை வளைத்து அர்ச்சனாவிடம் சைகை செய்கிறேன். அவள் ஒரு நொடி தலையைத் திருப்பிச் சுவாரஸ்யமில்லாமல் உன்னைப் பார்க்கிறாள்.

"ஆமா, புதுப் பையன். எத்தனை நாள் தாங்குவான்னு தெரியல."

சிரிக்கிறோம்.

‘‘நான் கேட்டதுக்குப் பதிலே சொல்லலியே. காசு பேசுனியா இல்லையா?’’ என்கிறாள்.

புருவம் எழுதுவதற்குப் பங்கம் வராதபடி தலையை லேசாய் ஆட்டுகிறேன்.

‘‘இல்ல. இது என்ன முழுப்படமா. ஆன் லைன்ல மட்டும் வரப்போற போர்னோ தான. என்ன தந்துடப் போறான். அப்புறமா வாங்கிக்கலாம்னு விட்டுட்டேன்.’’

‘‘ஷூட்டிங் முடிஞ்சோடன மூணு பேரும் காணாமப் போகப் போறானுங்க பாரு. அப்ப நீ விரல் சூப்பிக்கிட்டுத்தான் நிக்கப் போற.’’

கட்டைவிரலை வாயருகில் கொண்டுபோய் வைத்துக் கொண்டாள். அந்தச் செய்கையில் ஆபாசம் இருந்தது. அவள் செயலை நான் லேசான உஷ்ணத்தோடு புறக்கணித்தேன்.

‘‘போனா போகட்டுமே. இவன் ஒருத்தன் காசுக்கு மட்டும்தானா அவுத்துப் போட்டுகிட்டு நிக்குறேன் ‘‘

முதன்முதலில் அவிழ்த்துப் போட்டு நின்றதிலிருந்து இதுவரை பன்னிரண்டு வருடங்கள் ஆகின்றன. முதன்முதலில் அவிழ்த்துப் போட்டு நின்றது ஜெயலக்ஷ்மி பிறப்பதற்குச் சில மாதங்களுக்கு முன்னால். அப்போது ஷூட்டிங்குக்காகக் கர்ப்பிணிப் பெண்ணைத் தேடிக் கொண்டிருந்த படக்குழுக்காரர்கள் நல்ல தொகை கொடுத்தார்கள். அதற்குப் பிறகு கால மாற்றத்திற்கு ஏற்ப வீட்டு வேலைக்காரி, எஜமானி அம்மா, விதவைச் சித்தி, அண்ணன் மனைவி, இள வயது அத்தை என்று கதாபாத்திரங்கள் வந்தன.

‘‘சரி, உனக்குக் காசு வேணாம். குடும்பச் செலவுக்கு என்ன பண்ணப் போற. உன் புருஷனுக்குச் சம்பாதிக்குறது எப்படினு தெரிஞ்சாலும் பரவாயில்ல. பதினஞ்சு வருஷமா பழக்கடை வச்சுத்தான் பொழைப்பேன்னு ஒத்தக் காலுல நிக்குறாரு. அப்படிப்பட்ட மனுஷனோட என்ன பண்ண முடியும்?’’

‘‘ஓடறவரைக்கும் ஓடட்டும்டி. இந்த நடிப்பு வேணும்னு தேடிக்கிட்டா அலைஞ்சேன்? வேறொருத்தன்கிட்ட சீரழிஞ்சு அவன் மூலமா வந்த வாய்ப்புத்தான?’’

என் மார்புக்கு முன்னாலிருந்த டவல் முடிச்சை ஒரு முறை தளர்த்திப் பார்த்தாள். பின்னர் மீண்டும் இறுக்கினாள்.

‘‘இப்பவே எல்லாம் தொங்கிப் போச்சு. ஒண்ணு கேக்குறேன்னு தப்பா நெனைக்காதே. உன் புருஷன் போர்னோவே பார்க்குறதில்லனு சத்தியம் பண்ணுற. சரி. ஆனா ஒரு நா இல்ல ஒரு நா அந்த மனுஷன் நீ நடிச்ச படங்கள இண்டர்நெட்டுல பார்த்துட்டா உன் கதி என்னாகும்னு யோசிச்சியா? அதுலயும் இந்தப் படத்த எடுக்குற நாயிங்க தராதரம் இல்லாமலேயே கிளிப்ஸ வந்த காசுக்கு இண்டர்நெட்டுல விட்டுருவானுங்க. எடுக்குற ரிஸ்குக்கு பிரதிபலனா எதாவது லாபம் வேணாம்?’’

காமிராவைக் குடைவதை நிறுத்தியிருந்தார்கள்.

‘‘சரிம்மா. அலங்காரம் பண்ணது வரைக்கும் போதும். ஸ்டார்ட் பண்ணிடலாமா? ரைட். ஸ்டார்ட். ஸ்டார்ட்.’’

படுக்கைக்கு நகர்ந்து பாதி சாய்ந்தபடியும் பாதி படுத்தபடியும் அமர்ந்து கொள்கிறேன். உன் கண்களைக் கறுப்புத் துணியால் கட்டி

உன்னை என் பக்கத்தில் மல்லாக்கப் படுக்க வைத்திருக்கிறார்கள். உன் கைகளையும் கால்களையும் வெவ்வேறு திசைகளில் மின்னும் கறுப்பு நிறத்தில் துணிகள் பிணைத்திருக்கின்றன. உன் கழுத்துப் பகுதி வெகுவாய் வியர்த்திருக்கிறது. கலங்கலான தண்ணீருக்கடியில் துள்ளும் வெள்ளை நிற மீனாட்டம் உன் தொண்டைக்குழி குதித்து அடங்குகிறது.

''இன்னும் கொஞ்சம் பலமா முனகுடா. செத்த பொணம்போல படுத்திருக்காம் பாரு.'' என்று டைரக்டர் குரல் கொடுக்கிறான்.

உன் முறுக்கிய வாலிபமும் இயலாமையும் எனக்கு வெறியேற்றுகின்றன. வேண்டுமென்றே விடைத்திருக்கும் உன் மார்புக் காம்பை வலிக்கத் திருகுகிறேன்.

ஷாட் முடிந்தவுடன் வெட்கத்தில் என் கண்களைச் சந்திக்க மறுக்கிறாய். அர்ச்சனா கையோரமாக இருந்த பெட்டிக்குள் முக ஒப்பனை உபகரணங்களை அடுக்கி வைக்க ஆரம்பித்திருந்தாள்.

டைரக்டரும் காமிராமேனும் சின்னத் திரையில் எடுத்த காட்சிகளை முன்னாலும் பின்னாலும் ஓட்டிப் பார்த்துக் கொண்டிருந்தார்கள். டைரக்டர் பால்பாயிண்ட் பேனாவைத் திரை மீது சில முறைகள் தட்டி உதட்டைப் பிதுக்கினான். நீ கழிவறை எங்கே இருக்கிறது என்று கண்களால் சில முறை தேடி விட்டுக் கூச்சத்துடன் என்னைக் கடந்து போகிறாய்.

''சாரி, எனக்கு முதல் தடவை. ஷாட் சரியா வரல. என்னாலதான் ஷாட்ட மறுபடியும் எடுக்க வேண்டியதாகிடுச்சு. உங்களுக்கும் சிரமம்.''

உன் கண்கள் என் உடம்பு முழுவதும் அலைகின்றன. என் முகத்தைக் கடுமையாக்கிக் கொள்கிறேன்.

''ம்.''

நீ தயக்கத்துடன் பார்த்துவிட்டுக் கழிவறைக்குள் போய்விடுகிறாய். முன்னால் நிற்கும் மூவரும் காமிராவை வேறொரு கோணத்துக்கு மாற்றிக் கொண்டிருந்தார்கள்.

''வெளிச்சத்துல சுருக்கமெல்லாம் தெளிவா தெரியுது. ஜன்னல் பக்கத்துலேர்ந்து காமிராவ இந்தப் பக்கமா மாத்து. இங்க இல்லடா. தத்தி. காமிராவ இங்க வச்சா நாலு காலு மட்டும்தான் தெரியும்.''

அர்ச்சனா வரவா என்பதுபோல் எழுகிறாள். வேண்டாம் என்று கையசைக்கிறேன்.

நீ கழிவறையிலிருந்து வெளியே வந்து என்னை ஒரு முறை பார்த்துவிட்டு உன் மூலைக்குப் போய்விடுகிறாய். தோல் நிறமாய் உன் உடம்போடு ஒட்டியிருக்கும் கோவணத்தின் மேல் புறத்தில் நாகப்படம்போல் என் கண்களின் எதிர்ப்புறத்தில் உன் முதுகு.

இம்முறை உன் முதுகில் லேசான கோடுகளை ஏற்படுத்திவிட வேண்டும் என்று என் விரல் நகங்களின் பளபளப்பை ஒரு முறை பார்த்துக் கொள்கிறேன். அர்ச்சனா என்னைப் பார்த்துப் புன்னகை செய்துவிட்டுச் சிகரெட்டைப் பற்ற வைத்து ஆழமாக இழுத்துப் புகையை ஊதிவிடுகிறாள்.

''சை. அர்ச்சனா இங்க சிகரெட் பத்த வைக்காதீங்க. வீட்டுக்குச் சொந்தக்காரன் வந்தா கத்துவான்.''

''அவனப் போய் எங்கயாவது செருகிக்கச் சொல்லு.''

அர்ச்சனா தைரியமானவள். ஸ்டார்ட் சொல்வதற்கு ஒரு நொடிக்கு முன்னால் நீ கைத்தொலைப்பேசியைத் தூக்கிக் கொண்டு டைரக்டரிடம் கவலையுடன் வருகிறாய்.

''ராஜேஷ். அடுத்த அரை மணி நேரத்துல போயிரலாம் இல்லையா? குழந்தை பொறந்திருக்கு. அப்பா மெஸேஜ் பண்ணியிருக்காரு. ஆஸ்பிட்டல் போகணும்.''

உன்னை அவர்கள் விநோதமாகப் பார்க்கிறார்கள்.

''நீ ஒழுங்கா நடிச்சிருந்தா இந்நேரத்துக்கு படத்தையே வெளியாக்கியிருக்கலாம். முதல்ல ஒழுங்கா நடிக்குற வழியப் பாருங்க பிரதர்.''

மறுபடியும் பாதி சாய்ந்தபடியும் பாதி படுத்தபடியும். மறுபடியும் நீ வியர்வை கொப்பளிக்க முடவனாக, கையசைக்க முடியாதவனாக, குருடனாக. உன் முதுகில் நன்றாகக் கீறி விடுகிறேன். உன் கன்னங்கள் இறுகியிருக்க நீ பலம்கொண்ட மட்டும் காளை மாட்டின் எக்காளம்போல் பல முறைகள் முனகுகிறாய்.

ஷாட் முடிந்த பிறகு இடுப்பைச் சுற்றியிருக்கும் கோவணத்தைக் கழற்ற உன் விரல்கள் தடுமாறுகின்றன. பின்பு கால்சட்டையை அணிந்து கொள்ளும் போது கால் தடுக்கி விழப் போனவன் கட்டிலின் விளிம்பைப் பிடித்துச் சுதாரித்துக் கொள்கிறாய்.

உன் கண்கள் எல்லா இடத்திலும் எதையோ தேடுகின்றன.

"கொஞ்சம் இருங்க கயல்விழி. உங்கள மட்டும் ரெண்டு மூணு ஷாட் தனியா எடுக்கணும். டவல்லயே இருங்க."

பெருமூச்சோடு மீண்டும் உட்கார்ந்து கொள்கிறேன். அர்ச்சனா தன் கைக்கடிகாரத்தை ஒற்றை விரலால் எல்லோருக்கும் தட்டிக் காட்டுகிறாள். பிறகு எதுவும் சொல்லாமல் என் தோளை உலுக்கிவிட்டு இடத்தை விட்டுக் கிளம்புகிறாள்.

"மறக்காம பணத்த வாங்குறே." என்று அவள் சொன்னது எனக்கு மட்டும் கேட்கிறது. உனக்குக் கோவணம் கட்டிவிட்டவன் இப்போது படுக்கையிலிருக்கும் தலையணைகளை மறுபடியும் அடுக்கி வைப்பதை நீ தவிப்புடன் பார்த்துக் கொண்டிருக்கிறாய்.

"கயல்விழி. இங்க வாங்க. இந்தப் பக்கமா." டைரக்டர் அழைக்கிறான்.

நான் சேலை உடுத்திக் கொண்டு டைரக்டரிடம் பணத்தை வாங்கிக் கொண்டிருக்கிறேன். நூறும் ஆயிரமுமாய் தாள்களை மடித்துத் தருகிறான். நீ எனக்குப் பின்னால் நின்று கொண்டிருக்கிறாய். உன் வியர்வை நாற்றம் என்னை எட்டுகிறது.

உன்னிடம் டைரக்டர் சில நூறுகளை எண்ணிக் கொடுக்கிறான்.

நீ உயர்த்திய கையை அப்படியே வைத்து அவனைக் குழப்பத்துடன் பார்க்கிறாய். டைரக்டர் வேறு பக்கமாகத் திரும்பி கேமிராமேனிடம் கட்டளைகள் இட்டுக் கொண்டிருந்தான்.

"டைட்டில்ஸ்லாம் சரியா வர மாதிரி பார்த்துக்கோ. போன தடவ மாதிரி சொதப்பிடாத."

‘‘ராஜேஷ்.’’

‘‘நாளைக்குள்ள முடிச்சிருவே இல்ல?’’

‘‘ராஜேஷ், சாரி.’’

உன் குரல் இருட்டில் அலையும் கனமும் ஈரமும் உள்ள ரோமமுள்ள பிராணி. தரையில் மெத்து மெத்தென்று ரத்தினக் கம்பளங்கள் விரித்து குளிரூட்டப் பட்ட அந்த அறையில் உன் குரல் ரப்பர் பந்தாய் தரையில் விழுந்து புதைந்து கொள்கிறது.

உன்னைச் சட்டை செய்யாமல் அவர்கள் உரையாடுகிறார்கள்.

நான் ஊபர் வருமா என்று கைத்தொலைப்பேசித் திரையைப் பார்த்துக் கொண்டிருக்கிறேன். கடைசியில் டைரக்டர் உன்னிடம் திரும்புகிறான்.

‘‘என்ன?’’

‘‘இல்ல. இந்தப் பணம். ஆஸ்பிட்டல் செலவு இருக்கு.’’

‘‘போதாதுனு சொல்றியா? இதைச் சும்மாவே நடிச்சுக் கொடுக்க ஆளுங்க இருக்காங்க. நம்ம பிரெண்டு சொன்னானேனு. இங்கப் பொம்பளைங்களுக்குத்தான் கிராக்கி தெரிஞ்சுக்கோ. ஆம்பிளைகளைவிட பொம்பளைங்க அதிகமா சம்பாதிக்குற ஒரே இடம்.’’

படப்பிடிப்பின் போது ஏற்பட்டிருந்த இறுக்கம் உடைத்திருந்தது. ஹாஹாஹா என்று நான் நிற்கும் திசை பார்த்துச் சிரிக்கிறார்கள்.

ஊபர் வருமென்று திரை காட்டியது. கடந்து போகப் போகும் உன்னை நிறுத்தி எனக்குக் கிடைத்த ஆயிரங்களில் ஒன்றிரண்டை உன் கைக்குள் திணிக்கிறேன்.

உன் அழகான முகம் இப்போது வெட்கத்தாலும் ஆசையாலும் கறுத்துப் போகிறது.

"வேண்டாங்க. உங்க காசு."

"வச்சுக்கீங்க."

அவசரமாக அறையை விட்டு வெளியேறுகிறாய். நானும் கிளம்பப் போகும் போது கேமிராமேன் என்னைக் கூப்பிடுகிறான்.

"கயல்விழி, எப்பவும் போல உங்க பேர டைட்டில் கார்டுல 'க.'ன்னு போட்டுறலாம் இல்லையா."

கயல்விழியும் என் பெயரல்ல. ஆனால் நான் நடித்த போர்னோ பட டைட்டில் கார்டுகளில் எல்லாம் என் பெயர் க டாட்.

"அப்படியே போட்டுருங்க."

இருட்டான மாடிப்படிகளில் இறங்கி வந்தபோது தெருவின் வெளிச்சத்தில் நீ நின்றிருந்தாய். உன் கையில் தொலைப்பேசி.

"டேட்டா இல்ல. ஊபர் கூப்பிடணும்."

"என்கூட வாங்களேன். ஆஸ்பிட்டல்ல இறக்கிவிடச் சொல்றேன்."

ஊபர் வந்து சறுக்கி நின்றதுபோல் உனது நன்றி.

ஊபரில் போகும்போது உன் மனைவியைப் பற்றியும், புதிதாய்ப் பிறந்திருக்கும் உன் மூத்த மகளைப் பற்றியும் எனக்குச் சொல்கிறாய். அவள் பெயர் உஷா. உறவுக்காரப் பெண்தான். ஆனால் பெற்றோர்கள் சம்மதமில்லாமல்தான் உங்கள் திருமணம். பள்ளிக்கூடத்தில் படிக்கும்போதே உங்கள் இருவருக்கும் ஒருவர்மேல் ஒருவருக்கு விருப்பம்தான். உஷாவின் குடும்பம் சமூக அந்தஸ்து பார்ப்பவர்கள். வரலாறு படித்திருக்கிறாய். முகலாய மன்னர்களைப் பற்றிச் சகலமும் தெரியும். குழந்தை பிறந்த நேரம் வேலை கிடைக்க வேண்டும். கிடைத்துவிடும். விரிவுரையாளர் வேலைக்குத்தான் இப்போது எல்லா இடங்களிலும் ஆள் எடுக்கிறார்களே. ஹுமாயூனின் கல்லறையை ஊபர் கடக்கும்போது அதைப் பற்றி என்னிடம் முழுவதும் சொல்லத் துடிக்கிறாய்.

ஆனாலும் உன் கண்கள் என் உடம்பு முழுக்க அலைகின்றன.

ஆஸ்பிட்டலில் இறக்கிவிடப் போகும் நேரத்தில் காரிலிருந்து தெருவில் ஒரு காலை ஊன்றியபடியே என்னைத் திரும்பிப் பார்த்துப் பழச்சுளை போன்ற உன் உதடுகளில் வசீகரமான புன்னகையை ஒட்டிக் கொள்கிறாய்.

''மன்னிக்கணும். நீங்க ---ல பழக்கடை வச்சிருக்கீங்கதான. அங்க பல தடவை உங்கள உங்க குழந்தையோடயும் கணவரோடயும் பார்த்திருக்கேன். உங்க பேர்கூட ராதிகானு நெனைக்கிறேன். உங்க கணவர் அடிக்கடி உங்கள அப்படித்தான் கூப்பிடுவாரு.''

மதிய வெளிச்சத்தில் உன் பற்கள் பெரியதாகவும் மிக வெண்மையாகவும் இருக்கின்றன. நீ உனது அகலமான கண்களால் என் முகத்தில் கொஞ்சமாவது பயம் தென்படுமா என்று அலசுகிறாய்.

ரிஸ்க் எடுத்தால் அதனால் எதாவது லாபம் வரவேண்டும்.

நான் உன் கண்களைத் தைரியமாகவே சந்திக்கிறேன்.

"ஆமா. என் பெயர் ராதிகா. ராதிகா சந்திரசேகர். நேரம் கிடைக்கும்போது உங்க மனைவியையும் பாப்பாவையும் கூட்டிகிட்டுக் கடைக்கு வாங்களேன்."

சற்று இடைவெளிவிட்டுச் சொல்கிறேன்.

"அந்த பணத்தையும் முடிஞ்ச போது கடைக்கு வந்து கொடுத்திடுங்க."

நீ இறங்கிப் போகிறாய். அந்த இடத்திலிருந்து ஊபர் கிளம்பி மறையும் வரை நான் மருத்துவமனையை நோக்கிச் செல்லும் உன் பரந்த முதுகையே கண் கொட்டாமல் பார்த்துக் கொண்டிருக்கிறேன்.

மூன்று லாரி வீடு

''இந்த ஊருக்கு நான் நிச்சயம் ஒரு நாள் மழையக் கொண்டு வருவேண்டா''. பெரியதும், சிறியதுமான பழைய அட்டைப் பெட்டிகளும், கனமான தாம்புக் கயிறுகளும் நிறைந்திருந்த திண்ணையில் பொருள்களோடு பொருளாக மூத்திர நாற்றமடிக்கும் பாயில் படுத்திருந்த கிழவன் சத்தம் போட்டுக் கத்தினார்.

தகர டின்னில் சின்ன கூழாங்கற்களைப் போட்டுப் பலமாகக் குலுக்கியது போன்ற குரல். பிற்பகல் வெயிலின் கொடுமையில் வெள்ளி நிறமாய்க் கொதித்துப் போயிருந்த ஆள் நடமாட்டமில்லாத தெருவும் முன்னங்கால்கள் மீது தலைவைத்துப் படுத்திருந்த பழுப்பு நிற தெருநாயும் அவரை ஒரு முறை ஆச்சரியத்தோடு பார்த்துவிட்டு மீண்டும் படுத்துக் கொண்டது.

கிழவன் மேகங்களைக் கண்ணுக்குத் தெரியாத மெல்லிய கயிற்றால் இழுப்பதுபோல் பழைய மூங்கிலாய் மெலிந்திருந்த கைகளை உயர்த்தி விரல்களைத் தேய்த்துக் கொண்டிருந்தார். அகலத் திறந்திருக்கும் அவர் கண்கள் வானத்தின் பளீர் சாம்பல் நிறமாக மாறியிருந்தன. தெருவைத் தாண்டிப் போன வெப்பக் காற்று அவர் மீது மணல் வாரி தூற்றிவிட்டுப் போனது.

‘‘கிழவனுக்குப் பைத்தியம் முத்திருச்சு.’’ விறைப்பான புதுப் புடவையில் பளிச்சென்ற தாலிக் கயிறோடு நின்றிருந்த மருமகளுக்குப் புறங்கையால் ஆவிப்புகையிலிருந்து முகத்தை மறைத்தபடி சமையல் பக்குவம் சொல்லிக் கொடுத்துக் கொண்டிருந்த மாமியார் சொன்னாள். மாமியார் புது மருமகளாய் அந்தத் தெருவுக்கு வந்த போதே கிழவனுக்கு வயதாகி இருந்தது.

‘‘ரொம்ப நாளா சீக்கா கிடக்குறாரா அத்தை?’’ என்று புது மருமகள் லேசான வெறுப்புத் தொனிக்கும் குரலில் கேட்டாள். மாமியாரிடம் நல்ல பெயர் எடுக்க வேண்டும் என்ற ஆவல் அவள் முகத்தில் மஞ்சள் நிறமாய்ப் பூத்திருந்தது.

‘‘இம், நல்லா கம்பீரமா திமிரோட மீசைய முறுக்கி விட்டுக்கிட்டுச் சுத்துன மனுஷன்தான். இந்த மூணு வருஷமாத்தான் இப்படி கெடக்குறாரு. செஞ்ச வெனை ஆள சும்மா விடுமா?’’

கொதித்துக் கொண்டிருந்த குழம்பு அவள் பேச்சைக் கேட்டுக் குப்பென்று மீண்டும் ஆவிப்புகையைக் கக்கிச் சிரித்தது.

ஆள் நடமாட்டமில்லாத தெருவின் முனையில் வேறொரு திண்ணையில் அமர்ந்திருந்த மூன்று கிழவர்கள் முள் நரைகள் நிறைந்திருந்த கன்னங்களைச் சொறிந்து கொண்டார்கள். திண்ணையில் படுத்திருந்த கிழவன் முறுக்கிய மீசையோடும் பளபளக்கும் ஜிப்பாவோடும் அந்த தெருவில் போய்க் கொண்டும் வந்து கொண்டும் இருந்ததை அவர்களுடைய வாலிப வயதில் பார்த்திருக்கிறார்கள்.

‘‘டிரான்ஸ்போர்ட் கிழவருதான?’’

‘‘ஆமா. மூணு லாரி வச்சு நடத்துன மனுஷன். பரலோகத்துக்குப் போறதுக்கு வழி தெரியாம இப்ப இழுத்துகிட்டுக் கெடக்குது.’’

"லாரி ஓட நாலு பக்கமும் சக்கரம் போதும். பரலோகம் போக நாலா பக்கமும் புண்ணியம் பண்ணியிருக்க வேண்டாமா?"

மூவரும் பேசிவிட்டுச் சட்டென்று அமைதியானார்கள். தாகத்தால் தவித்துக் கொண்டிருந்த அவர்களுடைய தொண்டைக் குழிகளில் வியர்வையோடு இன்னதென்று சொல்லமுடியாத பயம் பளபளத்தது.

"சரி, சரி நமக்கெதுக்கு வம்பு. கிழவனுக்குக் கேட்டுரப் போவுது.

கிழவனுக்குப் பாம்புச்செவி என்று ஊரில் பேசினார்கள். பௌர்ணமி இரவுகளில் கிழவன் பளபளக்கும் சட்டையுடைய மலைப்பாம்பாய் உருவம் மாறி ஊரின் மேற்குப்புறமாய் இரும்பு தாதுக்களின் மணம் வீசும் மாந்தோப்புகளில் அலைவதாகவும் அப்படி அலையும் நேரங்களில் கறுப்பான உடம்பும் சிவந்த கண்களும் உடைய சில பேர் கிழவனைச் சந்திப்பதாகவும் பொழுது சாயும் நேரங்களில் ஊர்க்கிழவிகள் கூடி அமர்ந்து தாழ்ந்த குரலில் பேசிக் கொண்டார்கள்.

ஊர் சிறுவர்கள் கோவில் விழாக்கள் இல்லாத பௌர்ணமி இரவுகளில் தூங்கப் போவதுபோல் நடித்து வீட்டில் யாரும் கவனிக்காத சமயத்தில் தரையில் ஊர்ந்து வெளியேறினார்கள். கிழவன் வீட்டுக்கு எதிரிலுள்ள அரச மரத்தில் பரந்த நிழலில் நின்று கிழவர் மலைப்பாம்பாய் மாறுகிறாரா என்று பார்த்தார்கள்.

திண்ணையில் கனத்த கம்பிளிப் போர்வைக்குள் இருந்த கிழவனின் உருண்டை ரூபத்திலிருந்து நள்ளிரவுக்குப் பின் ஏற்படும் நிசப்தத்தில் புஸ் புஸ் என்று ஆழ்ந்த பெருமூச்சுக்கள் எழுவதைக் கேட்டுப் பயந்து வீட்டிற்குத் தலை தெறிக்க ஓடிவந்தார்கள்.

பள்ளிக்கூட இடைவேளைகளின் போது அவர்கள் பார்த்ததும் கேட்டதும் பள்ளி மைதானச் சுவர்களில் ஆலமர இலைகளின் ஆயிரம்

நாவுகளின் பேச்சுக்குரலாய் எதிரொலித்தது.பின்னர் அது ஊர்ப் பெண்கள் பொதுக் குழாயில் நின்றுகொண்டு பல வண்ணப் பிளாஸ்டிக் குடங்களில் தண்ணீர் பிடிக்கும் ஓசையாகவும் ஊருக்கு வெளியே இருக்கும் பாட்டரி தொழிற்சாலையின் கேண்டீனில் டீ ஆற்றும் சத்தமாகவும் பரவி அலைந்தது.

அதேநேரத்தில் ஊரிலுள்ள குழந்தைகளின் உடல்களில் பாம்புத் தோலில் உள்ளதுபோலவே வெடிப்புக்கள் தோன்ற ஆரம்பித்தன. சில குழந்தைகளின் காது மடல்கள் கனிந்து சுருங்கி மண்டை ஓட்டுக்குள் ஒடுங்கிப் போகவும் செய்தன.மூக்குச்சதை காய்ந்து பாம்புகளுக்கு உள்ளதுபோல் நாசித் துவாரங்கள் மட்டும் தெரியும்படி அவர்கள் முக லட்சணம் மாறியது. அந்தக் குழந்தைகள் பெரியவர்களாக வளர்ந்தபோது அந்தத் தோற்றம் இன்னமும் உறுதியானது.

நாளடைவில் ஊரிலிருந்தபெரியவர்களுக்கும் நேரிடையாகவே அந்த மாற்றங்கள் ஏற்பட்டன.வெளியூர்களிலிருந்து உள்ளூர்ப்பையன்களுக்குப் பெண் தர மறுத்தார்கள்.

ஊரிலிருந்து வெளிநாடுகளுக்குச் சென்று கூலி வேலை பார்த்த இளவட்டங்கள்இரண்டு வருடம் வேலை பார்த்துவிட்டு ஒரு மாத லீவில் ஊர் திரும்பிய போது விருந்து சாப்பிட்டுவிட்டு பல் குத்திக் கொண்டிருக்கும் வேளைகளில் பாட்டரி தொழிற்சாலையால் ஊர்த் தண்ணீர் கெட்டு விட்டதாக பேசினார்கள். ஆனால் அவர்கள் வெளியூரில் கூலி வேலை செய்பவர்கள். அதிகம் படிக்காதவர்கள். அதனால் அவர்கள் சொற்கள் அம்பலம் ஏறவில்லை. மேலும் அவர்களுக்கு ஒரு மாதத்திற்குப் பின் மீண்டும் வெளிநாடு சென்று வேலையில் சேரும் அவசரமிருந்தது.

கிழவனின் மூன்று லாரிகளும் பாட்டரி தொழிற்சாலைக்கு ஓடின. லாரிகளை ஒட்ட அவர் வெளியூர்களிலிருந்து அழைத்து வந்த கட்டுமஸ்தான ஆட்கள் இருந்தார்கள். கிழவர் தொழிற்சாலை முதலாளிகளோடு நல்ல சுமுகமான உறவில் இருந்தார். தொழிற்சாலையிலேயே மாதம் இரண்டு மூன்று முறைகள் விருந்துகள் நடந்தன. தொழிற்சாலையின் உயரமான சிவப்பு நிற காம்பவுண்ட் சுவர்களைத் தாண்டி இரவு நெடுநேரம் வரை டேப் டெக் பாடல்களின் இசை ஜ்வலிக்கும் மீன் செதில்களாக ஊர் முழுவதும் தெறித்துவிழுந்தது.

இரவு வீட்டிற்குத் திரும்பிய கிழவர் மது பாட்டில்களும் சிகரெட் பெட்டிகளும் சூழ்ந்திருக்கத் திண்ணையிலேயே தூங்கினார். அவர் கையோரமாக ஆஸ்துமா நோயாளிகள் பயன்படுத்திய சின்ன பம்பு இருந்தது. திண்ணைக்குப் பின்னால் இருந்த மிகப் பெரிய வீட்டில் அவரைத் தவிர வேறு யாரும் இல்லை. உதவிக்கு வேலையாட்களைக்கூட அவர் வைத்துக் கொள்ளவில்லை. சில தெருக்கள் தள்ளி வாழ்ந்து வந்த விதவை லட்சுமிபாயின் மனநலம் குன்றிய பதின்ம வயது மகன் மட்டும் வாரம் சில முறைகள் வந்து வீட்டைச் சுத்தம் செய்துவிட்டுப் போவான்.

எல்லோரிடமும் குறைவாகப் பேசும் கிழவர் அவனிடம் மட்டும் அக்கறையோடு நிறைய நேரம் பேசுவார். அவனுக்கு உடைகளும் தின்பண்டங்களும் வாங்கித் தருவார். அம்மாவிடம் கொடுக்கப் பண நோட்டுகளை எண்ணி அவன் கையில் கொடுப்பார்.

ஊரிலிருந்தவர்கள் கிழவனின் வீட்டை 'மூணு லாரி வீடு' என்று அழைத்தார்கள்.அந்த வீட்டைச் சுத்தம் செய்த பையனை 'மூணு லாரி வீட்டுக்காரர் பையன்' என்றார்கள். அவன் தாயைக் கடக்க

நேரிடும்போது தலை கவிழ்ந்து மௌனமாகக் கடந்து போகக் கற்றுக் கொண்டார்கள்.

அந்தக் காலத்திலேயே பர்மா வியாபாரத்தில் கொடிகட்டி வாழ்ந்த மாணிக்கவேலின் ஒரே வாரிசு பெற்றோர் செத்து வெகு நாளாகியும் ஏன் கல்யாணம் செய்து கொள்ளவில்லை என்று ஊரில் பேச்சு இருந்தது. சிலர், கிழவர் வசப்படுத்தி வைத்திருக்கும் பர்மா குறளிப்பேய்கள் பிரம்மச்சரியம் தவறியவர்களைக் கொன்றுவிடும் என்பதால் அவர் திருமணம் செய்து கொள்ளவில்லை என்றார்கள். மற்றவர்கள் சில தெருக்கள் தள்ளி வாழ்ந்த விதவையைக் கைக்காட்டினார்கள்.

ஆனால் ஊர் கிழவரை வெறுக்க மாந்திரீகம் மட்டுமே முழுமையான காரணமா என்று தெரியவில்லை. திண்ணையில் உட்கார்ந்து பேசிக் கொண்டிருந்த கிழவர்கள் திருமணமாகாத இளைஞர்களாய் இருந்த காலத்தில் ஊர்க் குழந்தைகளிடம் பரவி வரும் விசித்திரமான நோயை நிவர்த்தி செய்ய ஏதேனும் பரிகாரம் செய்வது என்று ஊர் முடிவு செய்தது.

ஊர் கோதாவரி நதிக்கரையில் இருந்தது. நதியின் எதிர்க்கரையில் இருந்து அழைத்து வரப்பட்ட சாஸ்திரிகள் ஊருக்குச் சர்ப்பங்களின் சாபம் உள்ளது என்றும், ஊரின் எல்லையில் தெற்கு முகமாக ஐம்பதடியில் நாகக்கன்னி அம்மன் சிலை வைத்தால் சாபம் நீங்கும் என்றும் சொன்னார். அம்பாளின் உடல் முழுவதும் பாம்புகளையே ஆபரணங்களாக வடிவமைக்கவும், அம்மனின் நெற்றி, விரல்கள், மணிக்கட்டுகள் மற்றும் கரங்கள் ஆகியவற்றில் அமைக்கப்படும் பாம்புகள் சிவப்பான கண்களோடும் சற்று பெரியதாகவும் இருக்கட்டும் என்றார்.

ஊர்க்காரர்கள் பணம் சேர்த்து அப்பண்ணாவை வைத்துஅப்படி ஒரு சிலையை வடிவமைத்தார்கள். ஊரில் இருந்தவர்களில் கிழவருக்கு மட்டுமே தெற்குத் திசையில் கொஞ்சம் நிலம் இருந்தது. அவர் அந்த நிலத்தைச் சிலைக்காக தர முன் வந்தார். கும்பாபிஷேகச் செலவுகளையும் தானே ஏற்றுக் கொள்வதாகச் சொன்னார். கிழவரின் செல்வாக்கு அப்போது உச்சத்துக்குப் போனது.

ஆனால் சிலையை நிறுத்தி வைக்கக் குறிக்கப்பட்ட நாளுக்கு முந்தா நாள் ஊருக்கு வந்த அரசாங்க அதிகாரிகள் ஐம்பதடிச் சிலை ஆபத்தானது என்றும் அதை நிறுத்தி வைக்க முயன்றால் அரசாங்கம் கடுமையான நடவடிக்கை எடுக்கும் என்றும் சொல்லிவிட்டுப் போனார்கள்.

ஊர் சில நாட்களுக்கு நிமிர்ந்து நிற்கப் போகும் நாகக்கன்னி அம்மன் சிலைக்கு முட்டுக் கொடுக்க நிறுத்தப்பட்டிருந்த சிமெண்ட் உருளைகளைச் சோகத்தோடு பார்த்தது.சிலை வடித்த அப்பண்ணா 'சிலைய வடக்கால எங்கயாவது வந்த விலைக்குத் தள்ளிடலாம்களா' என்று தேநீர் குடித்துவிட்டுப் பவ்யமாகக் கை கூப்பியபடி கேட்டான்.

கிழவர்தான் சிலையை வரவிடாமல் செய்தார்என்று மளிகை கடை வைத்திருக்கும் சீனான்தான் ஊருக்குச் சொன்னார். ஒரு நாள் மாந்தோப்புக்கு ஒரு விஷயமாகப் போன போது அங்கு கிழவர் டை கட்டிய ஒரு அதிகாரியிடம் பேசிக் கொண்டிருந்ததாகவும், அவன் காட்டிய சில தாள்களைப் பார்த்துவிட்டு 'இந்த மண்ணுல இந்த சிலை வந்தா ஆபத்து' என்று சொல்லிவிட்டு அவனிடம் ஒரு பெட்டியைக் கொடுத்ததை அவர் ஒளிந்திருந்து பார்த்ததாகவும் சீனான் சொன்னார்.

"அம்மன் வந்தா மந்திரம் செய்யுறவனுக்கு இடஞ்சலா இருக்காதா. அதனால கெடுத்துட்டான்."

கிழவரை இனிமேல் ஊர் நல்லதுக்கோ கெட்டதுக்கோ கூப்பிடக் கூடாது என்று முடிவானது. அதிகாரப் பூர்வமாக அல்ல. எல்லோருக்கும் பௌர்ணமி இரவும் மாந்தோப்பும் நினைவில் இருந்தது. மேலும் கிழவனைக் கேள்வி கேட்கலாம் என்று பேச்சு தொடங்கிய நேரத்தில் வரிசையாக ஊர்க்காரர்கள் பல பேர் ரத்தம் கக்கிச் செத்துப் போனார்கள். அதற்குப் பிறகு ஒரு மாதம் ஏனோ பாட்டரி தொழிற்சாலை பூட்டி இருந்தது. ஊரிலிருந்த ஆண்களுக்கு சம்பளம் போய்விடுமோ என்ற அச்சம் வேறு.

கிழவரை அழைக்காவிட்டாலும் அவர் ஊர்க்காரியங்கள் எல்லாவற்றுக்கும் வந்து முன்னால் நின்றார். அவர் கொடுத்த பணத்தை ஊர் வேண்டா வெறுப்பாய் வாங்கிக் கொண்டு வீட்டுக்குள்ளே போய் மறைவான இடத்தில் நின்று எண்ணிப் பார்த்தது.

"பணத்துக்கு எந்த தோஷமும் இல்ல" என்று எல்லோரும்பேசிக் கொண்டார்கள்.

ஊர் அதிகாரபூர்வமில்லாத வகையில் கிழவரை ஒதுக்கி வைத்த நாளிலிருந்து பதினான்கு ஆண்டுகள் ஊரில் மழை நின்று போனது. இதையும் கிழவன் வைத்த செய்வினையாகவே ஊர் எடுத்துக் கொண்டது.

பதினான்கு ஆண்டுகள் முடிந்த நாளில்தான் கிழவர் உரக்கக் கத்தினார். ஒரு நாள் முழுவதும் இடைவிடாமல் கத்திக் கொண்டு இருந்துவிட்டு அடுத்த நாள் செத்தும் போனார். கிழவரின் வீட்டருகில் சட்டை அணியாமல் வியர்வையில் நனைத்த உடம்புகளோடு

கோலிவிளையாடிக் கொண்டிருந்த பையன்கள் தான் ஓயாமல் கத்துவதைத் திடீரென்று நிறுத்திவிட்டு மார்பைப் பிடித்தபடி கிடந்த கிழவனை முதன்முதலாய் நெருங்கி தொட்டுப் பார்த்து அவர் மாண்டுவிட்டார் என்று அறிந்து கொண்டார்கள்.

செத்துப் போன கிழவனின் அகலத் திறந்த கண்கள் கனிந்து மிக ஆழமான கறுப்புநிறமாய் மாறியிருந்தன. அவருடைய இமையோரத்தில் ஓர் ஈ வெகு நேரமாய் அமர்ந்திருந்தது.

பையன்கள் செய்தி கொண்டு வந்த போது ஊர்ப் பெரியவர்கள் திகைத்தார்கள்.

"கிழவருக்கு யாரும் இல்லையே. எதாவது சடங்கு செய்யணுமா?"

"ஒண்ணும் வேணாம். இப்பவே எடுத்துப் போடு. பாவி. எந்தச் சடங்கு உண்டோ அதை வெட்டியானே செய்யட்டும்."

பேசியவர்களும் ஏதோ காரணத்துக்காகச் சுற்றும் முற்றும் கவனமாகப் பார்த்தபடியே பேசினார்கள். அவர்கள் விட்ட பெருமூச்சில் அனல் தெறித்தது.

ஆனால் ஆச்சரியம் பாருங்கள், கிழவன் செத்த மத்தியானத்திலிருந்து தொடங்கி மூன்று நாட்கள் ஊரில் மழை அடித்துப் பெய்தது. ஊர் மக்களால் வீடுகளிலிருந்து தலை காட்டவோ, வழக்கமான வேலைகளில் ஈடுபடவோ முடியவில்லை.

சில தெருக்கள் தள்ளி வசித்து வந்த விதவையும் மனநலம் குன்றிய அவளுடைய மகனும் கிழவரின் சாவுக்கு அழுததையும் மழையின் பெருங்கூச்சல் மறைத்துக் கொண்டது.

சித்துராஜ் பொன்ராஜ்

விழிப்பு

புரண்டு படுத்ததில் திடுக்கிட்டு எழுந்த பால்சாமி தன் வாயோரமாகக் கிடந்த கைத்தொலைப்பேசியின் ஒளிவிடும் திரையை விரலால் தடவி அதில் ஓடிக் கொண்டிருந்த திரைப்படத்தை நிறுத்தினான். திரைக்குஅடியில் ஓடிய சிவப்பு நிறக் கோடு திரைப்படத்தில் கணிசமான பங்கு ஓடியிருந்ததைக் காட்டியது.

கொரியப் படம். பால்சாமி படத்தை நிறுத்தியபோது கதாநாயகியான ரொட்டிக் கடை நடத்தும் திருமணமான மத்திய வயதுப் பெண் தன் கள்ளக்காதலனுக்கு மூளையில் புற்றுநோய் என்ற செய்தி கேட்டுப் பதறிக் கொண்டிருந்தாள். கள்ளக்காதலன் அவளைவிட மிகவும் வாலிபமாக இருந்தான்.

இருவரும் மிக அழகாகவே இருந்தார்கள்.

அவன்: அதிகப்படியான சலனமேதுமின்றி மிகவும் கவனத்தோடு செதுக்கிய விலை உயர்ந்த கைக்கடிகாரம் போல.

அவள்: மிகப் பெரிய துயரத்துக்கு நடுவிலும் பீங்கான் தட்டில் அடுக்கி வைத்த செவ்வந்தி மலர்களைப்போல கைக்கடக்கமாக.

பால்சாமி திடீரென்று திரைப்படத்தை நிறுத்தியதில் அவர்கள் இருவரும் திரையில் வியப்பு நிறைந்த முகங்களோடு ஒருவரை ஒருவர் கண்கள் விரியப் பார்த்துக் கொண்டிருந்தார்கள். தொலைபேசித் திரையில் பதிந்திருந்த கைரேகையில் மங்கலாகப் பிரதிபலித்த பால்சாமியின் முகத்திலும் அதே வியப்பு ஒட்டியிருந்தது.

பால்சாமி இதுவரைக்கும் எந்தத் திரைப்படத்தையும் முழுமையாகப் பார்த்ததில்லை.திரைப்படத்தின் தொடக்கத்தில் பெயர்கள் ஓடும்போதே தூங்கிவிடுவான். அல்லது படத்தின் முதல் காட்சியில்.

படத்தின் தொடக்கத்தில் கதாநாயகன் ரௌடிகளோடு சண்டை போட்டு ஜெயித்துவிட்டுக் கும்பலாகத் தன் பராக்கிரமங்களைச் சொல்லிப் பாட்டுப் பாடும் திரைப்படங்கள் பால்சாமிக்கு வசதியாக இருந்தன. சண்டைக்கும் பாடலுக்கும் இடையே உள்ள நனைந்த மணல்மேடு போன்ற இடைவெளியில் பால்சாமி தரைதட்டிய கொள்கலக் கப்பலாகச் செருகி ஆடாமல் அசையாமல் நின்று கொள்வான்.

திரைப்படங்களை முழுமையாகப் பார்க்க முடியாவிட்டாலும் பால்சாமி இணையதள விமர்சனங்களைப் படித்தும் தன் இயற்கையான கற்பனை ஆற்றலைப் பயன்படுத்தியும் அவற்றின் கதைகளை ஓரளவுக்கு யூகித்து விடுவான் இப்போது பால்சாமி திரையின் கீழிருந்த சிவப்புக் கோட்டை ஏக்கத்தோடு பார்த்தபடி கைத்தொலைப்பேசியை அவன் மல்லாந்து படுத்திருந்த படுக்கையின் ஓரமாக சலிப்போடு போட்டான். இன்றும் உண்மையில் எவ்வளவு நிமிடங்கள் வரை திரைப்படத்தைப் பார்த்தான் என்று அவனால் தீர்மானிக்க முடியவில்லை.

நீட்டிப் படுத்து விட்டத்தைப் பார்த்தபடியே தன்னையும் இப்படி ஒரு நாற்பது வயதுக்காரி காதலித்தால் எப்படியிருக்கும் என்று கனாக் கண்டான். பிறகு ஒரு திரைப்படத்தைக்கூட முழுமையாகப் பார்க்க முடியாத ஒருத்தனை எந்தப் பெண்ணாவது காதலிப்பாளா என்று யோசிக்க ஆரம்பித்தான். இருபத்தைந்து வயதில் காமம் என்பது பால்சாமிக்கு முழுமையாகப் பார்க்க முடியாத திரைப்படம்போலவே பிடிபடாமல் இருந்தது.

கொரிய நடிகையை நினைத்தபடியே பால்சாமி தன்னையும் அறியாமல் படுத்தபடியே இரண்டு தொடைகளையும் மிக இறுக்கமாக இழுத்து வைத்துக் கொண்டான். அடர்த்தியானதும் எளிதில் புரட்ட முடியாத ஆயிரமாயிரம் கூர்மையான முனைகள் வாய்ந்ததும் அதே சமயம் கனமே இல்லாததுமான ஓர் உணர்வு அவன் அடிவயிற்றில் இறங்கி பின்பு கால் நடுவே பாய்ந்து சிறுநீரின் ஜில்லிட்ட குறுகுறுப்போடு கரைந்து ஓடியது.

அவன் கண்களின் முன்னால் வெண்மையான உடல் பாகங்களாகவும் திரைப்படத் துணுக்குகளாகவும் காட்சிகள் தோன்றி மறைந்தன. கண்ணிமைக்கும் வேகத்தில் தோன்றி மறைந்த சதைப் பிண்டங்களில் ஓர் உடல் அவன் தாயின் நிர்வாண உடம்பாக இருக்கவே பால்சாமி திடுக்கிட்டுப் படுக்கையிலிருந்து எழுந்து அமர்ந்தான். அவன் நெற்றிப் பொட்டில் ஜில்லென்ற வியர்வைத் துளி இறங்கி ஓடியது.

அம்மாதான் அவனைச் சமீபத்தில் மனநல மருத்துவரிடம் அழைத்துப் போனாள்.

''இருபத்தஞ்சு வயசு வாலிபப் பிள்ளைங்க டாக்டர். எப்பப் பார்த்தாலும் பேயடிச்சாப்புல ரூமுலயே உக்கார்ந்துக்கிறான். யூனிவர்ஸிட்டி முடிஞ்சு இத்தனை வருஷமாச்சு. வேலைக்கு முயற்சி பண்ணாமலேயே இருக்கான். அது பரவாயில்ல, டிவியாவது பார்த்துக்கிட்டு இருடானா அப்பக்கூட பேந்த பேந்த முழிக்கிறான். எந்த படத்தையும் அஞ்சு நிமிஷத்துக்கு மேல பார்க்க முடியலையாம். அப்படியே உக்காந்தபடியே தூங்கிடுறான். கர்த்தர்தான் கண்ணைத் தொறக்கணும்.''

பழக்க தோஷத்தில் மருத்துவர் இருந்த அறையின் சகல மூலைகளிலும் சிலுவையைத் தேடினாள். எந்த மூலையிலும் சிலுவை கண்ணில் படாததால் மீண்டும் மருத்துவர் மீதே பார்வையைத் திருப்பித் தன் மார்பின்மீது அகலமாக சிலுவைக் குறியைப் போட்டுக் கொண்டாள். வியர்வையில் முற்றும் நனைந்த அவளுடைய தொண்டைக்குழி அடிக்கடி ஏறி இறங்கியது.

மருத்துவர் பழைய சிலோன்காரர். நகரத்தின் விரைவுச் சாலையின் ஓரமாய்ப் பல காலமாக தன் தொழிலை நடத்தி வந்தார். பால் அதிகமாக விட்டுக் கலந்த காபி போன்ற நிறம். விளக்குகள் நிலவாய் பொங்கி வழியும் அளவுக்கு வழுக்கை. முகத்தில் பாதியை மறைத்த வட்ட வடிவ மூக்குக் கண்ணாடியில் அவருடைய பெரிய விழிப்பைகள் கடற்கரை மண்ணில் புதைந்திருக்கும் கடலாமையின் முட்டைகளாக சுடர்விட்டன. அவர்மீது ஆண் விந்தின் வாசனை வீசுவதாக பால்சாமிக்குத் தோன்றியது.

மருத்துவர் பால்சாமியின் கண்ணிமைகளை விரல்களால் மேலேற்றி டார்ச்சடித்துப் பார்த்தார். பின் கண் ரப்பைகளை பெருவிரலால் இழுத்து

வைத்துச் சோதித்தார். அழுந்தத் துடைத்த அவருடைய மூக்குக்கண்ணாடியின் பளபளப்பான மேற்பரப்பில் தனது சிவந்த கண்களின் பிரதிபலிப்பு அருவெறுப்புக் கொப்புளிக்கப் பிதுங்கி நிற்பதையும் தன் முகத்தில் ஏற்படும் மாற்றங்கள் திரைப்படக் காட்சிகளாக விரிவதையும் பால்சாமி ஆர்வத்தோடு பார்த்தபடி இருந்தான்.

மருத்துவர் பால்சாமியை ஒருமுறை நாக்கை நீட்டிக் காட்டச் சொன்னார். பிறகு சலிப்புடன் அடித்தொண்டையைச் செருமிவிட்டுத் தனக்கு முன்னாலிருந்த தாளில் எதையோ எழுத ஆரம்பித்தார்.

"எதுக்கும் மூளையை ஸ்கேன் செய்து பார்த்துருங்களேன். மூளையில கட்டி இருந்தாலும் இப்படியெல்லாம் திடீர் திடீர்னு தூக்கம் வரும். எதுலயும் கவனம் வைக்க முடியாமப் போகும். எத்தனை நாளா இப்படி இருக்குனு சொன்னீங்க?"

மருத்துவரின் விரல் நுனிகளிலிலிருந்தும் கைகளையும் உடம்பையும் அவர் நகர்த்தும்போது சட்டைப் பொத்தான் இடைவெளிகளிலிருந்தும் மீண்டும் ஆண் விந்தின் உப்பு வாசம் வெள்ளி நிறச் சர்ப்பமாய் மீண்டும் பலமாக எழுந்தது. அம்மா இரண்டு கைகளையும் சேர்த்துக் கோர்த்து வைத்தபடி பயத்தின் உச்சத்துக்கே போய் மருத்துவரிடம் மன்றாடிக் கொண்டிருந்தாள்.

"எப்படியாவது இவனைக் காப்பாத்துங்க டாக்டர். இவன் அப்பா அந்த காலத்துல போஸ்ட்மாஸ்டரா இருந்தவரு. அவரும் உங்க ஊர்க்காரர்தான். இவன் பதினஞ்சு வயசா இருக்கும்போதே கர்த்தர்கிட்ட போயிட்டாரு. இவன் எனக்கு ஒரே பிள்ளை."

அம்மா உங்க ஊர்க்காரர் என்றதும் மருத்துவரின் பெர்ஸிமன் கனிபோன்ற கீழுதடு ஏளனத்தில் கோணியதை பால்சாமி மட்டும் கவனித்தான்.

ஆனால் பால்சாமியைக் கேட்டால் சொல்லியிருப்பான். அவனுக்கு இந்த வியாதி பதினைந்து வயதில் அப்பா மூச்சுக்குழல் நோயால் செத்த சில நாட்களிலேயே வந்துவிட்டது.

அப்பா காரியத்துக்குப் பின் அப்போதுதான் பால்சாமி பள்ளிக்கூடத்துக்குத் திரும்பியிருந்தான். மழை பெய்து கொண்டிருந்த ஒரு பிற்பகல் நேரம். பால்சாமியின் வகுப்பு மாணவர்கள் அனைவரும் பள்ளியின் ஒளிஒலி அறையில் அமர்ந்திருந்தார்கள். அறிவியல் ஆசிரியர் அன்று வரவில்லை என்று அறிந்தவுடன் தேவா என்ற மாணவன் புத்தகப்பையிலிருந்த் வீடியோ கேஸட் ஒன்றை உருவி எடுத்து தன் பக்கத்திலிருந்த மாணவர்களை விளக்குகளை அணைத்து விடவும் வகுப்பறையின் எல்லாக் கதவுகளையும் மூடிவிடவும் அவசரம் கலந்த குரலில் உத்தரவிட்டான்.

வகுப்பறையின் முன்புறத்தில் அறிவியல் பாடத்தின் போது ஆசிரியர் மாணவர்களுக்கு விளக்கப்படங்களைப் போட்டுக் காட்ட இரும்புப் பெட்டிக்குள் சிறிய தொலைக்காட்சி ஒன்றும் அதற்குக் கீழுள்ள அறையில் வீடியோ டெக் ஒன்றும் வைத்திருந்தார்கள். தேவாவிடம் இரும்புப் பெட்டியைத் திறப்பதற்கான சாவி இருந்தது.

பாலுவுடைய நண்பர்கள் சில பேர் கதவுகளின் ஓரமாய்க் காவலுக்கு நின்று கொண்டார்கள். ஆனால் மற்ற மாணவர்களின் கண்களைப்போல் அவர்கள் கண்களும் தொலைக்காட்சிப் பெட்டி மீது

நிலைக்குத்தி இருந்தன. அதில் ஓடும் காட்சிகளின் நிழல்கள் நீரில் நனைத்த நிறங்களாய் அவர்களின் விழிகளில் கூடிக் கலைந்தன.

பால்சாமி தொலைக்காட்சியின் எதிரில் அமரவில்லை. விதிவசத்தாலோ அல்லது சுத்த அசட்டுத்தன்மையாலோ தொலைக்காட்சித் திரையில் கால் பகுதி மட்டும் தெரியும் அளவில் வகுப்பறையின் ஓர் மூலையில் அமர்ந்திருந்தான். அதனால் இதுவரைக்கும் பால்சாமிக்குத் திரையில் தோன்றிய நடிகர்களின் முகங்களோ அவர்கள் ஒருவருக்கொருவர் என்ன செய்து கொண்டார்கள் என்பதோ சுத்தமாக நினைவில் இல்லை.

அவன் நினைவில் கலந்திருப்பதெல்லாம் அன்று தேவா போட்டுக் காட்டிய நீலப்படத்தில் முதல் சில நிமிடங்களில் திரையில் தோன்றிய நிறங்களும், ஓசைகளும், மாறி மாறி விழுந்த வெளிச்சமும்தான். அந்த வெளிச்சங்களும் சத்தங்களும் அவனுக்குள் மிகப் பெருய பாதிப்பை ஏற்படுத்த பால்சாமி எங்கும் பரவும் நீலமாக திகைத்துப் போய் அமர்ந்திருந்தான்.

பால்சாமியைச் சுற்றி அமர்ந்திருந்த மாணவர்களின் சிரிப்பும் கேலியும் நிறைந்த தாழ்ந்த கட்டைக் குரல்கள் பால்சாமியைச் சுற்றியும் மெள்ளப்படும் சுண்டல்களாகவும், கசக்கப்படும் பிளாஸ்டிக் பைகளாகவும் ஒலித்தன. அவற்றின் மத்தியிலிருந்து அபூர்வமான வெள்ளை நிற மலராய் பூத்து எழுந்த விந்து வாசத்தில் பால்சாமி அத்வைத நிலைக்கு ஏறிப் போனான். தன் உடல், மனம், உணர்வுகளுக்கு இடையே எவ்விதமான பிளவுமின்றித் தன் நண்பர்களிடையே அமர்ந்திருந்தான்.

கடலாழத்தில் உணரப்படுவதைப்போல் தொலைக்காட்சிப் பெட்டியிலிருந்து புறப்பட்ட ஒளியும் ஓசைகளும் பால்சாமியின் காதுகளிலும் நெற்றிப் பொட்டின் நரம்புத் துடிப்பிலும் தனித்தனியே இரண்டாகப் பிரிந்து வெவ்வேறு வேகங்களில் மோதிக் கொண்டன.

கர்ணகடூரமான ஓசைகளோடு நீண்ட உருளையின் வடிவிலிருந்த ஸ்கேன் கருவிக்குள் பால்சாமியை மருத்துவ உதவியாளர்கள் படுக்க வைத்தபோதும் அவனுக்கு அதே அனுபவம் ஏற்பட்டது.

ஸ்கேன் அறிக்கை பால்சாமியின் மூளையில் குறிப்பிடும்படி எந்த வியாதியும் காணப்படவில்லை என்றே வந்தது. பால்சாமி மருத்துவரிடமிருந்து அம்மா கொண்டு வந்த மருத்துவ அறிக்கையை முதலிலிருந்து இறுதிவரை பல மணி நேரங்களாகப் படித்துக் கொண்டிருந்தான்.

ஏதோ ஒரு பெயரற்ற மழைநாளில் பள்ளிக்கூடத் தோழர்களின் கேலிச் சிரிப்புக்கிடையே நீலப்படம் பார்த்த போது மனதுக்குள் ஏற்பட்ட பிளவு தொடர, பல்லாயிரம் அர்த்தமற்ற அசையாத சித்திரங்களாய் பால்சாமி புகுமுக வகுப்பையும், பல்கலைக் கழகப் படிப்பையும் எப்படியோ படித்து முடித்தான்.

ஆனால் பால்சாமிக்கு வயது ஏற ஏற காட்சிக்கும் ஓசைக்கும் இடையே உள்ள இடைவெளி கூடிக்கொண்டே போனது. பல நேரங்களில் திரைப்படக் காட்சியும் வசனமும் வெவ்வேறு வேகங்களில் புரிவதால் பால்சாமிக்கு கதையின் முடிச்சுத் தெரியாமல் போனது.

நாளடைவில் பால்சாமி தாளில் வாசிக்கும் எழுத்துக்களுக்கும் தன் மண்டைக்குள் கேட்கும் ஓசைக்கும் இடையே தொடர்பு அறிய

முடியாதவனாய் திண்டாடினான். பிறகு தன் முன்னால் நடக்கும் காரியங்களுக்கும் அவற்றோடு தொடர்புடைய ஓசைகளையும் அர்த்தம் செய்ய முடியாதவனாய் அவன் உறைந்து போய் நிற்க ஆரம்பித்தான். அதைத்தான் மற்றவர்கள் தூக்கம் என்று கருதினார்கள்.

படுக்கையின் ஓரத்தில் வீசி எறிந்த கைத்தொலைப்பேசியை பால்சாமி மீண்டும் கையில் எடுத்துக் கொண்டு படுக்கையிலிருந்து இறங்கினான். கால்கள் பளிங்குத் தரையைத் தொட்டதும் ஜில்லிட்டன.

முடிவெட்டும் மாசிலாமணி மாமாதான் முதன்முதலில் வழி காட்டினார். இது பால்சாமி மருத்துவரிடம் போய் வந்த சில வாரங்களில் நடந்தது. வெள்ளி நிறக் கத்திரிக்கோலின் ஓயாத நகர்வில் உறைந்து போய் அமர்ந்திருந்தவனை மாசிலாமணி பிடறியைப் பிடித்து உலுக்கினார்.

''எதுலயும் இப்படி லயிச்சறக் கூடாது தம்பி. உலகம் ஓடிகிட்டே இருக்கு இல்லையா, நாமளும் ஓடிக்கிட்டேதான் இருக்கணும். உங்க அம்மா பாவம் இல்லையா. பார்க்குறவங்க கிட்ட எல்லாம் ஓவுன்னு அழறாங்க ஒரே புள்ள பித்துப் பிடிச்சதுபோல உக்கார்ந்து இருந்தா எந்த தாய்க்குத்தான் பொறுக்கும் சொல்லு?''

சிறிய சிறிய வட்டங்களாய் கத்தரிக்கோலை நகர்த்தி அவன் தலைமுடியை வெட்டினார். ஜன்னலிலிருந்து கொட்டும் சூரிய வெளிச்சத்தில் அவன் தலையைச் சுற்றி அச்சடித்த சின்னச் சின்ன எழுத்துக்களாய்க் கிளம்பும் மயிர்களை பால்சாமி மிகுந்த சுவாரஸ்யத்தோடு பார்த்துக் கொண்டிருந்தான்.

மாசிலாமணி மாமா பேசுவதுதான் இப்படி எழுத்துக்களாக மாறித் தன் தலையைச் சுற்றி வருகிறது.

''பாவம் உங்க அப்பாவும் எப்படி இருந்த மனுஷன். எப்படிப்பட்ட குடும்பத்தைச் சேர்ந்தவரு. தெலுங்குப் பொம்பளையான உங்க அம்மாவை மதம் மாறிக் கல்யாணம் பண்ணிக்கிட்டு அவங்க பக்கத்து உறவுக்காரங்களை எல்லாம் பகைச்சுக்கிட்டாரு. கடைசியில வாங்குன கடனையும் அடைக்க முடியாம சீக்கு வந்து செத்துப்போனாரு.''

நாற்காலியைச் சுற்றிக் குவியலாய் முடிக்கற்றைகள். அத்தனையும் மாசிலாமணி மாமா சொன்ன வார்த்தைகள்.

''ஒரு நிமிஷத்தைக்கூட வீணாக்கக் கூடாது தம்பி, ஒரு விஷயத்தைக் கண்ணால பார்த்தோடனேயே அது வார்த்தையாறதுக் குள்ள நாம சுதாரிச்சுக்கணும். அந்த விநாடி இருக்கே அதுதான் முக்கியம்.''

மூச்சுக் குழாய் நோய் முற்றி ரப்பர் தோட்டத்திற்கு சற்றுத் தொலைவே இருந்த சிதிலமடைந்த கல் வீட்டில் படுத்திருந்த போஸ்ட்மாஸ்டர் அப்பா தகரத்தைச் சுத்தியலால் தட்டியதுபோல் ஆழமாக இருமிய விநாடியில் அவரைக் கட்டிக் கொண்டு படுத்திருந்த பதினான்கு வயது பால்சாமி திடுக்கிட்டு எழுந்து அவர் மார்பை ஆதுரமாய்த் தடவிக் கொடுத்தான். பிறகு எதிர்க் கட்டிலில் படுத்திருக்கும் அம்மா அங்கு இல்லை என்பதைக் கவனித்தான். கழிவறைக்குப் போயிருப்பாள் என்று காத்திருந்தவனின் காதுகளில் ரப்பர் தோட்ட நள்ளிரவின் நிசப்தத்தில் ஆணும் பெண்ணும் மெல்லிய குரலில் சிரித்துப் பேசும் சத்தம் மிதந்து வர எழுந்து போய்ப் பார்த்தான்.

வீட்டுக்குப் பின்னாலிருந்த ஸ்டோர் ரூமில் அம்மா யாரோ ஒரு கறுப்பான ஆடவனின் மீது அமர்ந்து இயங்கிக் கொண்டிருந்தாள். அவள் முகம் பால்சாமியைப் பார்த்தபடி இருந்தது. கண்களை மூடியிருந்தாள். கம்பிகள் அமைத்த சின்ன சாளரத்தின் வழியாக

ஸ்டோர் ரூமுக்குள் புகுந்த விளக்குக் கம்பத்தின் மஞ்சள் நிற அரை வெளிச்சத்தில் அவள் முலைகள், வயிறு, இடுப்பு மற்றும் தோட்ட வேலைக்காக அலைந்து திண்ணென்று வீங்கியிருந்த தொடைகள் அனைத்தும் எண்ணெய் தேய்த்து உருவி விட்டதுபோல் சுடர்விட்டன. அவள் பெருமூச்சு விட்டபடியே முதுகை பின்னால் வளைத்து மீண்டும் நிமிர்கையில் திம்மென்று விறைத்திருந்த அவள் பருத்த முலைக்காம்புகள் தங்க நிறமாய் ஜுவாலை விட்டு எரிந்தன.

பால்சாமி பல நிமிடங்களாய் அவன் அம்மாவின் அசைவுகளை மூச்சடக்கிப் பார்த்தபடி நின்றிருந்தான். அவன் கண்களுக்கு அரையிருட்டில் நடக்கும் காட்சி தெரிந்ததே தவிர காதுகளில் அவர்கள் இருவரும் பேசிக் கொள்வது எதுவும் கேட்கவில்லை. அவனுக்குள்ளிருந்து தலை சிலுப்பி எழுந்த கறுப்புநிற ராட்சச மிருகம் ஒன்று அவன் காதுகளில் ஓலமிட்டுச் சிரிப்பதுபோல் பால்சாமிக்குத் தோன்றியது. அந்த இரைச்சலில் அம்மாவும் அந்த மனிதனும் மேலும் மேலும் சிரித்துப் பேசிக் கொண்டது எதுவும் பால்சாமியின் காதுகளில் கேட்கவில்லை.

யுகயுகமாய் சுகித்தது போல் களைத்திருந்த அம்மா உடம்பின் முன்புறமாய் சேலையைச் சுற்றிக் கொண்டு இரு கைகளையும் உயர்த்தி தலைமயிரை முடிந்தவாறே சமையலறைக்குள் வந்தாள். அங்கு உடலெங்கும் வியர்வை ஓட உறைந்து போய் நிற்கும் பால்சாமியை ஒரு கணம் வியப்புடன் பார்த்துவிட்டு அவனிடம் சொன்னாள்:

‘‘பசிக்குதா கண்ணு? அம்மா ஓவல் கலக்கித் தரேன். அப்பாகிட்ட இதை எதையும் சொல்லாதே. அம்மாவும் பாவம் இல்லயா? அப்பாவையும் பார்த்துக்கிட்டு தோட்ட வேலைக்கும் போயிகிட்டு எவ்வளவு நாளுதான் நான் இப்படியே இருக்க முடியும்?’’

பால்சாமி அவள் வாய் அசைவதையே பார்த்துக் கொண்டிருந்தான். அவள் சொன்னதெல்லாம் சில வாரங்கள் கழிந்துதான் அவனுக்குக் கேட்டது. பால்சாமி அம்மாவின் வியர்வையில் நனைந்த கழுத்து வளைவைத் தாண்டி ஸ்டோர் ரூமில் படுத்திருக்கும் இளைஞனைப் பார்த்தான். தோட்டத்தில் காலியாகச் சுற்றிக் கொண்டிருக்கும் சாதாரண இளைஞன். தன் வகுப்பில் படித்துக் கொண்டிருக்கும் மாணவனின் அண்ணன். அதே நேரத்தில் அந்த இளைஞன் முழங்கைகளால் முட்டுக் கொடுத்து எழுந்து அம்மாவையும் பால்சாமியையும் திரும்பிப் பார்த்தான். அறையின் இருட்டில் அவன் முகம் பால்சாமியின் முகம்போலவே இருந்தது.

இந்தச் சம்பவம் முடிந்து ஆறாவது மாதத்தில் அப்பா செத்துப் போனார்.

படுக்கையில் நிமிர்ந்து அமர்ந்த பால்சாமி கைத்தொலைப் பேசியை மீண்டும் கையில் எடுத்தான். திரையை விரலால் தடவி மீண்டும் திரைப்படத்தை ஓடவிட்டான். மாசிலாமணி மாமா சொன்னதுபோல் ஒளிக்கும் ஒலிக்கும் இடையேயுள்ள மிக நுண்ணிய நொடியை பால்சாமி தேடிக் கொண்டிருந்தான். பல முறை அந்த விநாடியைக் கண்டதாய் எண்ணிக்கொண்டு பால்சாமி அந்த விநாடியைப் பயன்படுத்தி திரைக்குள் நுழைய முயன்றிருக்கிறான். அவனது இரண்டு தோள்களிலும் திரைமீது மீண்டும் மீண்டும் மோதி உராய்ந்த காயங்கள் இருந்தன.

ஸ்டோர் ரூமில் தரையில் கலைந்து கிடந்திருக்கும் இளைஞன்மீது அம்மா வெறி கொண்டதுபோல் இயங்கும் காட்சியும், வகுப்பறையில் நீலப்படம் பார்க்கும்போது வகுப்புத் தோழர்களின் கேலிச் சிரிப்பும்,

இப்போது இந்தக் கொரிய படமும் தனித்தனியே வெவ்வேறு வேகங்களில் பால்சாமியின் கண்களுக்கு முன்னால் ஓடிக் கொண்டிருந்தன. திடீரென்று அவை மூன்றும் வேகமெடுத்து நிறங்களாகவும் சத்தங்களாகவுமே தனித்தனி அடையாளமேதுமின்றி கலந்தன. வெறும் நிறங்களாகவும் ஓசைகளாகவுமே மாறியிருந்த அந்தச் சுழலும் கோளம் கடைசியில் பால்சாமியின் நெற்றிப் பொட்டில் தலை நோவாகவும், அம்மா என்ற சொல்லின் விடுதலையாகவும் வெடித்துச் சிதறியது.

இந்த முறை தொடக்கக் காட்சியில் மத்திய வயது கொரியக்காரி எதையோ சொல்ல முனைந்த போது திரைப்படம் சற்றுத் தடுக்கியது. பால்சாமி அந்த விநாடியைப் பயன்படுத்தி கைத்தொலைப்பேசித் திரையை தோளால் மோதி படத்துக்குள் நுழைந்து கொண்டான். நுழைந்தவுடன் அவனும் திரைப்படத்தில் ஒரு கதாபாத்திரமாகவே ஆகிக் கொண்டான். அவனைச் சுற்றி அவனுக்கு இப்போது நன்கு பரிச்சயமான கதை எவ்வித மாற்றமும் இல்லாமல் மீண்டும் மீண்டும் ஓடிக் கொண்டிருந்தது. காட்சிகளும் வார்த்தைகளும் கடைசியில் பொருந்திப் போன ஆனந்தத்தில் பால்சாமி ஞானவான் ஆனான்.

சில மணி நேரங்களுக்குப் பிறகு பால்சாமி காணவில்லை என்று தேடும் அவன் அம்மா கைத்தொலைப்பேசியை எடுத்து அதன் திரைக்குள் பால்சாமி நின்று கொண்டிருப்பதைக் காணக் கூடும். அப்போது பால்சாமி அவள் கைவிரல்கள் எட்டாத தூரத்தில் ஜில்லென்று குளிர்ந்திருப்பான்.

வைப்பாட்டியைக் கனம் செய்தவன்

ஞானசம்பந்தனுக்குத் தெருக்களுக்குப் பெயர்களை வைக்கும்வேலையைக்கொடுத்திருந்தார்கள். ஒவ்வொரு நாள் காலையிலும் புதிதாய் பிறந்த குழந்தைகளைக் குளிப்பாட்டி உடம்பெல்லாம் வாசனை பவுடரைத் தூவித் தகப்பனிடம் காட்டக் கொண்டுவரும் மருத்துவமனை தாதிகளைப்போல நகரசபை புதிதாகக் கட்ட முடிவெடுத்திருக்கும் சாலைகளின் விவரங்கள் அடங்கிய அழகான முத்திரையிட்ட கோப்புகளை அலுவலக ஊழியர்கள் ஞானசம்பந்தனிடம் கொண்டு வருவார்கள்.

வட்ட வடிவத்திலான கருநீல அரசாங்க முத்திரைகள் பெரிய கண்களாட்டம் விரித்துப் பார்த்துக் கொண்டிருக்கும் கைக்குழந்தைகளைப் போலவே ஞானசம்பந்தனின் விசாலமான மேசை மீது பல வண்ணக் கோப்புகள் சுற்றும் மின் விசிறிக் காற்றில் கால்களைப்போல் தாள்களை உதைத்துக் குதூகலித்தன.

மூக்குப் பெரியதாக இருக்கும் குழந்தைக்கு மூக்கன் என்றும் அட்டைக் கறுப்பாக இருக்கும் பையனுக்கு வெள்ளைச்சாமி என்றும் பெயர் வைப்பதுபோல் சில தெருக்களின் விவரங்களைப் படித்த

உடனேயே அவற்றுக்கு என்ன பெயர் வைப்பது என்று ஞானசம்பந்தனுக்குத் தெரிந்துவிடும். கடற்கரைத் தெரு, மேட்டுத்தெரு, பழக்குன்றம் என்று தெருக்களின் குணாதிசயங்களை வைத்தே அவற்றுக்காக பெயர்களைக் கோப்புக்களின் முதல் பக்கத்திலுள்ள தாளின் அடிப்பாகத்தின் குறுக்கே பச்சை மையினால் கொட்டை எழுத்துக்களால் எழுதி முத்திரையிட்டு அனுப்பி விடுவார். அப்படி செய்யும் போதெல்லாம் ஞானசம்பந்தனின் கண்கள் லேசாய் பனிப்பதுகூட உண்டு. பெயர் வைப்பதற்கு முன்னால் கால்களை உதைத்து களுக் களுக் என்று மழலைச் சத்தங்களாய் ஒரே இரைச்சலாய் எழுப்பிக் கொண்டிருந்த சாலைகள் ஞானசம்பந்தன் பெயர் கொடுத்த உடன் திடீரென வளர்ந்து முதல் நாள் வேலைக்குப் போகும் இருபது வயது பெண்பிள்ளை அல்லது மகனின் முதிர்ச்சியோடு அவரோடு கை குலுக்கிவிட்டு விடை பெறுவதாக அவர் உணர்வார்.

ஞானசம்பந்தனுக்கு வெகுவாக எரிச்சலூட்டுபவை அவற்றைப் பயன்படுத்துபவர்களைப் போலவே எந்த வித உருவ லட்சணமும் இல்லாமல் மேலெல்லாம் புழுதி படியக் கிடக்கும் நாட்டுப்புறத் சாலைகள்தான். அவற்றில் சில நூறு மீட்டருக்கும் குறைவாக எந்த வித இலட்சியமும் இல்லாமல் ஓடிவிட்டுத் திடீரென்று மரணம் சம்பவித்தது போல் அசந்தர்ப்பவசமாக முடிவுறும். சில தார் ரோடாகத் துவங்வது போல கம்பீரமாய்ப் போக்குக் காட்டிவிட்டுத் துவங்கிய பத்து நிமிடங்களிலேயே சேறும் சகதியுமாக தேய்ந்து போகும். வேறு சில சாலைகளோ மண்ணால் நிறைந்த ஒரு பொது வெளியில் துவங்கிச் சூடான தரையில் பெய்த மூத்திரமாகப் பெரியதும் சிறியதுமானப் பல கிளைகளாக எல்லாத் திசைகளிலும் பரவி நுனிகளில் புதர்களைச் சூடிக் கொண்டு நிற்கும். அவற்றில் பயணிக்கும் ஜனங்களைப் போலவே நாட்டுப்புறச் சாலைகளும் ஒரு கட்டொழுங்கு இல்லாதவை,

நம்பகத்தனம் அற்றவை. ஆனால் கிராமத் தேர்தல்கள் நெருங்கும் நேரங்களில் கிராமத் தலைவர்களும் அவர்களது ஆதரவாளர்களும் எப்படியோ விண்ணப்பங்களைப் பூர்த்தி செய்து அனுப்பி வைத்து விடுகிறார்கள். மனிதர்களின் குணாதிசயங்களுக்கும் அவர்கள் பயன்படுத்தும் சாலைகளுக்கும் நெருங்கிய தொடர்பு இருக்கிறது.

இத்தகைய ஒன்றுக்கும் உதவாத சாலைகளுக்குப் பெயர் வைக்கும்போது கஞ்சி போட்டு விறைப்பாக இருக்கும் வெள்ளைச் சட்டையில் தொட்டிலாசிக் கொண்டிருக்கும் தன் பிரம்மாண்டமான தொந்தியின் மீது விரல்களால் லேசாய் தாளமிட்டுக் கொண்டு மேல் உதட்டை வாய்க்குள் இழுத்துத் தன் கனத்த மீசையின் நுனிகளைச் சப்புக் கொட்டிச் சுவைத்தபடியே மிகத் தீவிரமாக யோசிப்பார். பிறகு பச்சை மைப்பேனாவைக் கையிலெடுத்து தாளுக்குக் குறுக்கே மாட்டுச்சாணி தெரு, பால்காரன் சந்து, வண்ணாத்தி நெடுஞ்சாலை என்று பெயர்களைக் கொட்டை எழுத்துக்களில் எழுதுவார். அப்படி செய்யும் போது தன் மார்பில் அலையும் நீலவேணியின் பெருங்காயம் வீசும் கையைப்போல் ஒரு திருட்டு சந்தோஷம் அவரை ஆட்டிப் படைத்து அவர் உடம்பை லேசாய் அதிரச் செய்யும்.

நீலவேணி அவருக்குப் பிடித்த பெண்பிள்ளை. வீட்டிலிருப்பவர்கள் அறியாதவள்.

''படைப்பதினால் என் பேர் இறைவன்'' என்று அந்த நேரங்களில் ஞானசம்பந்தன் தனக்குத் தானே பல முறை முணுமுணுத்துக் கொள்வார்.

சாலை பெயர் வைப்பு ஆணையம் என்று வாசல் பக்கமாக வைக்கப்பட்டிருந்த பிரம்மாண்டமான பெயர்ப் பலகையில் உள்ள நீல

எழுத்துக்கள் வெயிலில் பளபளக்க ஆரம்பித்திருந்ததை ஞானசம்பந்தன் கவனித்தார். இது அவர் காலை தேநீர் அருந்தும் நேரம். கடைசியாகப் பார்த்துக் கொண்டிருந்த கோப்பில் போண்டா சந்து என்று எழுதி முத்திரையிட்டுவிட்டு ஞானசம்பந்தன் நிறைவோடு எழுந்தார். அரசாங்க ஆணை வரும் போது கிராமத்தான்களின் முகம் எட்டுத் திக்காய் போவதை நினைத்துப் பார்க்கும்போது அவருக்கு மீண்டும் சிரிப்புப் பொத்துக் கொண்டு வந்தது. அடக்கிக் கொண்டார்.

அலுவலகத்தை ஒட்டியிருந்த உணவுக்கூடம். ஞானசம்பந்தன் கண்ணாடி அடுக்குகளில் வைக்கப்பட்டிருந்த உணவுப் பண்டங்களிலிருந்து போண்டாவைத் தேர்ந்தெடுத்தார். போண்டா நிறையவே ஆறியிருந்தது.

'நேத்துப் போட்டதா?'' என்று உறுமினார்.

''இல்லைங்க மொதலாளி. இன்னைக்குக் காலையிலதான்.''

கண்ணாடி அடுக்குகளுக்குப் பின்னால் இருந்த ஒல்லியான கிழவன் பற்கள் அனைத்தையும் ஈறு தெரிய இளித்தபடியே பதில் சொன்னான். ஆனால் அதில் சற்றும் நகைச்சுவை இல்லை. கடும் வெயிலில் உழைத்துப் பழக்கப்பட்டவர்களுடைய உடம்புபோல் அவன் உடம்பும் மிகவும் கறுப்பாக இருந்தது.

''காலையில போட்டதுதான் இப்படி உம் மூஞ்சியாட்டம் ஆறிப்போய் கிடக்கா? முழுச் சோம்பேறி. இரு, உம் முதலாளிகிட்ட பேசி நான் உன்னை என்ன பண்ணுறேன் பாரு.''

கால்சட்டைப் பையிலிருந்து துறுத்திக் கொண்டிருந்த பழைய கைத்தொலைபேசி ஒன்றை கையில் இழுத்து அதன் திரையை விரலால்

அவசரமாகத் தேய்க்க ஆரம்பித்தார். ஒல்லிக் கிழவன் கண்ணாடி அடுக்குகளின் பின்னாலிருந்து அவர் கையிலிருந்த தொலைபேசியை நாய்போல எட்டி எட்டிப் பார்த்தான். கிழவன் செய்கை தரையில் இருந்தபடியே கண்டிப்பான எஜமானனின் சாப்பாட்டு மேசையில் குவித்து வைத்திருக்கும் தனக்கு அனுமதிக்கப்படாத உணவை வாலை லேசாய் அசைத்தபடியே எகிறி எகிறிப் பார்க்கும் குட்டை நாயின் செயலை ஒத்திருந்தது. அவன் முகத்தில் அச்சம் நிறைந்திருந்தது.

ஞானசம்பந்தனை எதிர்த்துப் பேசுபவர்கள் வாழும் தெருக்களின் பெயர்கள் மாயமான முறையில் மாறிவிடுவதாக ஊருக்குள் பேச்சுப் பலமாக அடிபட்டது. இப்படித்தான் கிழவனின் இளமைக்கால நண்பன் ஒருவன் வசித்துவந்த நகரத்தின் மையத்திலிருக்கும் ராஜாக்காரன் சந்து நாட்டுப்புறச் சாலையாக வகை மாற்றப்பட்டுக் கோணங்கித் தெருவாக பெயர் மாற்றம் அடைந்திருந்தது. வேறொரு இடத்தில் இருந்த மங்கலம் ஸ்திரீட் வீரக் கைம்பெண்டாட்டி தெருவாக மாறியிருந்தது. தெருக்களின் பெயர் மாற்றத்திற்கு நாட்டில் அடிக்கடி நடந்துவந்த சமூகப் புரட்சிகளும் அரசியல் மாற்றங்களும் காரணம் காட்டப்பட்டாலும், பழைய ராஜாக்காரன் தெருவில் வாழ்ந்துவந்த ஒரு துணிக்கடைக்காரரும், மங்கலம் ஸ்திரீட் தலைமையாசிரியர் ஒருவரும் ஞானசம்பந்தனிடம் முன்பொரு காலத்தில் மிக பகிரங்கமாகப் பலர் முன்னிலையில் சண்டை போட்டிருந்ததை சமூக விமர்சகர்கள் கோடிக்காட்டத் தவறவில்லை.

திருமணமாகாத முதிர்கன்னிகளான உணவுக்கூடக் கிழவனின் மூன்று மகள்களும் அவனுடைய கல்யாணம் சாலை வீட்டில் அவனோடு வசித்து வந்தார்கள். வரன்களை வீட்டிற்கு அழைத்து

அவர்களுக்குப் பெண்களைக் காட்ட வேண்டிய அவசியம் கிழவனுக்கு இருந்தது.

ஞானசம்பந்தன் கிழவனை ஓரக்கண்ணால் பார்த்துக் கொண்டிருந்தார். அவன் இதழோரத்தில் நாகப்படத்தின் பளபளப்பாய் ஒரு அரைப் புன்னகையின் நிழல் தொக்கியிருந்தது. பிறகு முகத்தைக் கடுமையாக்கிக் கொண்டு பேசினார்.

''என்ன பேயறைஞ்சவன் மாதிரி முழிக்குற? போண்டாவைச் சூடாக்கிக் கொண்டு வா.''

முக்கால் போண்டாவைக் கரண்டியால் பிய்த்துச் சாம்பாரில் தோய்த்துத் தின்றிருந்தார். அலுவலக வேலையாள் ஓடி வந்தான்.

''தலைநகரத்திலிருந்து பெரிய அதிகாரி உங்களப் பார்க்க வந்திருக்காரு. உங்க ஆபீஸுல உட்கார வச்சிருக்கோம்.''

ஞானசம்பந்தனுக்குக் கைகள் லேசாக நடுங்கின. கடவுளைக் காணச் செல்லும் பக்தனின் அனுபூதிபோல் ஒரு பரவசத்தில் அவர் உடம்பு அதிர ஆரம்பித்திருந்தது. கன்னத்தில் இருந்த சுரப்பிகள் அத்தனையும் அமிர்தம் சுரந்து அனுப்பிக் கொண்டிருந்தன. அமிர்தம் வாயில் நிறைந்திருந்த தேநீரோடு கலந்து உடலெங்கும் இளம்சூடாய், கண்சிமிட்டும் நட்சத்திரங்களாய் பரவுவதை ஞானசம்பந்தன் உணர்ந்தார்.

ஆனாலும் மிச்சமிருந்த தேநீரை அவசரமில்லாமல் மிக நீளமாக உறிஞ்சிக் குடித்தார். மீசையில் ஒட்டியொருந்த போண்டா துகள்களை அலட்சியமாகத் தட்டிவிட்டுக் கொண்டார். பின்னர் மேசையிலிருந்து எழுந்து அலுவலக வேலையாளின் பின்னால் கால்களையும்

கைகளையும் அகட்டி வைத்துக் கொண்டு மெதுவாக நடந்தார். பதற்றத்தில் சிந்திய தேநீர்த் துளி வெள்ளைச் சட்டையின் முன் புறத்தில் இடது விலா எலும்புக்குச் சற்று மேலே மஞ்சள் கோடாய் நீண்டிருந்ததை ஞானசம்பந்தன் கவனிக்கவில்லை.

"வாங்க, வாங்க. உங்களப் பார்க்கனும்தான் இவ்வளவு தூரம் சொந்த வாகனுத்துலேயே வந்தேன்."

தன் பிடறியைக் கையால் ஓங்கிக் குத்தியபடி அதிகாரி ஞானசம்பந்தனின் மேசைக்கு முன்னால் இருந்த நாற்காலியில் அமர்ந்திருந்தார். அவர் முகத்தில் ஏதோ தீர்க்க முடியாத வேதனை எழுதி ஒட்டியிருந்தது. அறையின் அரையிருட்டில் முற்றிய மூங்கில்களின்மீது விழுந்த வெயிலாய் அவர் கண்கள் பளபளத்துக் கிடந்தன.

"மன்னிக்கணும் ஐயா. காலையிலேர்ந்து ஒரே வேலை. அதான் டீ குடிக்கலாம்னு. நம்ம புரட்சிக் கொள்கைகளுக்கு எதிரா இருக்குற தெருப் பேர்களைச் சீக்கிரமா மாத்த வேண்டியது நம்ம கடமையில்லையா ஐயா. தெனமும் ஆயிரக்கணக்கான இளையர்களும் பாமர ஜனங்களும் பயன்படுத்துற சாலை. தெருவுக்குத் தெரு தவறான பேர் இருந்தா இவங்க மனசுல எல்லாம் விஷ வெதைகள வெதச்சது மாதிரி ஆகாதா."

ஞானசம்பந்தனுக்கு லேசாய் மூச்சிரைத்தது. புரட்சி வெற்றிபெற வேண்டுமே என்று அவருக்கு எழுந்த அக்கறையில் அவருடைய கண்கள் சற்றே பனித்திருந்தன. உணர்ச்சியில் மூக்கு விடைக்க நின்றவர் அதிகாரியின் முன்னால் தேநீரோ கோப்பையில் குளிர்ந்த நீரோ வைக்கப்படவில்லை என்பதைக் கவனித்தார்.

''ஐயா, பயணக் களைப்புல இருப்பீங்க. சூடா தேத்தண்ணி எதாவது?''

ஞானசம்பந்தன் அலுவலக வாசலில் நின்று கொண்டிருந்த பணியாளிடம் புருவங்களை உயர்த்தியும் முகத்தை வாசல் பக்கமாகப் பலமுறை திருப்பியும் சைகை காட்டினார். ஆனால் அவனுக்கு ஞானசம்பந்தன் சொன்னது புரியவில்லை போலும். ஞானசம்பந்தன் முகத்தால் செய்யும் சேஷ்டைகளை முதலில் உணர்ச்சியே இல்லாமல் பார்த்தான். பிறகு முகத்தை மிகுந்த சோகமாக வைத்து வந்திருந்த அதிகாரியை உற்றுப் பார்த்தபடியே நின்றான். அதிகாரியின் முகத்தில் தெரிந்த உணர்ச்சிகளை எல்லாம் அவன் முகம் பிரதிபலிக்கத் துவங்கியிருந்தது. அவன் கண்களில் ஒரு வகை பித்துக்குளித்தனம் ஏற்பட்டு அவை பசித்த ஓநாயின் கண்களாகச் சுடர் விட்டுக் கொண்டிருந்தன.

''ஒண்ணும் வேண்டாம் விஷயம் கொஞ்சம் அவசரமானது ஞானசம்பந்தன். கொஞ்சம் நாசூக்காக் கையாள வேண்டியதும்கூட. அதனால்தான் உங்ககிட்ட தனிப்பட்ட முறையில கலந்து பேச நானே வந்திருக்கேன்.''

ஞானசம்பந்தன் வாசலோரமாக நின்ற பணியாளை ஓரக்கண்ணால் பார்த்துக் கொண்டார். அவர் வாயோரத்தில் மீண்டும் நிழல் சீவலாய் ஓர் அரைப்புன்னகை அதிர்ந்து மறைந்தது. அவர் மார்பு இறுக்கமான வெள்ளைச் சட்டைக்குள் வெகுவாக விம்மியிருந்தது.

''சொல்லுங்க ஐயா.''

''நம்ம முதன்மை தலைவரோட பொறந்த நாள் அடுத்த மாசம் வருது. நம்ம வீரப் படைகள்ல சாதாரண கடைநிலை வீரரா இருந்த நம்ம

முதன்மைத் தலைவர் வீரப் படைகளத் திரட்டி ஒண்ணு சேர்த்து பழைய அராஜக அரசாங்கத்துக் கிட்டயிருந்து நமக்கெல்லாம் விடுதலை வாங்கிக் கொடுத்த நாளிலருந்து அவருக்கு வர மொத பொறந்த நாள். இதுவரைக்கும் அவரோட தியாகத்துக்குக் கைமாறா நாம எதையுமே செஞ்சதில்ல. ஏன் மத்த தளபதிகளயும் உயரதிகாரிகளயும் தேச விரோத செயல்களுக்காகத் தூக்குல போட்டுட்டு இந்த ஆட்சியையே தாய் நாட்டுக்குச் செய்ய வேண்டிய உன்னதக் கடமையாத்தானே அவர் ஏத்துக்கிட்டாரு. புதுசா பேர் மாத்தியிருந்த பிப்ரவரி பதினாறு சதுக்கத்தில நின்னுகிட்டு அவர் அன்னிக்குப் பேசுன வீர உரை என் காதுல ஒலிச்சிட்டுகிட்டிருக்கு. ''இவன் உங்கள் தலைவன் அல்ல, சேவகன். தொண்டன். மணிமுடிகளைத் தேடி இவன் என்றுமே போனதில்லை. தாய் மணித்திரு நாட்டைச் சூழ்ந்திருக்கும் அபாயங்களை எண்ணியே...''

''இவன் இப்போது இந்த தலைமை பொறுப்பை ஏற்றுக் கொள்கிறேன்.''

ஞானசம்பந்தன் தாளகதி தப்பாமல் வாக்கியத்தை முடித்து வைத்தார். அதிகாரியும் ஞானசம்பந்தனும் ஒருவரை ஒருவர் மிகுந்த பிரியதோடு பார்த்துக் கொண்டார்கள். அலுவலக அறைக்குள் ஆழ்ந்த அமைதி நிறைந்திருந்தது. அறையிலிருந்த மூவரும் ஆழ சுவாசித்துப் பெருமூச்சு விட்டார்கள்.

''மத்த அதிகாரிங்க முதன்மை தலைவரோட பொறந்த நாளுக்காக அவங்கவங்க ஊருல அவர் பேருல சிலை வைக்கவும், கட்டிடம் எழுப்பவும் முடிவு செஞ்சிருக்கிறதா நான் உளவாளிகள் மூலமா தெரிஞ்சுகிட்டேன். நாம அவங்களுக்கு மேல ஏதாச்சும் பண்ண

வேண்டாமா? அது நம்ம தேசியக் கடமை இல்லையா? அதுக்குத்தான் நான் ஒரு திட்டம் வச்சிருக்கேன்..."

அதுவரை சாய்ந்து உட்கார்ந்து பேசியவர் நாற்காலியில் சற்றே குனிந்து ரகசியமான குரலில் பேச ஆரம்பித்தார். ஞானசம்பந்தனின் கைகள் உரக்கத் தட்டி ஆரவாரிக்கும் பாவனையில் வெண்புறாக்களைப் போன்று படபடத்து அடங்கின. ஞானசம்பந்தன் கைகள் பறந்து போய் விடாமல் இருக்க அவற்றை தன் தொந்திக்குக் கீழே மடிமீது இறுக்கமாக கோர்த்து வைத்துக் கொண்டார்.

அதிகாரியின் முகம் வடக்குப் பிரதேசங்களில் விளையும் ஆப்பிள் கனிகளைப்போல இளம்சிவப்பாய் மாறியிருந்தது.

"எல்லாரும் முதன்மை தலைவரோட பேரையே விளம்பரம் பண்ணப் பார்க்குறாங்க. ஆனா, முதன்மை தலைவரோட மார்புக்குள்ள ஓயாத இதயத்துடிப்பா இருந்து செயல்படுறது யாரு? யார் பேரை உச்சரிச்சா முதன்மை தலைவருக்கு மேலும் மேலும் புரட்சி செய்ய உற்சாகமும் உத்வேகமும் பொறக்கும்? தலைவரோட சேவையையே தன் கடமையா மாத்திக்கிட்ட அந்த தியாகச் சுடர், அந்த வரலாற்றுப் பெண்மணியோட பேரை ஒரு முக்கியமான சாலைக்கு வச்சா முதன்மை தலைவர் சந்தோஷப்பட மாட்டாரா? துரோகத்தையும் சுயலாபத்தையும் பார்த்துப் பார்த்துச் சலிச்சுப் போன முதன்மை தலைவரோட நெஞ்சுக்கு அது இதமா இருக்காதா?"

ஞானசம்பந்தன் தன்னையும் அறியாமல் கைகளைச் சிறு குழந்தைபோல் தட்டினார். சதைப்பற்றுள்ள அவருடைய உள்ளங்கைகள் ஒன்றோடொன்று அடித்துக் கொண்ட ஓசை கனமான

சோற்று உருண்டைகளை தகரத் தகடுகளின் மீது ஓங்கி அறைந்ததுபோல் ஒலித்தது.

"அற்புதம் ஐயா, அற்புதம். நம்ம நகரத்தோட முக்கியமான சாலை ஒண்ணுக்கு அவங்க மனைவி லட்சுமி சுப்ரமணியத்தோட பேரை வச்சா நம்ம முதன்மை தலைவர் ரொம்ப ஆனந்தப்படுவாரு. நாட்டுக்காக ஒழச்சி களைச்சிப் போன அவர் மனசுக்கும் ரொம்ப ஆறுதலா இருக்கும்."

அதிகாரி லேசாய் முகம் சுழித்தார்.

"முட்டாள் நான் அவங்களச் சொல்லல. புரட்சி தீபம் ஏத்திய நாள்லேர்ந்து முதன்மை தலைவர் கூடவே இருக்காங்களே பிச்சம்மா. நான் அவங்களச் சொல்றேன்."

அறையில் மீண்டும் அர்த்தமுள்ள மவுனம் நிலவியது. உடனே சுதாரித்துக் கொண்ட ஞானசம்பந்தன் தன் மேசைக்குப் பின்னால் பெரியதும் சிறியதுமாக ஒரு பிரம்புக் கூடைக்குள் சொருகி வைக்கப்பட்டிருந்த வரைபடங்களில்லிருந்து மிகப் பெரிய வரைபடத்தை உருவி எடுத்தார். அதனைத் தன் மேசை மீது விரித்து வைத்தார். பிளாஸ்டிக் உறைபோட்டுப் பாதுகாக்கப் பட்டிருந்த நகரத்தின் வரைபடம். விளக்குகளின் வெளிச்சத்தில் ஸ்படிக விரிப்பாய் ஜ்வலித்தது.

அதிகாரியும் ஞானசம்பந்தனும் தலைகள் முட்டிக் கொள்ளும் அளவுக்கு எதிரெதிரே நின்று வரைபடத்தில் காட்டப்பட்டிருந்த நகரத்தின் தெருக்களை ஆர்வத்தோடு ஆராய்ந்தார்கள்.

‘‘ப்ச்சு, எல்லா தெருவுக்கும் பேரு கொடுத்தாச்சு போலிருக்கு.’’ என்றார் அதிகாரி.

ஞானசம்பந்தனுக்குப் பதற்றம் அதிகமானது. கையோரமிருந்த ஸ்கேலை எடுத்து வரைபடத்துக்குக் குறுக்கே ஓடிக் கொண்டிருந்த ஒரு கனமான கோட்டைச் சுட்டிக் காட்டினார்.

‘‘இல்ல ஐயா. இப்ப வேற வேற பேரோட ஓடிக்கிட்டிருக்குற இந்த நாலு சாலையையும் ஒண்ணா இணைச்சு பிச்சம்மாள் முக்கிய சாலைனு ஒரே பெரிய சாலையா பண்ணிரலாம். இந்த நகரத்துக்கு வர யாரும் ஒண்ணு இந்த தெரு வழியாத்தான் போயாகணும். இல்லனா இந்த தெருவைக் கடந்தாவது போகணும். வேற வழியே இல்ல.’’

அதிகாரிக்கு அந்த திட்டம் பிடித்திருக்கிறது என்பது அவர் முகத்தின் இறுக்கத்திலிருந்தே தெரிந்தது. அவர் வரைபடத்தைப் பார்த்தபடியே தன் தாடையைச் சரக்சரக் என்று சொறிந்து கொண்டார்.

‘‘எல்லாம் சரிதான். ஆனா அரசியல் எதிரிகளால முதன்மை தலைவர் பேருக்கு அவதூறு வராம இருக்கணும். இந்த நாலு தெருவும் இப்ப யாரு பேருல இருக்கு.’’

‘‘யாரோ ஊருக்கு நல்லது பண்ணவங்க நாலு பேரு. ஒருத்தர் சொந்தச் செலவுல பல்கலைக் கழகம் கட்டிக் கொடுத்தார். இன்னொருத்தர் நாட்டுக்காக உயிர் விட்டார். மத்த ரெண்டு பேரும் பள்ளிக்கூடமா, மடாலயமோ.’’

‘‘இவங்க பேர நீக்குனா யாரும் எதுவும் சொல்ல மாட்டாங்களா?’’

‘‘நிச்சயமா எதுவும் சொல்ல மாட்டாங்க. அவங்களால சொல்லவும் முடியாது. 1956ல வெளியான சாலைப் பெயர் வைப்பு விதிகள்,

சாலைப் பெயர் மாற்ற முறைமைகள்ங்குற 235வது அத்தியாயத்துல 28வது உபவிதியோட ஏழாவது உட்பிரிவா நாட்டுக்குத் துரோகம் செஞ்சவங்க பேரையும் அவங்களுக்கு ஒடந்தையா இருந்தவங்க பேரையும் சாலைக்குக் கொடுத்திருந்தா அதை மேலதிக விசாரணை இல்லாம ஆணையம் மாத்தலாம்னு எழுதியிருக்கு. முதன்மை தலைவர் ஆட்சிக்கு வரதுக்கு முன்னால புகழ் வாஞ்சவங்களா இருந்தவங்க பழைய ஆட்சியாளர்களுக்கு ஒடந்தையாத்தான இருந்திருக்க முடியும்.''

ஞானசம்பந்தனின் சாம்பல் நிறக் கண்கள் இப்போது வெள்ளி நிறக் கிடுக்கிகளாய்ச் சிரித்தன. அதிகாரி அனுமதி தருவதுபோல் தலையாட்டினார்.

''சரி, பார்த்துச் செய்யுங்க. தன்னோட பேருக்குக் களங்கம் ஏற்படுத்துனா முதன்மை தலைவர் என்ன பண்ணுவார்னு நினைவுல இருக்கட்டும். அப்புறம், சாலைக்குப் பேர் மாத்தம் செய்தோடன என்கிட்ட சொல்லுங்க. வேற யாருக்கும் அறிக்கை அனுப்ப வேணா. நானே முதன்மை தலைவர்கிட்ட இந்த விஷயத்தை எடுத்துட்டுப் போறேன். எனக்குத் தகவல் அனுப்பும்போது ஒரு திருத்தப்பட்ட வரைபடத்தையும் எனக்கு அனுப்பி வையுங்க.''

''அப்படியே ஐயா.''

''சரி ஞானசேகரன். மனைவியும் குழந்தைகளும் நல்லாத்தான இருக்காங்க? இந்த வருஷத்துக்குள்ள உங்களுக்குப் பதவி உயர்வுக்கு ஏற்பாடு பண்றேன்.''

''ஞானசம்பந்தன், ஐயா.''

"என்ன?"

"எம் பேரு. ஞானசம்பந்தன் ஐயா."

காரில் ஏறிய அதிகாரிக்குக் குனிந்து முகமன் சொல்லிவிட்டு அலுவலகத்துக்கு மீண்டும் வந்தபோது மேசைமீது வரைபடம் பளபளத்துக் கொண்டிருந்தது. பெயர் மாற்றத்துக்கு என்று குறிக்கப்பட்டிருந்த நான்கு சாலைகளை ஒரு முறை ஞானசம்பந்தன் உற்றுப் பார்த்தார். எப்படியும் புதிய முக்கியச் சாலைக்கும் அவர் அமர்ந்திருக்கும் நகர சபை கட்டிடத்திற்கும் இடையில் ஒரு சிறிய தெருவாவது வேண்டும். அப்போதுதான் அதிகாரிகள் எளிதாக வந்து போக முடியும்.

வரைபடத்தின் பளபளப்பில் அதே வட்டாரத்தில் உள்ள ஒரு மளிகைக் கடையில் சேலையை இடுப்பில் சொருகியபடி சரக்குகளை அடுக்கும் நீலவேணி தெரிந்தாள். அவருடைய ஆசைநாயகி.

ஞானசம்பந்தன் யோசித்தபடியே கனமான சிவப்பு பென்சிலை எடுத்து நகர சபை கட்டிடத்துக்கும் புதிய பிச்சம்மாள் முக்கிய சாலைக்கும் இடையே இரண்டு சிவப்புக் கோடுகளை வரைந்தார். அதற்கு மேல் நீலவேணி தெரு என்று எழுதினார்.

ஊருக்காகத் தேன் எடுப்பவன் புறங்கையை நக்கத்தான் செய்வான் அல்லவா?

கனம்

சுபத்திரா ஒரு நாளைக்கு நிறைய சாப்பிடுகிறாள். மிக லாவகமாக கையினாலோ முள்கரண்டியாலோ உணவை எடுத்து சிறிய பொட்டலங்களாக வாய்க்குள் அடைத்தபடி. ஒரு கவளம் உணவை நாற்பத்தியிரன்று முறை மென்றால் உடம்பின் எடை ஏறாது என்று அவள் எங்கோ படித்திருந்தாள். அல்லது அவள் அம்மா சொல்லியிருக்கலாம். முகநூலில் யாராவது பதிவு போட்டிருப்பார்கள். வாட்ஸாப் குழுமத்தில் வந்திருக்கலாம். தொலைக்காட்சி விளக்கப்படத்தில்கூட சொல்லியிருக்கலாம்.

நாற்பத்திரண்டு முறைகள். கனமான கறுப்புப் பாறைகளுக்கு இடையே உள்ள சின்ன குழிக்குள் சதா வந்து திரும்பும் சிறிய கடலலைகளின் இரைச்சல் வாய்க்குள்ளிருந்து காதுகளுக்குள் கேட்கும் வரைக்கும். அவள் கைத்தசைகள் சரித்து வைக்கப்பட்டிருக்கும் சாக்குப் பைகளாக மேசை மீது புரண்டு கிடக்கின்றன. கன்னங்கள் மழைக்காலத்தில் ஜன்னல்களை அடைக்க மறந்ததால் மழைத்தண்ணீரில் நனைந்த திரைச்சீலைகளாய்த் தொங்கிக் கொண்டிருக்கின்றன.

நான் உணவுத் தட்டையும் குளிர்பான பாட்டிலையும் எடுத்துக் கொண்டுபோய் அவள் முன்னால் அமர்கிறேன்.

அலுவலக உணவகம். குரல்கள் - பிளாஸ்டிக் தட்டுகளின் மீது கரண்டிகளும் முள்கரண்டிகளும் தட்டுவது - எவனோ அபாய சங்கொலிபோல் உச்சஸ்தாயியில் விட்டுவிட்டுச் சிரிப்பது - குழாயிலிருந்து விழும் தண்ணீர் சத்தம் - நாற்காலிகள் தரைமீது தேய்வது.

''முடிவு செய்துட்டியா?''

நிதானமாய் நாற்பத்தியிரண்டு வரை எண்ணிவிட்டுச் சுசித்திரா பதில் சொன்னாள்.

''இன்னும் இல்லை. கொஞ்சம் பயமா இருக்கு. மருந்து சாமான். ஏதாவது தப்பா ஆயிடுச்சினா?''

''ப்ச்சு, அது எப்படி ஆகும். அமெரிக்காவிலேயும் ஆஸ்திரேலியாவிலேயும் இந்த மருந்தைப் பரிசோதிச்ச லேப் ரிப்போர்ட் எல்லாமிருக்குத் தெரியுமா?''

நாற்பது-நாற்பத்தியொன்று-நாற்பத்தியிரண்டு

''எத்தனை பேர் தப்பான மருந்து சாப்பிட்டுச் சாகுறாங்க தெரியுமா?''

''நீ ஏன் இப்படி பயந்தாங்கொள்ளியா இருக்க? உனக்கு நெறைய காசு சம்பாதிக்கணுமா வேணாமா? போன மாசம் மட்டும் எனக்கு சொளையா முப்பதாயிரம்...''

நாற்பத்திரண்டு வரைக்கும் எண்ணிக் கொண்டிருக்கும் சுபத்திராவின் முட்டைக் கண்களின் அடியில் ஆசையின் நிழல் அவிழ்த்துவிட்ட நாய்க்குட்டியாய்த் தவ்விக் குதித்தது.

''இந்த மருந்து நெஜமாவே ஒடம்பைக் கொறைக்க வைக்குமா?''

கையருகே வைத்திருந்த மருந்து குப்பியைக் கையில் எடுத்துத் திருப்பிப் பார்த்தாள். குப்பிக்குள் சின்னச் சின்ன பழுப்பு நிற உருண்டைகளாக இருந்த முப்பது மூலிகை மாத்திரைகள் ஒன்றோடொன்று உரசிச் சத்தம் எழுப்பின.

''ஆங் - நிச்சயம். நிச்சயம். எல்லாம் சுத்தமான மூலிகைகளால தயாரிக்கப்பட்டது. மாசம் முப்பதாயிரம். நீயே புதுசா சேல்ஸ் பண்றவங்களைச் சேர்த்துவிட்டா அதுக்கும் ஊக்கத் தொகை உண்டு. அவங்க விக்குற தொகையில இருந்தும் உனக்குப் பங்கு வந்துரும். பிறகு அவங்க சேர்த்துவிடுற ஆளுங்க விக்குற தொகையில இருந்தும் உனக்கு ஒரு பங்கு. இப்படி தொடர்ந்து போயிகிட்டே இருக்கும், சங்கிலி மாதிரி.''

கண்ணாடிகளுக்கு எதிர்த்தாற்போல் வரிசையாக வேறு கண்ணாடிகள். அவற்றைச் சுற்றியும் மேற்புறத்திலும் மற்ற கண்ணாடிகள். நான் இதுவரை இருபத்து நான்கு பேர்களைச் சேர்த்து விட்டிருந்தேன். சுபத்திரா இருபத்தைந்தாவது பிரதிநிதியாக சேரலாம். அதற்கும் தனியே ஊக்கத் தொகை உண்டு. நான் அவளிடம் சொல்லவில்லை.

''யோசிச்சிட்டுச் சொல்றேன்.''

நிறைய சத்தம் எழுப்பியபடி சுபத்திரா தட்டைத் தூக்கியபடி மேசையைவிட்டு எழுந்தாள்.

''போடி தடிச்சி'' என்றேன் அடிக்குரலில். என் குரலில் ஈனி நெளிவதுபோல் வன்மம் இருந்தது. சுபத்திரா பிருஷ்டம் அசைய

தட்டை அப்புறப்படுத்தும் இடத்துக்கு நடந்து போனாள்.

அடுத்த சில நாட்கள் அலுவலகத்தில் நாங்கள் அதிகம் பேசிக் கொள்ளவில்லை. அலுவலகக் கணக்குகளை ஆய்வு செய்ய ஜெர்மனியில் இருக்கும் தலைமை அலுவலகத்திலிருந்து வந்திருந்தார்கள். சுபத்திரா மொத்த விற்பனைப் பிரிவு. நான் கணக்கு வழக்கு. கனமான கோப்புகளையும் முத்திரையிடப்பட்டிருந்த ரசீதுகளையும் கையில் வைத்தபடி அலுவலகம் முழுவதும் சுற்றிச் சுற்றி வந்தோம். நாங்கள் விற்கும் உயர் ரகக் கண்ணாடி லென்ஸுகள் எங்களைக் கண்கொட்டாமல் பார்த்துக் கொண்டிருந்தன.

கழிவறைக் கண்ணாடியின் முன்னால் நின்று கொண்டிருந்த போது சுபத்திரா சோர்ந்து போயிருப்பதாகப் பட்டது. கன்னங்கள் வற்றிப் போயிருந்தன.

''எத்தனை நாள்தான் யோசிப்ப?''

பளிங்கு தரையின் மீது விழும் வெயிலின் நுரை போல இருந்த மென்மையாம நீளத் துப்பட்டா என் திரண்ட மார்புகள் மீது அழகாய் அமர்ந்து கொண்டது. முப்பத்தேழு வயதில் கல்யாணமான பின்னரும்கூட எனக்கு நல்ல உடம்பு. கழிவறை விளக்குகளின் வெளிச்சத்தில் நீண்ட வரிசையாய் நின்றபடி கண் சிமிட்டும் கண்ணாடிகளில் என்னையே ரசித்துக் கொண்டேன்.

''கொஞ்ச நாள் முயற்சி பண்ணித்தான் பாரேன். எவ்வளவு நாள்தான் இப்படியே இருக்கப் போறே. உன்னைப் பார்த்தா இருபத்தொம்போது வயசுக்காரி மாதிரியா இருக்கு? இந்த வேலையைப் பகுதி நேரமா செஞ்சாலாவது நெறைய பேரைச் சந்திக்கலாம் இல்லையா?''

நிறைய பேரை என்பதை அழுத்திச் சொன்னேன். சுபத்திரா பதில் சொல்லவில்லை. முகத்திலிருந்த கனமான மூக்குக் கண்ணாடியைக் கழற்றி அவள் அணிந்திருந்த அங்கி போன்ற நீண்ட ஆடையின் ஓரங்களைக் கொண்டு அதை அழுத்தித் துடைப்பதில் மும்முரமாக இருந்தாள். மூக்குக் கண்ணாடியை மீண்டும் மாட்டிக் கொண்டு காய்ந்த புதர்போல் நெற்றியில் நீட்டிக் கொண்டிருந்த தலைமுடியை சில முறை ஒதுக்க முயன்றாள்.

நான் அவள் பக்கமாகப் போய் தோள் உரச நின்று கொண்டேன். என் தலையை அவள் முகத்துக்கு முன்னால் சாய்த்துக் கண்ணாடியில் என் முகத்தை ஆராய்ந்தேன்.

''குணசேகரன் என்னை இன்னைக்கு வெளிய அழைச்சுக்கிட்டுப் போறான். டின்னருக்கு, சினிமாவுக்கு...''

புருவம் உயர்த்தினாள்.

''மார்க்கெட்டிங் குணசேகரன். தெரியாது? கறுப்பா, சிரிச்ச மொகத்தோட.''

முழங்கைகளைச் சற்று அகட்டிக் காட்டினேன். கறுப்பாக, பரந்த தோள்களோடு, பளபளக்கும் முகச் சருமத்தோடும், திடகாத்திரமாக. பளீரென்ற சிரிப்போடு.

''உன் கணவருக்கு இது தெரியுமா?''

''அவருக்குத் தெரிஞ்சு என்ன ஆகப் போகுது? வழக்கம்போல ஆபீஸைக் கட்டி அழுதுகிட்டு இருப்பார். இல்லனா தொண்டூழியம் பண்றேன்னு ஏதாவது சமூக மன்றத்துல போய் உக்காந்துக்குவார்.

குணா இந்த மருந்தை வித்து மாசா மாசம் அம்பதாயிரம் அறுபதாயிரம் கூட சம்பாதிக்குறாரு. தங்க நட்சத்திர விற்பனையாளர் தெரியுமா?''

எனக்கு ஐந்து வயதில் ரோஷினி என்ற மகள் இருந்தாள். வார நாட்களில் அவளை என் அம்மா வீட்டில் விட்டு வைத்திருந்தோம். கணவருக்கும் எனக்கும் வேலை அதிகம்.

''சரி நீ பதில் சொல்லவே இல்லையே.''

''யோசிச்சுச் சொல்றேனே.''

''ஓ. அதுக்கென்ன? நிச்சயமா. நல்லா யோசிச்சுச் சொல்லு.''

எனக்குக் கலகலவென்று சிரிப்பு. அணிந்திருந்த ஆடையை ஒரு முறை கைகளால் அள்ளி உதறிவிட்டு சுபத்திரா கழிவறையை விட்டு மெல்ல அசைந்தபடி வெளியேறினாள். கழிவறைத் தண்ணீரில் கால்கள் தோய தவழ்ந்தபடி வெளியேறும் பூச்சியைப் பார்ப்பதுபோல் நான் சுபத்திராவை அருவெறுப்புடன் பார்த்துக் கொண்டிருந்தேன்.

நம் இருவரின் நட்பும் உச்ச கட்டத்தில் இருந்தது என்று சொல்லக்கூடிய காலக் கட்டத்தில் சுபத்திரா நாங்கள் இருவரும் வேலை முடிந்து அலுவலக முகப்பில் டாக்ஸிகளுக்காகக் காத்திருக்கும் வேளைகளில் என்னிடம் நிறைய பேசியிருக்கிறாள்.

''என் அப்பாவும் அம்மாவும் பள்ளிக்கூடத்திலேர்ந்து ஓய்வு வாங்கிட்டாங்க. நான் ஒரே மக. கல்யாணம் பண்ணிக்காம இருக்குறதால அவங்களுக்கு நான் பாரமா இருக்குறேனோனு தோணுது. காலையில பசியாற எடுத்துக் கொடுக்கும் போது அம்மா ரொம்ப பரிதாபமா பாக்குறாங்க. ஆனா எதையும் பேசத் தங்குறாங்க.

அப்பா காரணமே இல்லாம அப்பப்ப என் தலையைத் தடவிக் கொடுக்குறாரு. ரெண்டு பேரையும் பார்த்தா பாவமா இருக்கு.''

''நீ எந்த காலத்துல இருக்க சுபத்திரா? கல்யாணம் பண்ணிகிட்டாத்தான் பொறுப்பான மகளா? இப்ப உனக்கு வாய்ச்சிருக்குற சுதந்திரத்தை ரசிக்காம மூக்கைச் சிந்திக்கிட்டு. வயசானவங்க அப்படித்தான் இருப்பாங்க. அவங்களை ஒரு ஓரமா வையி. முடிஞ்சா நீ தனியா ரூம் எடுத்துத் தங்கீரு.''

''ஆனா எனக்கும் தேவையா இருக்கே. கணவன், குழந்தைங்க, குடும்பம்.''

''அப்படி வா வழிக்கு. நல்லா சம்பாதிக்கிறவனா, சாதுவானவா ஒருத்தனைப் பிடிச்சுப் போட்டுற வேண்டியதுதானே.''

''என்னமோ ஆம்பிளைங்கள தெருவோரமா கூவிக் கூவி விக்குற மாதிரி பேசுற.''

''அதுக்காக இருக்குது கோயில், குளம், குட்டை.''

''ஐயோ வேண்டா. கோயிலுக்குப் போனா எதுருல வர தெரிஞ்சவங்க எல்லாம் இத்தனை வயசாகியும் கல்யாணமாகலயானு கேட்டுத் தொளைக்குறாங்க.''

ஆக, கோயில்கள், கல்யாண வைபவங்கள் ஆகியவற்றுக்குப் போவதை நிறுத்திக் கொண்டாள்.

''அப்படினா அதுக்கு என்ன பண்ணற?''

''எதுக்கு?''

''அதுக்கு.''

முஷ்டியை மடித்து குழாய்போல வாயருகே வைத்து நாக்கின் நுனியால் கன்னத்தின் உட்புறத்தை உப்ப வைத்துத் தளர்த்தினேன்.

கண்கள் பரக்கப் பரக்க விழிக்கும் சில கணங்களுக்குப் பிறகுதான் புரிந்து கொண்டாள்.

''ஐயோ, ச்சீ.''

''வேணும்னா வாடகைக்கு வர ஆளுங்களை அறிமுகப்படுத்தி விடவா. சோசியல் எஸ்கோர்ட்ஸ். ரகசியமா வந்து ரகசியமா கௌம்பிருவாங்க.''

''வேண்டாம், வேண்டாம்.''

கையெடுத்துக் கும்பிட்டாள். நான் சிரித்தேன்.

''சரி, சரி. கற்புக் கண்ணகி. சமூக வலைத்தளங்கள்ல போயாவது ஆம்பிளைங்களைச் சந்திக்கலாமில்லையா?''

டாக்ஸி வந்தது. இவள் முகத்தையும் உருவத்தையும் பார்த்துவிட்டு யார் வரப் போகிறார்கள் என்று நினைத்துக் கொண்டேன்.

ஆக, வேலை முடிந்து வீட்டில் கைத்தொலைபேசியையோ ரேடியோவையோ நோண்டிக் கொண்டு சும்மாதான் இருக்கிறாள். நல்ல பலியாடு.

சில நேரங்களில் பலியாடுகளே வினையாக மாறுகின்றன.

பக்கத்தில் அமர்ந்திருந்த சோஃபியாதான் இரண்டு வாரங்களுக்குப் பிறகு சுபத்திராவின் உருவத்தில் ஏற்பட்டிருந்த மாற்றத்தைக் கவனித்துச் சொன்னாள்.

‘‘சுபத்திராவா இது? அப்படி குண்டா இருந்தவ இப்படி ஒல்லியாயிட்டா?’’

வழிக்கு வர மறுத்த கணக்குத்தாள்களிலிருந்து கண்களை நிமிர்த்தி வேலையிட மேசைகளுக்கு அப்பால் பார்த்தேன். சுபத்திரா கைகளில் கோப்புகளைப் பிடித்தபடி என் பகுதி மேலாளருடன் பேசிக் கொண்டிருந்தாள். அவள் உடம்பில் முன்பிருந்த ஊழற்சதை மொத்தமும் கரைந்துவிட்டிருந்தது. தொடைகளின் துவக்கம்வரை மட்டுமே நீண்டிருந்த கைவைக்காத ஆடையை அணிந்திருந்தாள். கன்னங்களில் மட்டும் இன்னமும் கொஞ்சம் சதைப்பற்று மிஞ்சியிருந்தது.

மேலாளன் பொறிக்கடலையைப் பார்த்த குரங்கைப்போல அவளைப் பார்த்து இளித்துக் கொண்டிருந்தான்.

எனக்கு உடனே தெரிந்துவிட்டது. சாம்பிளுக்காக அவள் அன்று கையோடு எடுத்துக் கொண்டுபோன முப்பது உருண்டை வடிவிலான பழுப்பு நிற மூலிகை மாத்திரைகள் நிறைந்திருந்த மருந்து புட்டி.

எனக்கு மிகுந்த கோபம் வந்தது. நான் சூறாவளிகளை ஏவி விட்டேன். கூர்மையான கற்களை எடுத்து வீசினேன். முகம் பார்க்கும் கண்ணாடிகளைக் கைகளால் மீண்டும் மீண்டும் குத்தி சுக்கு நூறாக நொறுக்கினேன். குணசேகரன் வேலை செய்த பகுதிக்குச் சென்று கைகளை வேக வேகமாக அசைத்து ஏதேதோ கத்தினேன்.

விற்கும் பொருள் இத்தனை சீக்கிரத்திலேயே பலன் கொடுக்கும் என்றால் நாங்கள் லாபம் பார்ப்பது எப்படி.

என் மின்னஞ்சல்களைப் பார்த்து மருந்து தயாரிக்கும் கம்பெனியில் இருக்கும் யார் யாரோ மேலும் கீழும் ஓடினார்கள். தொலைபேசித் தகவல்கள் அவசர அவசரமாகப் பரிமாறப்பட்டன. சோதனைக் கூடங்களில் வேலை செய்து கொண்டிருந்த விஞ்ஞானிகள் வெள்ளை நிற கோட்டுகளால் பிடித்து நிமிர்த்தப்பட்டுத் துணி பொம்மைகளாய் உலுக்கப்பட்டார்கள். பக்கம் பக்கமாய் அறிக்கைகள் தயாராகிப் பளபளக்கும் நீண்ட தேக்குமர மேசைகள் போடப்பட்டிருந்த அலுவலக அறைகளில் விவாதிக்கப்பட்டன. முக்கிய பங்குதாரர்கள் சீறும் பாம்புகளானார்கள்.

இப்படி மருந்து எடுத்தவுடன் பதினைந்து நாட்களில் உடல் எடை இப்படி குறைவது சாத்தியமில்லை. யாரோ லட்சத்தில் ஒருவருக்கு இப்படியாகலாம். ஆனால் பெரும்பாலோர் சொல்லிக் கொள்ளக்கூடிய எந்த விதமான மாற்றமும் இல்லாமலே வாழ்க்கையை முடித்துக் கொள்வார்கள்.

ஒரு முறை டாக்ஸிக்காக காத்துக் கொண்டிருக்கும்போது சுபத்திரா சொன்னாள்:

"வாழ்க்கையால் மிகவும் தாழ்மையான நிலைக்குத் தள்ளப்பட்டவர்கள் எதை வேண்டுமானாலும் செய்ய துணிவார்கள். ஏனென்றால் அவர்கள் விழுவதற்கு அதிக தூரம் இல்லை. அப்படி விழுந்தாலும் அடி அவ்வளவாகப் படாது. அந்த துணிச்சலே ஒரு வகையில் மந்திரம்போல் செயல்பட்டு அற்புதங்களை நிகழ்த்தி விடுகிறது."

அப்போது அலுவலக வாயிலில் நிறைந்திருந்த குளுமை, நிறம் மக்கிப் போன பளிங்குத் தரையின் மினுமினுப்பு, உயரமான கண்ணாடி

ஜன்னல்களிலிருந்து வழிந்த சிவப்புச் சாயங்காலம், சுபத்திராவின் முகத்துக்கும் கழுத்துக்கும் இடையில் பசியோடு அலைந்த நிழல்கள் இந்த வார்த்தைகளைச் சொல்லும்போது அவள் முகத்தில் இருந்த கடுமை யாவும் எனக்குத் தெளிவாகவே ஞாபகத்தில் இருக்கின்றன.

சுபத்திரா உடல் இளைத்த பிறகு நாங்கள் இருவரும் அவ்வளவாகப் பேசிக் கொள்ளவில்லை. பெரும்பாலும் அப்படித்தான் நடக்கிறது.

ஒரு நாள் அலுவலகத்திற்குப் பக்கத்தில் இருந்த கடைத்தொகுதிக்குப் போன போது அங்கிருந்த ஒரு காபி இடத்தில் சுபத்திராவும் குணசேகரனும் மிக நெருக்கமாக ஒட்டிக் கொண்டு அமர்ந்திருப்பதைப் பார்த்தேன்.

சுபத்திரா சிறிய வட்ட மேசைமீது கைகளை வைத்துக் கொண்டு சும்மா பார்த்துக் கொண்டிருக்க குணசேகரன் சீனி அடைக்கப்பட்டிருந்த குட்டி வெள்ளை பாக்கெட்டுகளை ஓரிரு முறை பலமாக ஆட்டிக் கிழித்து அவளுக்காக காபிக்குள் சீனியை அளவாகக் கொட்டிக் கொண்டிருந்தான்.

நான் அருகில் நடந்த போது கரண்டியோ கைதுடைக்கும் தாளோ எடுக்க வேண்டும் என்று சொல்லிவிட்டுக் குணசேகரன் தலையைக் கவிழ்த்தபடியே நடந்து போனான்.

சுபத்திரா என்னைப் பார்த்துப் புன்னகைத்தபடியே அமர்ந்திருந்தாள்.

''அப்படினா நிச்சயமா உனக்கு இனியும் மருந்து விக்குறதுல ஆர்வம் இருக்காது. இல்லையா சுபத்திரா?''

சுபத்திராவின் புன்னகை மாறாமலேயே இருந்தது.

‘‘எடை கொறைக்க முடியாத குண்டச்சிப் பொம்பளைகளையும், வாழ்க்கையில உடற்பயிற்சி செய்யுறதுக்குக்கூட துப்பில்லாத ஆம்பிளைங்களையும் சந்திக்குறதுல எனக்கு என்ன ஆர்வம் இருக்கப் போகுது சந்தியா?’’ என்றாள்.

கழுத்தைப் பின்னால் திருப்பிக் குணசேகரன் எங்கு இருக்கிறான் என்று தேடி அவனை விரல் சொடுக்கி அழைத்தாள்.

அவனும் காபி இடத்தின் சிறிய இரும்பு மேசைகளும் நாற்காலிகளும் கடகடவென்று அதிர அவள் பக்கத்தில் விரைந்து வந்து நின்றான்.

உர்சுலா லெ குவின்-இன் வலது ஆள்காட்டி விரல்

உர்சுலா லெ குவின்-இன் கத்தரித்த வலது ஆள்காட்டி விரலை கசங்கிய பழைய செய்தித்தாள் பக்கங்கள் நிரப்பிய அட்டைப் பெட்டியில் சியாமளா அனுப்பியிருந்தாள். விரலுக்குஅடியில் கோணலாக கிழிக்கப்பட்ட நோட்டுப் புத்தகத் தாளில் நீல நிறமையில் 'இதோஉனக்காக. ஊர்சுலா லெ குவின்.' என்று எழுதப்பட்டிருந்தது. இருபுறமும் சதை திரண்டு தேன் நிறமாய்ப் பிரகாசிக்கும் சியாமளாவின் ஆழமான முதுகுத்தண்டைப் போலவே லேசாய் முன்புறமாக வளைந்திருக்கும் கையெழுத்து.

படிப்பறை மேசைமீது கதகதப்பான மஞ்சள் வட்டமாய் மேசை விளக்கின் வெளிச்சம். லேசாய்க் கை நடுங்க கனமான நிக்கோடின்புள்ளிகளோடுபழுப்பு நிறமாக மாறியிருந்த உர்சுலாவின் கை விரலைஇரண்டுவிரல்களால் நிமிண்டி எடுத்து எனது மூக்கின் அருகே கொண்டுவந்து ஆழ முகர்ந்தேன். மூக்கிற்குள்பழைய சிகரெட் டப்பாக்களின்வாசனை போன்ற ஒன்றுகனமாய் ஏறியது. உர்சுலா எழுதிய பல்லாயிரம் வார்த்தைகளின் நிழல்கள் அந்த விரல் நெடுக சிவப்பு நகப்பூச்சு தீற்றியிருந்த விரல் நகத்துக்கு மேலிருக்கும் மேட்டில்,

விரல் மூட்டுகளில் கறுப்பில் கூடிக் கூடிக் கோபமான குரல்களின் பேசிக் கலையும் சத்தம் எனக்குத் தெளிவாய்க் கேட்டது.

உடலுறவுக்குப் பிறகு சுவருக்கு ஓரமாய் போடப்பட்டிருந்த பல்கலைக்கழக ஹாஸ்டல் கட்டிலில் ஒரு குவியல் கால்களாகவும் கைகளாகவும் மார்புகளாகவும் கிடந்தபடிகாதோரங்கள், உதட்டின் வளைவுகள், ஈரமான தலைமயிர் ஆகியவற்றில் ஒட்டியிருக்கும் உப்பு வாசத்தைச் சுவாசித்தபடி நானும் சியாமளாவும் உர்சுலா லெ குவின்-இன் நாவல்களையும் சிறுகதைகளையும் விவாதித்து இருக்கிறோம்.

''புனைவு என்பதே ஊகம்தானே. இதில் என்ன தனியாக எதிர்காலத்தைப் பற்றி ஊகமாய் எழுதுவது?'' என்று சியாமளா என் கரத்தைத் தனது சூடான மார்பில் அழுத்தி வைத்தபடி அரை தூக்கத்தில் முனகுவாள்.

''ஒருவேளை புனைவு என்பது கேள்விகளே இல்லாத இடமாய் மாறிப்போனதாகஅவர் நினைத்திருக்கலாம்.''

''அப்படியென்றால் நான் புனைவா ஊகமா?''

எனதுஅடிவயிற்றில் ஆமை ஓடுபோல் வழவழப்பாக இருந்த சியாமளாவின் பின்புறம்.

''முக்கால்வாசி புனைவு. இந்த இடம் மட்டும் எப்போதும் ஊகம்.''

ஒற்றைவிரலால் சியாமளாவின்மார்பிலிருந்து அவள் வயிற்றின் அடிப்பாகம்வரை ஒற்றை விரலால் இழுத்தேன். அவள் உடம்பில் பயணம் செய்த என் விரலுக்குப்பின்னால்சன்னல் வழியாக

எங்கிருந்தோ அறைக்குள் விழுந்த வெளிச்சம் சியாமளாவின் பழுப்பு உடம்புமீது வெள்ளிப் பட்டையாய் நீண்டது. என் விரல் வந்து நின்ற இடத்தில் தொப்புளைத் தாண்டி வெண்ணிறமாய்த் திரண்டிருக்கும் சின்ன தொந்தி. அதற்கு ஓரமாய் அடர்த்தியும் ஈரப்பதமும் நிறைந்த மழைக்காடு.

சியாமளாவின் முகவரி உள்ளதா என்று அட்டைப் பெட்டியை இரண்டு மூன்று முறை புரட்டிப் பார்த்தேன். ஆனால் அட்டையின் மேல்புறத்தில் கறுப்பு மையில் எழுதப்பட்டிருந்த என் பெயரும் விலாசமும் தவிர வேறெதுவும் அதன்மீது எழுதப்பட்டிருக்கவில்லை. வலது பக்க மேல் முனையில் தென்பட்ட சிவப்பு நிற அஞ்சல் குறிகள் எந்தத் தகவலும் அறிந்து கொள்ளாதபடி கலங்கலாக இருந்தன. பெட்டியின் அருகில் நான் அலட்சியமாக வைத்த உர்சுலாவின் விரல் அறையிலிருக்கும் வெளிச்சத்தை எல்லாம் தன்னிடம் இழுத்துக் கொண்டதைப்போல அறை மொத்தத்தையும் இருளில் ஆழ்த்திவிட்டு அதுமட்டும் பிரகாசித்தது.

''இந்தக் கதையில் உண்மையில் இரண்டு பேர் சம்பந்தப் பட்டிருக்கிறார்கள்.'' என்று நாங்கள் இருவரும் கடைசியாகச் சந்தித்தபோது சியாமளா சொல்லியிருந்தாள். பல ஆண்டுகளாகப் பணப் பற்றாக்குறையால் தள்ளாடிவந்த பல்கலைக் கழகச் சமூகவியல் துறை காலாண்டு விடுமுறைக்குப் பின் மூடப்படும் என்று அறிவிப்பு அன்று பிற்பகல் வெளியாகியிருந்தது. நாங்கள் இருவரும் அமர்ந்திருந்த மர இருக்கைகளின் பின்னணியில் நூலகத்திலிருந்து அள்ளிய கனமான சமூகவியல் புத்தகங்களை மார்பில் சாய்த்தபடி பல மாணவர்கள் முதுகைப் பின்னோக்கி வளைத்தபடி தூக்கிச் சென்று கொண்டிருந்தார்கள்.

குடைபோல் கணுக்கால்களைச் சுற்றிக் காற்றில் எழும்பிய நீண்ட சாம்பல் நிறப் பாவாடையை அணிந்திருந்த முதிய பேராசிரியை ஒருத்தி கலைந்திருந்த தனது தலைமயிரை கைவிரல்களால் கலைத்துவிட்டுப் பிறகு கைகளை உயரத் தூக்கியவளாகப் புத்தகங்களைத் தூக்கிச் செல்லும் மாணவர்கள் ஒவ்வொருவரிடமும் பரிதாபமாகக் கெஞ்சிக் கொண்டிருந்தாள்.

"அந்த இரண்டு பேரில் ஒருவர் எங்கள் வீட்டிற்கு அருகில் வசித்து வந்த எழுபது வயது தையற்காரர். கழுத்தில் புற்றுநோய் கட்டி வளர்ந்து இன்னும் சில வாரங்களில் நிச்சயமாகச் செத்துப் போய்விடுவார் என்ற நிலையில் இருந்தவர் எங்கள் கிராமத்துக்கு மேற்கே நாற்பது கிலோமீட்டர் தூரத்தில் வாழ்ந்துவந்த ஒரு கிழட்டு விதவையின் சாவுக்குப் போயிருக்கிறார். செத்துப்போன கிழவி மிகவும் சுவாரஸ்யமானவள்.திருமணமான இரண்டு மாதங்களிலேயே பாதுகாப்பு அதிகாரி வேலை முடிந்து பழுத்த பின்னிரவில் வீட்டிற்குத் திரும்பும் நேரத்தில் அவளுடைய கணவனை லாரி அடித்துச் செத்துப் போனான்.அந்த நாளிலிருந்து ஐம்பத்திரண்டு ஆண்டுகளாய் இந்தக் கிழவி தரையில் உடல் நீட்டித் தூங்காமல் இருந்திருக்கிறாள். உப்பில்லாத கையளவு உணவை ஒரு நாள் ஒரு பொழுது மட்டும் சாப்பிட்டிருக்கிறாள். இதனால் கிழவியை அந்தப் பிரதேசம் முழுவதும் தெய்வாம்சம் உடையவளாகக் கொண்டாடியது. தையற்காரக் கிழவன் கிழவியின்வீட்டை அடைந்தபோது அவள் பிணத்தை நடுவீட்டில் ஐம்பத்திரண்டு வருடங்களுக்குப் பிறகு முதன்முறையாக நீட்டிப் படுக்க வைத்திருந்தார்கள். அவள் உடலை உறவினர்கள் அப்போதுதான் குளிப்பாட்டி முடித்திருந்ததால் அவளுக்கு உடுத்தியிருந்த பச்சை நிறச் சேலையும் ரவிக்கையும் ஈரமாகவே

இருந்தன. சடங்கு நடத்த வந்திருந்த கிராமத்துப் பூசாரி கிழவியின் வீட்டு வாசலில் நின்றபடி சிறு மத்தளத்தைக் குச்சியால் தட்டியபடி ஒப்பாரிப்பாட்டுப் பாடிக் கொண்டிருந்தான். அப்போது பூசாரியின் முகத்தில்ஏற்பட்ட உக்கிரமான மாறுதல்களைப் பார்த்த எட்டு மாத கைக்குழந்தை ஒன்று வாய்விட்டுக் கதறி அழுதது. அந்த இடம் முழுவதும் கனமான பச்சை நிறக்கடலாய்ப் பரவியபூசாரியின் பாட்டுச் சத்தத்தில் மெல்லிய போதை போன்ற ஒரு மயக்கத்துக்குள்அவள் பிணத்தின் முன்னால் அமர்ந்திருந்தவர்கள் போன நேரத்தில் கிழவியின் ஈரமான ரவிக்கையில் சின்னஞ் சிறிய வெள்ளைப் பூவாகத் தாய்ப்பால் துளி ஒன்று பெருகியிருக்கிறது. இந்த அதிசயத்தை அந்தக் கிராமத்தில் விபச்சாரத் தொழில் செய்து வந்த கெங்கம்மாதான் முதலில் கவனித்தாள். அவள் போட்ட கூப்பாட்டில் கூடத்தில் இருந்த மற்றவர்களும் 'அதிசயம், அதிசயம்' என்று கூவிக் கொண்டு வாசலிலில் நின்று சிறு மத்தளத்தை வாசித்துக் கொண்டிருந்த பூசாரியிடம் விஷயத்தைச் சொல்ல ஓடினார்கள். அந்த நேரத்தில் கிழவியின் வீட்டினுள் கூடத் தொடங்கியிருந்த அரையிருட்டில் மெல்ல அதிர்வதுபோல் ஜ்வலித்துக் கொண்டிருந்த தாய்ப்பால் துளியைக் கண்கொட்டாமல் வாய் பிளந்து பார்த்துக் கொண்டிருந்த கிழவன் பூர்வ ஜன்மத்தின்ஏதோ ஒரு கிளர்ச்சியால் உந்தப்பட்டவன் போல வாயைக் கிழவியின் மார்போடு வைத்து அந்த ஜீவ ரசத்தை ஆசை தீர உறிஞ்சிக் குடித்தார்.அடுத்த நாள் காலை அவன் எழுந்த போது அவன் கழுத்தில் இருந்த கட்டி முற்றாக மறைந்திருந்தது.''

சியாமளா முதல் கதையைச்சொல்லி முடித்தபோது அவளுக்கு லேசாய் மூச்சிரைத்தது. நான் பல்கலைக்கழக டீ சட்டைக்குள் பொங்கியிருந்த அவள் மார்பைக் கவனித்தபடி இருந்தேன். பவளப்

பாறைத் துண்டுபோல் சிவந்து கூர்மையாய் இருந்த அவளுடையநாக்கின் நுனியைத் தனது உதடுகளின்மீது ஒருமுறை ஓடவிட்டு விட்டுச் சியாமளா பேச்சைத் தொடர்ந்தாள்.

''அடுத்தவள் கிழவன் வாழ்ந்த அதே கிராமத்தில் வாழ்ந்து வந்த ஒரு திருமணமான சலவைக்காரி. பிணத்திலிருந்து கிளம்பிய தாய்ப்பாலைப் பருகியபின் கிழவனின் கட்டி குணமானதைக் கேள்விப்பட்டவள் அவரைத் தினமும் போய்ப் பார்க்க ஆரம்பித்தாள். கிழவனுக்குக் குடிப்பழக்கம் இருந்தது. சலவைக்காரி அவன் வீட்டிற்குப் போகும்போதெல்லாம் குறைந்தது அரை பாட்டில் மதுவையாவது எடுத்துக் கொண்டு போவாள்.ஊர்க்காரர்கள் அவள் நடத்தையைப் பற்றி அரசல்புரசலாச் சந்தேகப்பட்டாலும் கிழவனுக்கு நடந்த அதிசயத்தால் ஏற்பட்ட பக்திப் பரவசத்தால்தான் இதையெல்லாம் அவள் செய்வதாக தங்களுக்குத் தாங்களே சமாதானம் சொல்லிக் கொண்டார்கள். ஒரு நாள் காலை வயிறு முட்டக் குடித்த நிலையில் கிழவன் தன் தையற்கடையில் செத்துக் கிடந்திருக்கிறார். அவர் சாவுக்குப் பிறகு வீட்டின் எல்லா இடத்திலும் அவர் மகன் கிழவன் ஏதேனும் பணத்தை விட்டுப் போயிருக்கிறாரா என்றுதேடியிருக்கிறான். ஒரு பகல் ஓர் இரவு வீட்டைச்சல்லடைப் போட்டுத் தேடியும் அவன் கைகளில் கொஞ்சம்கூடபணமோ நகையோ அகப்படவில்லை. மகாகஞ்சனான தனது தகப்பன் சின்ன வயதில் ராஜ குடும்பத்துக்குத் தையல் வேலை செய்துசேர்த்த பணத்தைப் பாதுகாப்புக்காகத் தங்கப் பற்களாக மாற்றிப் பொய்ப்பல் கட்டியிருக்கக் கூடும் என்று சந்தேகப்பட்ட அவர் மகன் வீட்டிலிருந்த சிறு சுத்தியலால் கிழவனின் பற்களை ஒவ்வொன்றாக உடைத்து அவர் வாயை வலியத் திறந்திருக்கிறான். துரதிர்ஷடவசமாக அவன் தகப்பனின் வாயில்

தங்கப்பற்கள் ஏதும் இல்லை. ஆனால் கிழவனின் நாக்கை யாரோ கத்திரிக்கோலால்வெட்டி எடுத்திருந்தார்கள். சலவைக்காரி மீது சந்தேகப்பட்டு ஊரார் அவளை விசாரிக்க அவளும் கிழவனுக்கு அளவுக்கு அதிகமான மது ஊற்றிக் கொடுத்துக் கொன்றதாக ஒப்புக் கொண்டாள். கிழவனுடைய உடல் பாகங்களில் ஏதோ ஒன்றைச் சாப்பிட்டால் வயதே ஆகாமல் அவள் என்று இளமையாகவே இருக்கலாம் என்று கருதியதாகவும் யாரும் பிணத்தின் வாயைத் திறந்து பார்க்க மாட்டார்கள் என்று நினைத்ததால் கிழவனின் நாக்கை அறுத்து மென்று தின்றதாகவும், மதுவில் தோய்ந்த நாக்கு நல்ல உயர்ந்த தரமுடைய கோழி இறைச்சியின் மணத்தோடும் பதத்தோடும் இருந்ததாகவும் அவள் சொன்னாள்.பெண் என்பதால் அவளுக்கு மரண தண்டனை தரப்படாமல் ஆயுள் தண்டனையே கொடுக்கப்பட்டது. சம்பவம் நடந்து கிட்டத்தட்ட எழுபது வருடங்கள் ஆகியும் எங்கள் ஊருக்கு அருகிலிருக்கும் பெருநகரத்தில் உள்ள சிறையில் பளபளக்கும் நீண்ட அழகிய கூந்தலோடும், அளவாய் வெட்டி சிவப்பு மதுவில் துவைத்த பஞ்சைப் போன்ற உதடுகளோடும் பொன்னிறமான தோல் நிறத்தோடும் அந்தப் பெண் இன்றும் வாழ்ந்து வருவதாகச் சொல்கிறார்கள். நான் சிறுமியாய் இருந்தபோது அவளுடைய கொள்ளுப் பேத்தியின் சாவுக்காக அவளை ஊருக்கு அழைத்து வந்தபோது அவளை ஒரு கணம் பார்த்திருக்கிறேன். கோடைக்கால நடுப்பகல் சூரியனை மிஞ்சும் ஜோதியுடன் இருந்தாள்.''

சியாமளா இந்தக் கதைகளை என்னிடம் சொன்னபோது என் மனதிற்குள் ஆயிரம் பாதைகளும் குறுக்குப் பாதைகளும் நிறைந்த மாபெரும் நகரமாக ஒரு சிந்தனை உருவாகிப் பேராசையாக வளர்ந்து நின்றது.நான் சியாமளாவிடம் என் உள்ளத்தின் சாசுவதமானதும்,

நிராகரிக்கக் கூடாததுமான ஆசையைச் சொன்னேன். அந்த நேரத்தில் சியாமளா சிறகடித்துப் பறப்பதற்கு முன்னால் அடுக்குமாடிக் கட்டடத்தின் விளிம்பிலிருந்தபடியே வானத்தை ஆராயும் மைனாவைப்போல் தலையை லேசாய்ச் சாய்த்தபடி பேசிக் கொண்டிருந்தாள். பல்கலைக் கழகப் படிப்புப் பாதியில் நின்று போனாலும் அசாதாரணமான மனிதர்களின் உடல்களில் சேகரித்து வைத்திருக்கும் அபரிதமான சக்தியை அறுவடை செய்யப் போவதாகச் சொன்னாள். அப்படிச் சொன்ன நேரத்தில் சியாமளாவின் அகலமான மஞ்சள் நிறக் கண்கள் ஜுரம் கண்டதைப்போல் சுடர்விட்டன. நான் அவள் பேசி முடிக்கப் பொறுமையாகக் காத்திருந்தேன்.

''இது எல்லாம் நீ முன்னால் சொன்னதுதானே சியாமளா?''

''ஆமாம் ஆனால் இதற்கு முன்னால் என் திட்டங்கள் அனைத்தும் வெறும் புனைவாக மட்டுமிருந்தன.''

''அப்படியென்றால் எனக்கும் உன்னிடம் வைக்க ஒரு கோரிக்கை இருக்கிறது சியாமளா.''

கண்களை மூடி தன் அழகிய மென்மையான நாசித் துவாரங்களால், பளிங்குபோல் வெண்மையான கண்ணிமைகளால், மெல்லிய நீலோத்பல மொட்டாய் மலர்ந்திருந்த உதடுகளால், காமத்தின் உக்கிரம்போல் சிவந்த கைவிரல் நுனிகளால் என் வார்த்தைகளை உறிஞ்சிக் குடிப்பவள் போல ஏதும் பேசாமல் சியாமளா அமர்ந்திருந்தாள். அவ்வாறு அவள் அமர்ந்திருந்தபோது பல்கலைக் கழகச் சமூகவியல் துறைக் கட்டடத்தின் கண்ணாடிக் கூறை வழியாகப் பொழிந்த வெயில் கிரணங்கள் அவள் முகவாயில் பட்டு அவள் வாய்க்கடையோரங்களில் இரண்டு பேரழகிய கோரைப் பற்கள்

முளைத்திருப்பதாக எனக்குத் தோன்றியது. எங்களைச் சுற்றி அலைந்து கொண்டிருந்த தூசுப் பந்துகள் அவள் தலையின் உச்சியிலிருந்து மேலேறிப் பொன்னிறமான கிரீடம்போல் ஜ்வலித்தன.

மிகத் தாழ்ந்த குரலில் 'ஒன்றோடு ஒன்று தொடர்பே இல்லாத இரு வேறு சூட்சுமமான விஷயங்களுக்கு இடையே தொடர்பு ஏற்படுத்தி ஒன்றினால் ஒன்றை உருக்குலைத்துப் பயனடைய முயல்வது போன்ற கீழறுப்புக் காரியம் உலகத்தில் இல்லை. அதன் விளைவுகள் பயங்கரமானதாய் இருக்கக் கூடும். கேட்பதை நன்றாக யோசித்துத்தான் கேட்கிறாயா?''

"இதனால் உனக்கு எனக்கு அரசாங்கத்தால் எந்தப் பாதிப்பும் வராதே."

சியாமளா தனத அழகான மஞ்சள் நிறக் கண்களைத் திறந்து என்னை சில மணித்துளிகள் அசையாமல் உற்றுப் பார்த்தாள். பிறகு தனது தலையை நன்றாகப் பின்னால் சாய்த்துக் கலகலவென்று சத்தமாகச் சிரித்தாள்.

"ஆம்லெட் செய்யணும்னா சில முட்டைகளை உடைத்துத்தான் ஆகணும் என் நண்பனே.''

ராணுவப் பயிற்சியின்போது காட்டுக்குள் போவது என்பார்கள். முழுவதுமாய்க் காட்டுக்குரிய வண்ணங்களையே உடம்பெங்கும் பூசிக் கொண்டு, காட்டின் மரப்பட்டைகளையும் தாவரக் கிளைகளையும் அதிகமாக உரசி எதிரிக்கு நமது இருப்பைக் காட்டித் தராத, அவற்றில் சிக்கிக் கொள்ளாத குறைந்தபட்ச ஆடைகளை மட்டுமே அணிந்து கொண்டு, காட்டில் உள்ள பச்சைத்

தாவரங்களையும், ரத்த வாடை அடிக்கும் பச்சை மாமிசத்தை மட்டுமே சாப்பிட்டு, காடோடு காடாய், காட்டின் ஒரு இயல்பான பகுதியாய் மாதக் கணக்கில் வாழ்வது.

அன்று நானும் அவளும் பல்கலைக்கழகத்தின் சமூகவியல் துறை கட்டடப் பொது இடத்தில் கடைசியாய்ச் சந்தித்துப் பிரிந்த பின்னால் சியாமளா ஒருவகையில் காட்டுக்குள் போயிருக்கிறாள் என்பதை உணர்ந்தேன். ஆன்மீகப் பெரியவர்கள், மதத் தலைவர்கள், அசாதாரணமான செயல்களைச் செய்தவர்கள் ஆகியோருடைய உடல்கள் எவ்வகையிலேனும் சிதைக்கப்பட்டு அவர்கள் கொலை செய்யப்பட்டதாக உலகெங்கிலும் இருந்து வரக்கூடிய செய்தித் துணுக்குகளை ஆர்வத்துடன் தேடித் தேடிவாசிக்க ஆரம்பித்தேன். இந்தச்செய்திகள் முதலில் முக்கியத்துவமே இல்லாத இணையப் பத்திரிகைகளில் மட்டுமே அவ்வப்போது வந்தன. அவற்றைப் படிக்கும்போது காட்டிற்குள் மறைந்திருக்கும் சியாமளாவின் தோளின் பழுப்பை, அவள் நடக்கும்போது முன்னும் பின்னும் மெல்ல அசையும் வளமையான அவளுடைய வெண்மையான உள்தொடைகளின் கனத்தை சுடர்விடும் கண்களை ஒரு கணம் பார்த்துவிட்டது போன்ற குறுகுறுப்பு எனக்குள் ஏற்பட்டது.

நாள்கள் போகப் போக செய்திகள் முக்கியப்பத்திரிகைகளின் மாலைப் பதிப்புகளிலும் பின்னர் காலைப் பதிப்புகளின் உள்பகுதியிலும்கொட்டை எழுத்துக்களில் தலைப்பிட்டு வெளிவரத் தொடங்கின.

வீட்டு வேலைகளுக்கு உதவும் ப்ளையர்களால் விழிப்பந்துகளும் நாக்கும் அகற்றப்பட்டுத் தனது கோவில் பலிபீடத்தின் முன்னால் கைகள்

விரியச் செத்துக் கிடந்த பேராயரின் விவரமும் படமும் நகரத்தின் மிக முக்கியப் பத்திரிகையின் காலைப் பதிப்பின் மூன்றாம் பக்கத்தில் வெளியான போது சியாமளா காட்டை.விட்டு விலகி நகரங்களுக்குள் சர்வ சுதந்திரமாய் நகர்கிறாள் என்பதை அறிந்து கொண்டேன்.

அதற்குள் எனது பல்கலைக்கழகப் படிப்பும் முடிந்து சுனிதாவோடு திருமணமும் நடந்திருந்தது.

சியாமளா அனுப்பியிருந்த உர்சுலா லெ குவின்-இன் விரலை மீண்டும் கையில் எடுத்து அதன் மீது அவள் வாசம் வீசுகிறதா என்று முகர்ந்து பார்த்தேன். எனக்குச் சாவு என்பதோ பிணம் என்பதோ பயமுறுத்துவதாய் இல்லை. காவல்துறையில் சார்ஜெண்டாய் வேலை பார்த்து வந்த என் தந்தை விபச்சார வழக்கில் கைதான ஒரு தாய்லாந்து விலைமாதின் மீது புகார் பதியாமல் இருக்க அவளிடம் பணத்தையும் உடலுறவையும் பெற்றுக் கொண்டதால் வேலையை விட்டு நீக்கப்பட்டிருந்தார்.அதன் பிறகு வருமானத்துக்காக பேய்களிடமிருந்து நாலு நம்பர் பெற்றுக் கொள்ள மாதா மாதம் சுடுகாட்டுக்குப் போகும்போது என்னையும் அழைத்துச் செல்வார். எங்களை அழைத்துச் சென்றவன் என் தந்தைவேலையில் இருந்த போது அப்பாவுக்குப் பரிச்சயமாகி இருந்த அடகுக்கடைச் சீனன். திருட்டு நகைகளைத் தேடிக் கண்டு பிடிக்க அடகுகடைகளில் போலீஸார் சோதனைக்கு வரும் தேதியையும் நேரத்தையும் என் தந்தை அவனுக்குப் பல முறை முன்கூட்டியே சொல்லியிருந்தார். பெரும்பாலும் அமாவாசைக்கு முந்தைய நாளில்தான் போவோம்.

நல்ல வெயில் காலத்தில்கூட அந்தச் சுடுகாட்டு மண் ஆசையுள்ள பெண்ணின் உடல்போல ஈரமும் வழவழப்பும் மிகுந்ததாக இருக்கும்.

தற்கொலை செய்து செத்தவர்களின் பெயர்களையும், வாழ்க்கையை அனுபவிக்காமல் மிகுந்த வன்முறையிலோ எதிர்பாராத விபத்துகளிலோ செத்தவர்களின் பெயர்களையும் அவர்கள் புதைக்கப்பட்ட கல்லறையின் விவரங்களையும் சீனன் கையில் வைத்திருப்பான். புதுப் பிணத்துக்கு கிராக்கி அதிகம். ஆனால் எல்லாப் பேய்களும் கழுத்தறுத்த கறுப்புக் கோழியின் ரத்தத்துக்கும் மலேசியாவிலிருந்து கொண்டு வரப்பட்ட கள்ளுக்கும் மசிவதில்லை. தேர்ந்தெடுத்த கல்லறையின் ஓரமாய் நாற்பத்து ஐந்து டிகிரி கோணத்தில் துளையிட்ட முழங்கை நீள மூங்கில் குச்சி ஒன்றை நட்டு, கோழியைத் துடிக்கத் துடிக்கப் பலி கொடுத்து கல்லறையின்மீது கள்ளை ஊற்றி அதற்குள்ளிருக்கும் ஆன்மாவிடம் நீ எண்களைக் கொடுத்தால் இதை எல்லாம் செய்கிறேன் என்று பேரம் பேச வேண்டும். சரியான பேரம் படிந்தால் பேய்கள் துளையிடப்பட்டமூங்கில் கழியின் வழியாக காற்றில் கரைவதுபோல் ஒலிக்கும் மிகச் சன்னமான குரலில் பேசி நாலு நம்பர்கள் தரும்.

பேய் அப்படிக் கொடுக்கும் எண்கள் நிச்சயம் ஜெயிக்கும். ஆனால் வாக்கு மாறாமல் அது கேட்ட காரியங்களைச் செய்துவிட வேண்டும். பெரும்பாலும் பேய்கள் படையல்தான் கேட்கும். சில பேய்கள் யாரையாவது பழி வாங்கச் சொல்லும். அப்பா சில முறை பேய்களிடமிருந்து பணத்தைப்பெற்றுக் கொண்டு பணத்தை ஜெயித்திருக்கிறார்.

எனக்கு இந்த விஷயத்தில் அந்த பேரம் பிடித்திருந்தது. வீட்டின் கதவை அகால நேரங்களில் படபடவென்று தட்டியும், வீட்டின் முகப்பிலெல்லாம் சிவப்பு நிறச் சாயத்தைக் கொட்டியும் அண்டை வீட்டார்கள் எட்டிப் பார்க்கும் அளவுக்குக் கத்திப் பேசிய கடன்

வசூலிப்பவர்களின் தொல்லை தாங்காமல் அம்மா எனது படுக்கையறை மின்விசிறியில் ஒரு பிற்பகல் தூக்கு மாட்டிக் கொண்டபோது அவளும் சுடுகாட்டில் நாலு நம்பர் வேண்டி அறுக்கப்பட்ட கறுப்புக் கோழி மாதிரியே இருந்தாள்.

அவளைப் புதைத்த கல்லறைக்குப் போய் அப்பா நான்கு எண்களை என்றுமே கேட்காதது அந்தப் பதின்மூன்று வயதில் எனக்கு மிகுந்த ஆச்சரியமாக இருந்தது. அம்மா நிச்சயம் நமக்கு சலுகை தந்திருப்பார் என்று நம்பினேன்.

கதவைத் தட்டிவிட்டு சுனிதா என் அறைக்குள் வந்தாள். மேசைமீது விரித்து வைக்கப்பட்டிருந்த அட்டைப் பெட்டியையும் அதைச் சுற்றியிருந்த தாள்களையும் சிரித்த முகத்தோடு பார்த்தாள்.

''இன்னமும் வேலைக்குக்.கிளம்பலையா?''

''இதோ போறேன்.''

என் கழுத்தில் மாட்டியிருந்த கழுத்துப்பட்டையை நன்றாக மேலே நகர்த்திக் கொண்டு எனது வீட்டின் வாசலுக்கு நடக்கத் தொடங்கினேன். நான் என்றும் சுனிதாவிடம் அன்புள்ளவனாக இருந்திருக்கிறேன். சுனிதாவிடம் முகம் சுளிக்காமல் என்றும் சிரித்த முகத்தோடு பேசுவது என் நெடுநாள் பழக்கம்.

என் தொழிலைத் தவிர என் வாழ்க்கையின் வேறெந்த பகுதியிலும் ஊகமென்பதே இல்லை. என் தொழில் மட்டும் ஊகத்தின் மீது கட்டப்பட்டிருக்கிறது. அதனால்தான் ஊகத்தின் அடிப்படையில் கதைகளை வெற்றிகரமாக எழுதிய உர்சுலா லெ குவின்-ஐ நான் மனதாரக் காதலித்தேன்.என் சரியான ஊகத்துக்கே என்னை நம்பி

வருபவர்கள் எனக்குப் பணத்தை அள்ளித் தருகிறார்கள். என் தொழிலில் உச்சத்தைத் தொடுவதற்காக நான்உர்சுலாவைப் பயன்படுத்திக் கொள்வதைப் பற்றி எனக்கு எந்த விதமான குற்ற உணர்வும் தோன்றவில்லை.

பங்குச் சந்தை என்பது ஊகங்களினைப் புரட்டிப் போடும் ருசிகரமான விளையாட்டு. அந்த விளையாட்டில் நான் ராஜா.இனிஎன் லாபம் மிக சிறப்பானதாக இருக்கும் என்று நம்பினேன்.

சுனிதாவை ஆழமாக முத்தமிட்டுக் கிளம்பிய எனது வாய்க்குள் கோழியின் பதத்தோடும் மணத்தோடும் ஒரு விசித்திரமான சுவை நிறைந்திருந்தது.

செந்துவர்வாய்

அந்த நகரம் வாய்களால் நிறைந்திருந்தது. தடித்த உதடுகளுடைய வாய்கள், தலை குனிந்தபடி மேய்ந்து கொண்டிருக்கும் பசுமாட்டிலிருந்து அறுத்துப் போட்ட சூடான மாமிசத்தைச் சிறிய கூர்கத்தியால் கீறி முகத்தின்மீது ஒட்டவைத்தது போன்ற மெல்லிய சிவந்த வாய்கள், துருவங்களின் வேற்றுமையாய் ஒரு பக்கம் உயர்ந்தும் மறுபக்கம் தாழ்ந்தும் நிரந்தரமாக வெறுப்பைக் காட்டிக் கொண்டிருக்கும் நகர பாணியிலான வாய்கள்.

நகரத்தின் வீதிகளில் வாய்கள் மேலும் கீழும் அசைந்து கொண்டிருக்கும் கயிறறுந்த பட்டங்களாக நகர்ந்தன. வாய்கள் நேருக்கு நேர் சந்தித்துக் கொண்ட போது பெரும்பாலும் தரையைப் பார்த்தபடியே ஓரடி இடதோ வலதோ நகர்ந்து ஒன்றும் பேசிக் கொள்ளாமல் கடந்து போயின. சில வாய்கள் தெரிந்த வாயைப் பார்த்த ஆனந்தத்தில் எம்பிக் குதித்து ஒன்றுக்கொன்று முத்தம் வைத்துக் கொண்டன. மேலும் சில வாய்கள் புரளும் சிவந்த நாக்குகளின் பிரகாசம் உதடுகளில் டாலடிக்க எதிர் எதிரே நின்றபடி உரக்கக் கத்திப் பேசின. நாக்குகள் எச்சில் தேக்கித் தேக்கி பல வகையாகப் புரண்டாலும்

அங்கு நாக்குகள் பிரதானமாக இல்லாமல் வாய்களே பிரதானமாக இருந்தன.

வாய்களின் நகர்வுகள் சிறு சிறு நாட்டிய அசைவுகளாக அரங்கேறிக் கொண்டிருந்த நகரத்தின் வீதிகளிலிருந்து சந்திரமௌலி ரசமில்லாமல் வறண்டதும் ஆமையின் ஓட்டைப்போல் புடைத்திருப்பதுமான ஒரு சிறிய வாயைத் தேர்ந்தெடுத்து தன் முகத்தில் பூட்டிக் கொண்டார். இப்படித்தான் இந்த கதை தொடங்குகிறது.

சந்திரமௌலியும் சட்டநாதனும் சிறிய குன்றுகளும் மிகப் பழமையான கிழட்டு மரங்களும் பச்சை நிறமாய்க் கிடக்கும் குளம் ஒன்றும் உள்ள பூங்கா பெஞ்சு ஒன்றில் அருகருகே அமர்ந்திருந்தார்கள். அவர்கள் தொடைகள் உரசியபடி இருந்தன. சட்டநாதனின் தொடை மீது சந்திரமௌலி தன் கையை வைத்துச் சட்டநாதனின் கையை இறுக்கமாகப் பிடித்திருந்தார்.

அவர்கள் அமர்ந்திருந்த இடத்திலிருந்து நேர்க்கோட்டில் மரங்களைத் தாண்டி சிறிய முக்கோணமாக மருத்துவமனை கட்டடத்தின் வெள்ளை நிற நுனி மட்டும் தெரிந்தது. அந்த திசையிலிருந்து கடலலைச் சத்தமாய் தூரத்து வாகனங்களின் இரைச்சல், ஓயாமல் அசையும் ஆடைகளின் சரசரப்பாய், பசியெடுத்து அலையும் ஓநாய்களாய்.

''உறுதியா சொல்லிட்டாங்களா?'' சந்திரமௌலி கேட்டார். நனைந்த சாக்குப்பைகளாட்டம் கரகரப்பான, கனமான குரல் சற்றே கம்மியிருந்தது. முகத்தை இறுக்கமாக வைத்துக் கொள்ள அவர் செய்து கொண்டிருந்த பெரு முயற்சியின் பலனாகக் கழுத்தின் ஓரமாக இருந்த தடித்த நரம்பு வெகுவாகப் புடைத்திருந்தது.

''ஆமாம், கடைசி கட்டத்தையும் தாண்டிருச்சாம்.'' தழுதழுத்த குரலில் சட்டநாதன் சொன்னார். கனமான மூக்குக்கண்ணாடிக்குப் பின்னாலிருந்த அவருடைய விசாலமான கண்கள் சந்திரமௌலியின் முகத்தின் மீது அலைந்தன. தொண்டைக் குழி ஏறி ஏறி இறங்கியது. நரைத்த புருவங்களின் நுனிகளில் சிக்கிய சின்னச் சின்ன மஞ்சள் மலர்களாய் முன்காலை வெயில் அதிர்ந்து கொண்டிருந்தது.

''என்னம்மா சொல்றே?'' என்று சந்திரமௌலி கேட்டார். ''நான் நம்ப மாட்டேன். டாக்டர் கொடுத்த சோதனை முடிவுகளைக் காட்டு.''

''சரஸ்வதி வீட்டுக்கு எடுத்துகிட்டுப் போயிருக்கா.''

''அப்படினா உறுதியாயிடுச்சாம்மா? சரஸ்வதி என்ன சொல்றா? உம் பிள்ளைங்க என்ன சொல்றாங்க? வேற எதாவது பெரிய டாக்டர்கிட்ட போயி அபிப்பிராயம் கேட்டா என்ன?''

கைக்குள் பிடித்திருக்கும் சிறிய ஸ்படிக மணிகளைப் பலமாகக் குலுக்கியதுபோல் சட்டநாதன் சிரித்தார். கூடவே மார்பின் ஆழத்திலிருந்து சில கணங்கள் ஒரு வகையான வறட்டு இருமலும் பொங்கி அடங்கியது.

''இவருதானே ஊருலேயே பெரிய நுரையீரல் டாக்டர்னு பார்க்கப் போனது. மத்த எல்லாரையும் பார்த்துகிட்டுத்தான இவர்கிட்ட போனேன். பிள்ளைங்க என்ன சொல்லுவாங்க. சிகரெட்டுப் பிடிக்காம இருந்திருந்தா இந்த சீக்கு வந்திருக்குமானு கேக்குறாங்க.''

மீண்டும் கைக்குள் அடக்கிய ஸ்படிக மணிகளின் சத்தம். மணிகள் உரச உரச தீப்பற்றிக் கொண்டதுபோல் இருமல். இந்த முறை கொஞ்சம் பெரியதாக இருந்தது.

சந்திரமௌலி சட்டநாதனின் முதுகைத் தடவிக் கொடுத்தார். அவர் கண்கள் கலங்கியிருந்தன.

"அப்படினா ஒண்ணுமே செய்யப் போறதில்லையா? அக்குபங்சர், ஆயுர்வேதம்னு ஏதாச்சும் முயற்சி பண்ணலாம் இல்லையா? எனக்குத் தெரிஞ்ச சீனன் ஒருத்தன்..."

சட்டநாதன் உள்ளங்கையை உயர்த்திக் காட்டினார்.

"போதும். அறுபத்திரண்டு வயசாச்சு. போற நேரம்தானே. வாழற காலத்துலதான் அவளுக்கும் பிள்ளைங்களுக்கும் ஒண்ணுமே சரியா பண்ணல. போற காலத்துல போயி செலவு வைப்பானேன்?"

"போற வயசா உனக்கு? அப்படியே போனாலும் உன்னைவிட ஒரு வயசு மூத்தவன். நான்தானே முதல்ல போகணும்?"

முஷ்டியால் சட்டநாதனின் முதுகைத் மேலிருந்து கீழாய்ச் சந்திரமௌலி தேய்த்தார். அவர் குரல் பிரார்த்தனையாக, யாருக்கும் கேட்காத பெரும் கூக்குரலாக ஒலித்தது.

"டாக்டர் என்ன சொன்னாருனு கேட்டா அதையும் ஒழுங்கா சொல்லித் தொலைக்க மாட்டேங்குற. வேற எடத்துல போயி சிகிச்சை முயற்சி பண்ணலாம்னு சொன்னா அதுவும் வேண்டாங்குற. ஏன் இப்படி எங்க உயிரை வாங்குற. இதுக்காகத்தான் சொன்னேன். நானும் உங்கூட டாக்டரைப் பார்க்க வரேன்னு."

"நீ யாருனு கேட்டிருந்தா என்ன சொல்லியிருப்பே?"

"யாரு கேட்டிருப்பா?"

‘‘யாரு வேணாலும். டாக்டர், டாக்டரோட வரவேற்பறையில வேலை பார்க்குற சின்ன வயசுப் பொண்ணுங்க, டாய்லெட் சுத்தம் பண்ற சீனாக்காரன், பரிசோதனைக்காக ரத்தம் எடுக்குற பிலிபைன்ஸ்காரன், என் பிள்ளைங்க, என் மனைவி.’’

‘‘பிரெண்டுனு....’’

முதுகின் நடுவில் சட்டைக்கடியில் இருபுறமும் தசைமடிப்புக்கள் விம்மி நிற்கும் சிறு பள்ளம். சந்திரமௌலியின் கை அந்த இடத்திலேயே நின்று விட்டிருந்தது.

‘‘எல்லாரும் சிரிச்சிருப்பாங்க. டாக்டர்கிட்ட பிரெண்ட கூட்டிகிட்டுப் போற வயசா இது? அதுவும் தடிப்பயல்களாட்டம் ரெண்டு பிள்ளைங்களும் பொண்டாட்டியும் கூடவே வரும்போது?’’

‘‘வேற பொம்பளையைக் கூட்டிகிட்டுப் போனாத்தான தப்பு. ஆம்பிளையைக் கூட்டிகிட்டுப் போனா யார் என்ன சொல்ல போறாங்க?’’

‘‘இதுல ஆம்பிளை பொம்பளைனு வித்தியாசம் கிடையாது சந்திரா. எல்லாத்துக்கும் இங்க எல்லை இருக்கு. வளர்ந்த பெண் குழந்தையை அப்பா தொட்டுப் பேசத் தயங்குவான். வீட்டுக்குள்ள நைட்டில சமைக்குற அம்மா பிள்ளை வீட்டுக்குள்ள நொழையுறான்னு தெரிஞ்சதும் துண்டை எடுத்து மார்புக்கு மேல போட்டுக்குவா. அக்கா சின்ன வயசுல தூக்கி வெளையாடுன தம்பியை ஒரு கை தள்ளியே வச்சிருப்பா. கல்யாணமானதுக்கு அப்புறம் ஆம்பிளைகளுக்குப் பொம்பளைங்களோ பொம்பளைகளுக்கு ஆம்பிளைகளோ தொட்டுப் பேசக் கூடிய அளவுக்கு நட்பா இருக்க மாட்டாங்க. இருக்கவும் முடியாது.’’

''உன்னைத் தொடுறதுக்காகத்தான் டாக்டர்கிட்ட வரேன்னு நினைக்குறியா நாதன். நீ எவ்வளவு கீழ்த்தரமா யோசிக்கிறனு உனக்கே தெரியுமா?''

''இல்ல, நான் அப்படி சொல்லல. நாம ரெண்டு பேரும் தொட்டுக்கிட்டதாலதான் உனக்கு எம்மேல இவ்வளவு அக்கறை இருக்குனு சொல்றேன். அதே சமயம் தொடுறதுக்கு அனுமதி உள்ளவங்களுக்குத்தான் டாக்டரைப் பார்க்கும்போது கூட வர அனுமதியைச் சமுதாயம் கொடுத்திருக்குன்னும் சொல்றேன். இந்த உடம்புதான் பெரிய எல்லை சந்திரமௌலி. இதைத் தொட அனுமதி இல்லாத எதுவும் அத்துமீறல்தான்.''

குன்றுகள், பண்டைய மரங்கள், அன்னங்கள் நீந்தும் குளம் நிறைந்திருக்கும் பூங்காவின் அளவிற்குப் பேரமைதி ஒன்று அவர்கள் இருவருக்கிடையே கட்டித் தயிராய், கைகள் வைக்கப் பிசுபிசுப்பாய். கையில்லாத பனியனும் கால்சட்டையும் அணிந்திருந்த குள்ளமான ஜப்பான்காரி ஒருத்தி கன்னங் கரேல் என்று பெரிய விரைகளையுடைய நாயுடன் அவர்களைக் கடந்து போனாள். இருவரும் நாயின் விரைகளும் ஆண்குறியும் அசைவதைக் கொஞ்ச நேரம் பார்த்துக் கொண்டிருந்தார்கள்.

''அந்த நாய்க்கு அந்த பொம்பளையோட உடம்பு மேல இருக்குற உரிமைகூட எனக்கு இல்ல, இல்லையா?'' என்று ஆதங்கத்துடன் சொன்னார் சந்திரமௌலி. அவர் கண்கள் குளத்தில் திறந்திருக்கும் கனமான நீலோத்பலங்களாய் மின்னுகின்றன.

''ஆமாம் அவ உடுப்பு மாத்தும்போதும் அது கூடவே இருக்கும். அவ வீட்டுக்காரன் அவகூட தனியா இருக்க ஆசைப்பட்டாலும் அது

அவங்க காலடியிலேயே படுத்துக்கும். குடும்பமே சேர்ந்து பண்டிகையோ பிறந்த நாளோ கொண்டாடுனாக்கூட நாய் ஏன் இங்க நிக்குதுனு யாரும் கேட்க மாட்டாங்க. ஆனா ரெண்டு மூணு தலைமுறைக்கு முன்னால உன் தாத்தனும் என் தாத்தனும் நாயை வீட்டுக்குள்ளயே சேர்க்காதேனு சொல்லி விரட்டியிருப்பான். ஆனா இப்ப எந்த தாத்தனாவது நாயை விரட்டுவானா? சமுதாயம்ங்கிறது பெரிய மாய யந்திரம் மௌலி.''

இருவரும் மீண்டும் கைகளைக் கோர்த்தவாறு அமர்ந்திருந்தார்கள். நீளமான ஏணியைத் தோள்மீது சுமந்து கொண்டு அவர்களைக் கடந்து போன இந்திய ஊழியர் ஒருவன் அவர்களை விநோதமாகப் பார்த்துக் கொண்டு போனான்.

''அப்படினா நீ அடுத்த பிறவியில நாயாப் பொறந்தாதான் நாம ரெண்டு பேரும் வெளிப்படையா தொட்டு அன்பைப் பரிமாறிக்க முடியுங்கிறயா?''

''அடுத்த பிறவியில நாயாப் பொறந்தா நான் ஏன் உன்னை மாதிரி கெழவனைத் தேடிகிட்டு வரேன் மௌலி. நல்ல எள நாயாப் பார்த்து அது பின்னாலயே வாலாட்டிகிட்டுப் போக மாட்டன்?''

இருவரும் பள்ளிக்குப் போகாமல் ஊரைச் சுற்றிக் கொண்டிருக்கும் நேரத்தில் பார்க்கக் கூடாத ஒன்றைப் பார்த்துவிட்ட பள்ளி மாணவர்களைப் போல் சட்டநாதனை இருமல் உலுக்கும்வரை குதூகலத்துடன் சிரித்தார்கள். சட்டநாதனுக்கு இருமல் பெரிதானவுடன் குதூகலம் தானாய் அறுந்தது.

சந்திரமௌலி சட்டநாதனின் கையைத் தன் கைக்குள் மிக

சித்துராஜ் பொன்ராஜ்

இறுக்கமாகப் பிடித்துக் கொண்டார்.

"உண்மையச் சொல்லு, டாக்டர் என்ன சொன்னார்?"

சட்டநாதன் வானத்தைப் பார்த்துத் தன் கையைப் புரட்டிக் காண்பித்தார்.

"ஒரு மாசமோ, ரெண்டு மாசமோ."

சந்திரமௌலி கண்களை மூடிக் கொண்டார். அவர் நெற்றியில் ஏற்பட்ட சுருக்கங்கள் அவருடைய சிந்தனையின் உக்கிரத்தைக் காட்டின. எதையோ விரல்விட்டு எண்ணிக் கொண்டிருந்தார்.

"தயவு செய்து எனக்குத் தெரிஞ்ச சீன வைத்தியனைப் பாரு நாதன். அவன் கொடுக்குற சிகிச்சையால சில பேருக்குக் கடைசி கட்டத்துல இருந்த புற்றுநோய்கூட குணமாயிருக்காம். அப்புறம் நெல்லிக்காய் ஜூஸ்..."

"வேண்டாம் மௌலி. இதையெல்லாம் செய்ய எனக்கு இப்ப சக்தி இல்ல. எனக்கு இப்ப ஒரே ஒரு ஆசைதான் இருக்கு. சாகுறதுக்கு முன்னால எங்கயாவது உட்கார்ந்து ஒரு அஞ்சு நிமிஷத்துக்கு எந்த விதமான தொந்தரவும் இல்லாம ஆழமா மூச்சு விடணும். அப்படி மூச்சு விடுற நேரத்துல இந்த உலகத்த, நீலமா விரிஞ்சிருக்க இந்த வானத்த, சுத்திப் பறந்துகிட்டிருக்குற பூச்சிகள, எல்லாத் தெசையிலேயும் பரவிக் கெடக்குற இந்த ஊர, நாம மொதல் மொதலா சந்திச்சுக்கிட்ட பள்ளிக்கூடத்த, என் சாக்ஸஃபோன, பக்கம் பக்கமா நாம சேர்ந்து ரசிச்ச இசைய, எதுத்தாப்புல உட்கார்ந்திருக்குற உன்ன ஒரு தடவ ஆழமா உள்ளுக்கு இழுத்து மார்புக்குள்ள அடச்சு வச்சுக்கணும். அதுக்குப் பின்னால என் உயிர் போகணும்னா போகட்டும்."

சட்டநாதன் முன்னால் குனிந்து அமர்ந்தபடி தேம்பித் தேம்பி அழ ஆரம்பித்தார். அவர் கண்களைப் பொத்திக் கொண்டு அழுத போது சின்ன மேடுகளாய் குவிந்திருந்த அவருடைய ஒல்லியான தோள்கள் கனமான இரும்புச் சங்கிலிகளாய் அதிர்ந்தன. சந்திரமெளலி சட்டநாதனின் தோள்களைச் சுற்றி தன் இரண்டு கைகளையும் கோர்த்து அவரை இறுக அணைத்துக் கொண்டிருந்தார். கண்ணீரும் சளியும் சேர்ந்து சட்டநாதனின் மூச்சை அடைக்க ஆரம்பித்தது. முஷ்டியை முகத்துக்கு முன்னால் வைத்துக் கொண்டு சட்டநாதன் ஓரிரண்டு நிமிடங்களுக்குத் தொடர்ந்து இருமினார்.

தன் நெஞ்சை அடைத்திருக்கும் கனமான இரும்புக் குழம்பை அகற்றுவதற்காகச் சட்டநாதன் பட்ட பிரயாசை பெருங்குரலெடுத்துக் கத்தும் சிறிய கறுப்புப் பறவைகளாய் ஹக் ஹக் என்று கனைக்கும் யந்திர அகவலாய் அவரைச் சுற்றிச் சுழன்று வந்தது. சட்டநாதன் தன் இரண்டு உள்ளங்கைகளையும் முழங்கால்களின் மீது அழுந்த வைத்துக் கொண்டு சுதாரித்துக் கொண்டார்.

சட்டைப் பையில் வைத்திருந்த கைத்தொலைபேசி ஓயாமல் அதிர்ந்து கொண்டிருந்தது. சட்டநாதன் அதை எடுத்து அலட்சியமாக யார் அழைக்கிறார்கள் என்று பார்த்தார். பிறகு இடது கையை வளைத்துக் கைக்கடிகாரத்தில் மணி பார்த்துக் கொண்டார். அதுவரை திடமாய் இருந்த அவர் கைகள் லேசாய் நடுங்கின. நிமிர்ந்து உட்கார்ந்து தன் முகத்தை நன்றாகத் துடைத்துக் கொண்டார்.

''சரஸ்வதிதான் கூப்புடுறா. நான் வீட்டுக்குக் கிளம்பி ஆகணும்.''

சட்டையைச் சரி செய்தபடி எழுந்தார்.

அதுவரை சட்டநாதனையே உற்றுப் பார்த்துக் கொண்டிருந்த சந்திரமௌலியின் உடம்பு சொடுக்கிய சாட்டையாய் அதிர்ந்து அடங்கியது. கணகள் பளபளக்க நின்று கொண்டிருந்த சட்டநாதனைத் தன்னிடம் இழுத்து அவர் வாயில் கனமாக ஒரு முத்தம் வைத்தார். அந்த செயலின் வேகத்திலும் உக்கிரத்திலும் சட்டநாதனின் தடித்த மூக்குக் கண்ணாடி தன் இடத்திலிருந்து நகர்ந்து முகத்தில் மேல் கீழாய்க் கோணலாகி நின்றது

அழுததால் எச்சிலும் கோழையும் தடவியிருந்த சட்டநாதனின் உதடுகள் மிகவும் துவர்ப்பாக இருந்தன.

சட்டநாதன் ஒரு கணம் சந்திரமௌலியை கண்கள் விரிய வியப்போடு பார்த்தார். பின்பு தனக்குள் மெல்லிய குரலெடுத்துச் சிரித்தபடி அந்த இடத்தை விட்டு நகர்ந்தார்.

முன்னால் கொஞ்ச தூரம் நடந்த சட்டநாதன் திரும்பி முகம் சிவந்து லேசாய் மூச்சு வாங்கியபடி அமர்ந்திருந்த சந்திரமௌலியை ஆதுரத்துடன் பார்த்தார்.

‘‘மௌலி நாம மொதல் மொதலா சந்திச்சுப் பழகுன காலத்துல நீ எனக்கு நெறைய கதைகளைச் சொல்லுவியே ஞாபகம் இருக்கா?’’

இருவரும் ஆசிரியர்களாக வேலை பார்த்த பள்ளியில் பாடவேளை இல்லாத நேரத்தில் பள்ளியை விட்டுத் திருட்டுத்தனமாக வெளியேறி அருகிலிருந்த பேரங்காடியின் பின்னால் நின்றுகொண்டு சிகரெட் குடித்தபடி நிறைய பேசியிருக்கிறார்கள். அவர்கள் இசை ஆசிரியர்களாக வேலை பார்த்த தனியார் பள்ளியில் பாட நேரத்தில் பள்ளி வளாகத்தை விட்டு வெளியேற ஆசிரியர்களுக்குக் கூட அனுமதியில்லை.

‘‘ஆமாம் அந்த வாத்து மூஞ்சி பிரின்ஸிபால் ஒரு நாள் நம்ம ரெண்டு பேரையும் பள்ளிக்கூடத்துல காணாம கத்தோ கத்துனு கத்துனாளே. அப்புறம் நீயும் நானும் மாத்தி மாத்தி ஏதேதோ கதை சொல்ல அவ துண்டக் காணோம் துணியக் காணோம்னு...’’

‘‘உன்னோட அப்படியே நின்னு உன் கதைகளக் கேட்டிருந்தாலாவது நான் இன்னும் கொஞ்ச நாள் வாழ்ந்திருப்பேனோ என்னவோ?’’

பரீக்ஷீத் என்றொரு அரசன். அவனுக்கு ஏழே நாட்களில் பாம்புகளால் மரணம் சம்பவிக்கும் என்று சாபம் ஏற்படுகிறது. தன் உயிரைக் காக்கப் பரீக்ஷீத் மன்னன் பாம்புகளின் கடியிலிருந்து தன்னைக் காக்கக் கூடிய மந்திரங்களை அறிந்திருக்கும் பிராமணர்களைக் கொண்டு கங்கைக்கரையில் மாபெரும் மண்டபம் ஒன்றை அமைத்து யாகம் நடத்தினானாம். அந்த யாகம் முடியும் வரை தூங்காமல் இருக்க சுக மகரிஷி கதைகளைச் சொல்ல விடிய விடியக் கேட்டுக் கொண்டிருந்தான் என்று மகாபாரதத்தில் கதை வருகிறது. ஆனால் சுகர் சொன்ன கதைகளால்கூட பரீக்ஷீத் மன்னனுக்குச் சாவே வராமல் காப்பாற்ற முடியவில்லை. பரீக்ஷீத் தியானத்தில் இருக்கும்போது பழக்கூடையில் அவனிடம் வந்து சேர்ந்த பூநாகம் கடைசியில் அவனைக் கொத்திக் கொன்றது.

‘‘இப்ப மட்டும் என்ன? உனக்குச் சாவு வராம காப்பாத்தும்னா உனக்கு தினமும் ஆயிரம் கதைகளச் சொல்ல நான் தயாரா இருக்கேன்.’’

இப்படித்தான் சந்திரமௌலி சட்டநாதனுக்கு பல கதைகளைச் சொல்ல ஆரம்பித்தார். சட்டநாதன் மரணமடைந்த நாளுக்குச் சில தினங்கள் முன்னால் வரையிலும் நேரம் கிடைக்கும் போதெல்லாம் பூங்காக்களிலும், கடற்கரை மணலில் அமர்ந்து கொண்டும், காபிக்

கடைகளிலும், கடைசி நாட்களில் மருத்துவமனை தீவிர சிகிச்சை அறையில் முகத்தில் பிராணவாயு குழாய்களோடு மூச்சுவிடச் சிரமப்படும் சட்டநாதனின் முகத்தைப் பார்த்தபடியும் சந்திரமௌலி அவருக்குக் கதைகளைச் சொன்னார்.

ஆனால் புற்றுநோய்க்குக் காதுகள் இருக்கின்றனவா என்ன? சந்திரமௌலி சொன்ன கதைகள் சட்டநாதனின் உள்ளிருந்து அரிக்கும் நுரையீரல் புற்றுநோய்க்குக் கேட்கவில்லை.

கதைகளைக் கேட்டுக் கொண்டிருக்கும்போதே சட்டநாதனின் கவனம் யாகத்தீப்போல் பற்றி எரியும் தன் புற்றுநோயின்மீது சிதறியது. சாவுக்காகக் காத்திருந்த சட்டநாதனுக்குச் சந்திரமௌலி சொன்ன கதைகள் யாவும் ஏனோ மலரிலிருந்து புறப்படும் பூநாகத்தின் விஷம்போல் துவர்ப்பாகவே இருந்தன.

காபிக்கொரு பெண்

அனுப்பிய எந்த குறுஞ்செய்திக்கும் பதில் வரவில்லை. புஸ்ஸோரா தெருவில் பெரிய மசூதிக்கு அருகிலுள்ள ஒரு உணவுக் கடையில் வேலை செய்வதால் கிடைக்கும் சொற்ப சம்பளத்தில் வாழ்க்கை ஓடிக் கொண்டிருக்கிறது. உணவுக் கடைக்காரர்கள் சொந்த ஆட்களைத்தான் வேலைக்கு எடுப்பார்கள் என்று சந்திரன் போவதற்கு முன்னால் நண்பர்கள் பயமுறுத்தியிருந்தார்கள். ஆனால் கேட்ட மாத்திரத்தில் ஏற இறங்கப் பார்த்துவிட்டு கொஞ்சம் யோசித்த பிறகு எடுபிடியாகச் சேர்த்துக் கொண்டார்கள். அவர்கள் பேசிய தமிழில் மலையாள வாடை அடித்தது.

பிற்பகல் உணவு நேரத்திலும் மாலை நேரத்திலும் உணவுத்தட்டுகளைக் கடையை அடைத்துக் கொண்டு அமர்ந்திருக்கும் கூட்டத்தாருக்கு ஓடி ஓடிப் பரிமாறினான். வெள்ளிக்கிழமை நண்பகல் தொழுகைக்குப் பின்னரும் பண்டிகை நாள்களுக்கு முந்தைய இரவுகளிலும் நிற்க இடம் இருக்காது. தொழுகை முடித்துவிட்டு வருபவர்களும் வெள்ளைத் தொடைகள் தெரியும் வகையில் அரைக்கால் சட்டை அணிந்திருக்கும் சுற்றுலாப் பயணிகளும் ஆள் மாற்றி ஆள் வந்து கொண்டே இருப்பார்கள். அந்த நாள்களில் சந்திரன்

தட்டுகளைக் கழுவவும் செய்வான். கூட்டம் குறைந்த பிறகு பட்டுத்துணி மூடிய மக்கா மசூதியின் தங்க பிரேம் போட்ட புகைப்படம் மேலே மாட்டப்பட்டிருக்கும் கல்லாவின் முன்னால் குளிர்சாதனக் காற்றுக்குப் பிடறியைக் காட்டியபடி சந்திரன் நின்று கொள்வான். உலகம் ரம்மியமானதாக இருக்கும்.

சில நேரங்களில் கடை வாசலைக் கடந்து போகும் சுற்றுலாப் பிரயாணிகளை உரக்கக் கூவி கடைக்குள் அழைக்கச் சொல்வார்கள். மாலை நேரங்களில் நகரம் முழுக்க முற்றாய் இருட்டு கவிழ்வதற்கு முன்னால் ஏற்றி வைக்கப்பட்டிருந்த தெரு விளக்குகளின் வெளிச்சத்தில் பெரிய மசூதியின் தங்க நிறத்தாலான வெங்காய வடிவக் கூரை ஆயிரம் ஜ்வலிக்கும் கண்களாக மாறிச் சந்திரனைப் பார்த்துக் கண்சிமிட்டும்.

ஆனால் சந்திரனைப் பொறுத்தவரையில் இந்த உணவுக்கடை வேலை இரண்டாம்பட்சம்தான். காலை பத்து மணிக்குக் கடைக்கு வருவதற்கு முன்னால் பீச் ரோட்டில் இருக்கும் ஏதேனும் சீனன் காபிக் கடையில் கால்மீது கால் போட்டு அமர்ந்து சந்திரன் அலைபேசியில் நடிகர்கள், பாடகர்கள், எழுத்தாளர்கள், தொலைக்காட்சி வானொலி அறிவிப்பாளர்களாக பணியாற்றும்பெண்களின் முகநூல் பக்கங்களையும்இண்ஸ்டாகிராம்படங்களையும்மிகவும்பொறுமையாகப் பார்ப்பான். அவ்வப்போது கண்ணாடிக் கோப்பையில் இருக்கும் சூடான பால் கலக்காத தேநீரை எடுத்து உறிஞ்சுவதால் அவன் விரல்கள் வெப்பத்தில் லேசாய் எரிந்து கொண்டிருக்கும். பெண்களின் முகஜாடைகளையும் அவர்களுடைய ஊடக ஆளுமைகளை வைத்தும் அவர்களுடைய விருப்பு வெறுப்புகளையும் நல்லவை கெட்டவைகளையும் சந்திரன் முடிவு செய்து கொள்வான்.

சந்திரனுக்கு ஆணவம் மிகுந்த, யாரையும் எடுத்தெறிந்து பேசும் உயரமான பெண்களைக் கொஞ்சமும் பிடிக்காது. கலகலப்பான, எளிதில் புன்னகைக்கக் கூடிய, புன்னகைத்தால் முகம் முழுவதும் வெளிச்சம் பரவக் கூடிய மென்மையான, சற்றே குள்ளமான பெண்களைப் பிடிக்கும். அடங்காதவர்கள் என்று முக பாவனையைக் கொண்டும் ஊடக நடத்தையைக் கொண்டும் அவன் தீர்மானிக்கும் பெண்களை லேசான கெட்ட வார்த்தையோடு சந்திரன் கைத்தொலைப்பேசி திரையை விரலால் தடவிக்கடந்து போவான். தனக்குப் பிடித்த மாதிரி இருப்பார்கள் என்று நினைக்கும் பெண்களுக்கு கைத்தொலைப்பேசி வழியாகவே குறுஞ்செய்தி அனுப்புவான். எனக்கு உங்கள் கலகலப்பான குணமும் அன்பாய்ப் பழகும் குணமும் மிகவும் பிடித்திருக்கின்றன. ஒரு நண்பனாக உங்களுடன் அரை மணி நேரம் உரையாட விரும்புகிறேன். நாமிருவரும் சேர்ந்து ஒரு காபி?

யாரும் - குறிப்பாக போலீஸார் - தவறாக நினைக்காத அளவுக்குக் குறுஞ்செய்தி எழுதச் சந்திரனுக்குத் தெரிந்திருந்தது. குறுஞ்செய்திகளை அனுப்ப சந்திரன் ஆறு வலைதள முகவரிகளை வைத்திருந்தான். அவற்றில் எதிலும் அவனுடைய உண்மையான பெயரோ புகைப்படங்களோ இல்லை. எல்லாவற்றிலும் அழகான மிருகம், நடிகன், இயற்கைக் காட்சி, தெய்வம் ஆகியவற்றையே சந்திரன் தனது படமாக வைத்திருந்தான். ஒவ்வொரு குறுஞ்செய்தியை எழுதி அனுப்பும் போதும் அது காபிக்கடை மேசைகளின்மீதும் தரையின் மீதும் கொட்டிக் கிடக்கும் வெயிலைப் போலவே தூய்மையாக இருப்பதாக சந்திரனுக்குத் தோன்றும். அவன் அடிவயிற்றிலிருந்து கனமாய் வெயில் உஷ்ணம்போல் பெருமிதம் மேலேறி நகர்ந்து அவன் கன்னக் கதுப்புகளைப் பளபளப்பாக்கும். குறுஞ்செய்தியைத் திறந்து பார்க்கும் பெண்களின் அழகான கண்கள் அகலமாக விரிவதாகவும்,

வெட்கத்தாலும் அவனுடைய நாகரீகமான அணுகுமுறை தந்த இன்ப அதிர்ச்சியாலும் அவர்கள் உதடுகள் பிரிய கலகலவென்று சிரிப்பதாகவும் மீண்டும் சந்திரன் அனுப்பிய குறுஞ்செய்தியைப் படித்துவிட்டு என்ன பதில் அனுப்புவதென்று விரல் நுனிகள் பரபரக்க அமர்ந்திருப்பதாகவும் சந்திரன் கற்பனை செய்து கொள்வான்.

'சீ இதுக்கெல்லாமா வெட்கப்படுவாங்க. சும்மா ஒரு நட்புதானே. ஆணும் பெண்ணும் நண்பர்களா இருக்குறத இந்தச் சமுதாயம் ஏத்துக்காத வரைக்கும் இங்க பெண் விடுதலை சாத்தியப்படாது''.

காபிக் கடையில் அமர்ந்தபடியே சந்திரன் நடித்துப் பார்ப்பான். சூடேறத் தொடங்கியிருக்கும் வெயிலில் அவன் குரல் கரகரப்பாகி வானொலி அறிவிப்பாளனின் குரலைப் போலவே கனமாகி வாக்கிய முற்றுகளில் கீழிறங்கி பட்டுப் போலவும் வெண்ணெயைப் போலவும் மிருதுவானதாக மாறியிருக்கும். பத்து வருடங்களுக்கு முன்னால் உலகப்புகழ் வாய்ந்த பன்னாட்டு நிறுவனத்தில் கடைநிலை பொறியியலாளனாக வேலை பார்த்த போது சந்திரனுக்கு அந்தக் குரல் இல்லை. அப்போது சந்திரனுக்கு இருந்த குரல் தூரத்து வாகனங்களின் துல்லியமில்லாத நகர்வு. கடந்த பத்தாண்டுகளில் பெண்களைக் குறித்துத் தனக்கு அதிகமான தன்னம்பிக்கை வந்திருப்பது சந்திரனுக்குத் தெரியும்.

சில வாரங்களுக்கு முன்னால் ஊழியர்கள் எல்லோருக்கும் பெருநாள் இனாம் கொடுக்கும்போது முதலாளி கேட்டார்.

"உங்களுக்கு இப்ப வயசு முப்பத்தொன்பதோ நாற்பதோ ஆகுது இல்லைங்களா?"

சந்திரன் பதிலேதும் சொல்லவில்லை. முதலாளி மடித்துத் தந்த நான்கைந்து நீல நிற நோட்டுகளை வாங்கிக் கொண்டு பெரிய மசூதிக்கு அருகே போடப்பட்டிருக்கும் பெருநாள் சந்தை விளக்குகளின் அசையும் வெளிச்சச் சமுத்திரத்திற்கு எதிர்ப்புறமாக தனது அறைக்கு கனமான இருட்டைக் கிழித்துக் கொண்டு சந்திரன் கால்வாயைத் தாண்டி நடந்தபோது வழக்கம்போல அவன் குறுஞ்செய்தி அனுப்பிய பெண்களைப் பற்றிய பல்வேறு எண்ணங்கள் வழவழப்பான தண்டுகளை உடைய தாவரங்களாக அவன் தொடைகளை சுற்றிக் கொண்டன.

போகும் போதே காலையில் குறுஞ்செய்திகளை அனுப்பிய பெண்களின் புகைப்படங்களை மீண்டும் ஒருமுறை சந்திரன் பார்த்துக் கொண்டு போனான். இம்முறை சந்திரனின் பார்வையில் காலை வெயிலின் சுத்தம் இருக்காது. அறைக்குப் போகும் வழியில் தென்படும் குடிக்கும் விடுதிகளுக்கும் மசாஜ் நிலையங்களுக்கும் வெளியே பல வண்ண விளக்குகளின் வெளிச்சத்தில் இறுக்கமான ஆடைகளில் நின்று கொண்டிருந்த சீனாக்காரிகள் அத்தனை பேரும் சந்திரன் குறுஞ்செய்தி அனுப்பிய பெண்களாகவே தெரிந்தார்கள்.

மிகக் கண்ணியமாக உடை உடுத்தியிருந்தாலும் முதலாளியின் மூத்த மகளுக்கு இந்தச் சீனாக்காரிகள் போலவே வளமான உடம்பிருந்தது. அவ்வப்போது கடையிலிருந்து பிரியாணி கட்டிக் கொண்டு போக அவள் மதிய நேரத்தில் ஐந்து வயதுபெண் குழந்தையோடு கடைக்கு வருவாள்.

சதைப்பற்றோடு இருந்தாலும் தாமிரச்சிலை போல களையான முகம். மணிக்கட்டு வரை மறைத்திருக்கும் பெரிய பூக்கள்போட்ட சிக்கல்கள் இல்லாத தொளதொளப்பான ஆடை. தலையில்

அணிந்திருந்த துணியை மலாய் பாணியில் கழுத்துக்கு நெருக்கமாக அல்லாமல் தோளுக்கு முன்னும் பின்னும் மடிப்புகள் வழியும் வகையில் அரபு பாணியில் கட்டியிருந்தாள். சற்றே கீச்சுக் குரல். அவள் கணவர் அதே தெருவில் கொஞ்ச தூரத்தில் வாசனை திரவியக் கடை வைத்திருந்தார். சில தெருக்களைத் தாண்டி அரபு ஸ்திரீட்டில் கணவரின் குடும்பத்துக்குத் துணிக்கடையும், நவரத்தினக் கல் வியாபாரமும் இருந்தன. சிராங்கூன் சாலையில் புடவைக் கடைகளும், கைத்தொலைப்பேசி வியாபாரமும் இருந்தன. இந்தியாவிலிருந்து இங்கும், இங்கிருந்து இந்தியாவுக்கும் பொருட்களை அனுப்பும் கார்கோ வியாபாரமும் நடத்தி வந்தார்கள்.

அவளிடம் ஓரிரு முறை பிரியாணி பொட்டலத்தை நீட்டிய போதுதான் அவள் உடம்பிலிருந்து அத்தர் வாசனையுடன் கலந்த வியர்வை நெடியோடு அசாதாரணமான வெப்பமும் பரவுவதைச் சந்திரனால் உணர முடிந்தது. சில பெண்களுக்கு அப்படி இருக்கும். வெயிலில் காயவைத்த பாறையைப்போல் அவர்கள் உடம்பிலிருந்து சதா வெப்பம் கனன்று கொண்டே இருக்கும். அம்மா அத்தகைய உடல்களை உஷ்ண உடம்பு என்று அழைப்பாள். அம்மாவுக்கும் அத்தகைய உஷ்ண உடம்பு. பழுப்பு நிற உடலில் ஆச்சரியப்படத்தக்க வகையில் வெள்ளையாய்ப் பூரித்து நிற்கும் மார்பகங்களை மறைக்க நைட்டியின் மேல்பகுதியில் இரண்டு பெரிய சேஃப்டி பின்களை அம்மாபொறுத்தியிருப்பாள். பன்னாட்டு நிறுவனவேலையை விட்டு விட்டுச் சந்திரன் வீட்டிற்கு வந்து நின்றபோது அம்மாதான் மிக அதிகமாகக் கத்தினாள்.

''மேலதிகாரிங்க ஏதோ சொன்னாங்கனு சொல்லி வேலையை விட்டுட்டு வந்து நிக்கிறியேடா?''

அம்மாவுக்கு உஷ்ண உடம்பு. அவள் பதற்றப்படும் போதுக முத்துப்பகுதி எளிதில் நனைந்து வீட்டு விளக்குகளின் வெளிச்சத்தில் பளபளக்கும். மிக மெல்லிய தங்கச் சங்கிலி மாட்டியிருக்கும் கழுத்துக்கு மேல் தொண்டைக்குழி அதி வேகமாக ஏறி ஏறி இறங்கும். அப்போது அம்மா ஏதோ விநோத பறவையைப்போல தெரிவாள்.சந்திரன் நடுக்கூடத்தில் இருந்த சாப்பாட்டு மேசைமீது அன்றைய செய்தித்தாளை வைத்துப் புரட்டிக் கொண்டிருந்தான்.

''இல்லம்மா. எனக்கு இன்ஜினியர் வேல ஒத்து வரல. வேற எதாவது பேங்க் வேலை, சேல்ஸ் வேலனு பார்க்குறேன்''.

வாக்குவாதம் என்பது ஒரு வைபவம். ஒருவர் மீட்டும் இசையை மற்றவர் உள்வாங்கி அதே சாயலில் முற்றிலும் வேறான எக்காளத்தை இசைத்துக் காட்டுவது. வாக்குவாதம் என்பது ஆழமான மலைச்சரிவு. அம்மா சந்திரன் பயன்படுத்திய அதே மலையேற்றக்கண்ணிகளை உள்ளங்கைகளில் சிராய்ப்பு உண்டாக இறுகப் பற்றிக் கொண்டு அவனைப் பின் தொடர்ந்தாள்.

''இதுக்காகத்தான் அப்பா உன்னை கஷ்டப்பட்டு நாலு வருஷம் இன்ஜினீரிங் படிக்க வச்சாரா?''

சமையலறைக்குப் பின்வாங்கியிருந்த அம்மா இப்போது மீண்டும் சாப்பாட்டு மேசைக்கு வந்திருந்தாள். இப்போது அம்மாகோபத்தில் விடைத்திருக்கும் காதுகளோடு, கைரேகைகள் மினுமினுக்கும் பழைய பிளாஸ்டிக் மூக்குக் கண்ணாடி பாதி முகத்தை மறைக்கநெற்றிப் பொட்டில் நரை புரள உச்ச ஸ்தாயியில் குரல் உடைய வீங்கிச் சிவந்த முகத்தோடு கிழடு தட்டிய தொலைக்காட்சி கேலிச் சித்திரம்போல் இருந்தாள்.

அப்பா அடுக்குமாடி வீட்டின் தரை தளத்தில் மிட்டாய்கள், சாக்லேட்டுகள், குளிர் பானங்கள், சீனாவில் செய்த விலை மலிவான விளையாட்டுச் சாமான்கள், தலை வலிக்கு மாத்திரைகள் மூட்டு வலி தைலங்கள் விற்கும் ஒட்டுக்கடை வைத்திருந்தார். அம்மாவும் அப்பாவும் சொல்லச் சொல்லத்தான் சந்திரன் பல்கலைக் கழகப் படிவத்தைப் பூர்த்தி செய்தான். அவனோடு படித்த மாணவர்கள் அதி நவீனமான ஜீன்ஸ் பேண்டுகளும் டீ சட்டைகளும் அணிந்து கொண்டு வகுப்புக்கு வர சந்திரன் நீலம், வெள்ளை, வெளிர் நீல கால் சட்டைகளையும் அப்பா அணியும் அதே பாணியிலான ப்ளீட் வைத்த கால்சட்டைகளிலும் பல்கலைக் கழகத்திற்குச் சென்று வந்தான். குறைந்த பட்ச தேர்ச்சி கிடைத்தது.

அந்த நான்கு வருடங்களிலும் தன் வகுப்புத் தோழர்களோடு சந்திரன் எங்கும் வெளியில் சென்றதில்லை. வகுப்பிலும் வகுப்பில்லாத நேரங்களிலும் தமிழில் கவிதைகளும் கட்டுரைகளும் எழுதினான். சந்திரன் எழுதியகவிதைகளும் கட்டுரைகளும் குறைந்த பட்ச தரம் உள்ளவையாக ஏற்றுக் கொள்ளப்பட்டன. அவ்வப்போது சந்திரனுக்கு விழாக்களில் கவிதை வாசிக்க வாய்ப்புக் கிடைத்தது.

''நம்மவங்களக் கண்டா அவங்களுக்குப் பிடிக்கலம்மா. வித்தியாசமா நடத்துறாங்க.''

இது சகல விவாதங்களையும் சாகடிக்கும் ஆயுதம். அம்மாவும் அப்பாவும் அடிக்கடி சொல்லிக் கொள்வது. அம்மா அவர்கள் குடியிருந்த இரண்டறை வீட்டில் போதுமான இடம் இல்லாததால் கூடத்தின் நடுவில் போடப்பட்டிருந்த மலிவான மர மேசையையும் அதைச் சுற்றி இருந்த சாயம் போன பிளாஸ்டிக் நாற்காலிகளையும் கழிவிறக்கத்தோடு பார்த்தாள். மேசையின் மீது பூப்போட்ட பிளாஸ்டிக்

விரிப்பு போர்த்தப் பட்டிருந்தது. அதன்மேல் டியூப் லைட்டின் வெளிச்சம் பிசுபிசுத்தது.

அப்பா சந்திரன் வேலையை விட்டதைப் பற்றி அதிகமாக எதுவும் சொல்லவில்லை. அம்மாவும் சந்திரனும் மாறி மாறிச் சொன்ன சமாதானங்களைக் குழப்பத்தோடு கேட்டுக் கொண்டார். அவர் கண்களில் பளபளப்பு மிகுந்திருந்தது. அவரை எதிர்காலத்தில் கொல்லப் போகும் சர்க்கரை நோய் அப்போதுதான் ஆரம்பித்திருந்தது. அப்பா அதற்கு நிவாரணியாக இந்தியாவிற்குப் போய் நாட்டு வைத்திய மருந்துகளை வாங்கி வந்து சாப்பிட்டுக் கொண்டிருந்தார். இருவர் சொன்னதையும் கேட்டு விட்டு சரி சரி, சீக்கிரமா பெற வேலை பார்க்கச் சொல்லு என்றார்.

கடையிலிருந்து அவன்தங்கி இருந்த அறைக்கு வந்த போது சந்திரனின் தொடைகளைச் சுற்றியிருந்த கனமான தண்டுகளையுடைய தாவரங்கள் ஊர்ந்து போய் சுவரில் மாறி மாறி விழுந்து கொண்டிருந்த நிழல்களோடு பிணைந்து கொண்டன.

அப்பாவோடும் அம்மாவோடும் இருந்ததுபோலவே இரண்டறை வீடு. வீட்டை மொத்தமாக வாடகைக்கு எடுத்திருந்த சீனனுக்கு ஐம்பத்தேழு வயதாகி இருந்தது. அடுக்குமாடி வீடுகளின் மின்தூக்கி தளங்களுக்கு அருகே குடியிருப்பாளர்கள் வேண்டாம் என்று தூக்கிப் போட்டிருந்த பழைய கடிகாரங்கள், தட்டச்சு இயந்திரங்கள், வீடியோ டெக்குகள், வானொலிகள் போன்றவற்றை பழைய கோணிப் பையில் எடுத்து வந்து பழுது பார்த்துவிட்டுப் பூகிஸ் தெருவில் இருந்த திருடர்கள் சந்தையில் தரையில் விரிப்புப் போட்டுச் சனிக்கிழமைகளிலும் ஞாயிற்றுக்கிழமைகளிலும் விற்று வந்தான்.

அரசாங்கம் திருடர்கள் சந்தையை விரைவில் மூடப் போவதாகவும் அப்படி நடக்கும்போது அந்த வீட்டை விட்டு அவன் வெளியேறப் போவதாகவும் சீனன் சொல்லி இருந்தான். அவனுக்கு அம்மாவின் சாயலும் அப்பாவின் சாயலும் இருந்தது. தனக்கு இந்திய உணவுகளின் வாசனை பிடிக்காதென்றும் சந்திரன் வீட்டிற்குள் இந்திய உணவுகளை, குறிப்பாக குழம்புகளை, எடுத்து வரக் கூடாது என்றும் சொன்னான்.

ஒரு நாள் சந்திரன் ஓய்வாய் இருந்தபோது சீனனிடம் அவன் தூக்கி வந்து விற்கும் குப்பைகளை யார் வாங்குவார்கள் என்று கேட்டான்.

''யாராவது வாங்கிடுவாங்க. திருடர் சந்தையே அந்த நம்பிக்கையிலதான நடந்துகிட்டு இருக்கு. ஒரு பொருள் எவ்வளவு பழசானலும் யாருக்காவது எந்த வகையிலாவது உபயோகமா இருக்கும். அதே சமயம் ஒரு பொருள் பழசாக பழசாக அதைச்சுத்தி ரோஜா நெறத்துல ஒரு ஒளிவட்டம் ஏற்பட்டு அதுக்குத் தானாவேஒரு கவர்ச்சி வந்துரும். இந்தக் கவர்ச்சியநெஜம்னு எடுத்துக்கத் தேவையில்ல. வெறும் தந்திரம்தான் இவ்வளவும். வியாபாரத் தந்திரம்.''

சீனன் இப்படி சொன்னபோது சந்திரன் தன் அப்பாவின் பழைய ஓட்டுக்கடையை நினைத்துக் கொண்டான். பல வருடங்களுக்கு முன்னமேயே அப்பாவும் அம்மாவும் ஒருவருக்குப் பிறகு ஒருவர் செத்துப் போயிருந்தார்கள். அவர்கள் மருத்துவச் செலவுக்கு ஏற்பட்ட கடனைத் தீர்க்க வீட்டை விற்றதில் சந்திரனுக்குக் கடைசியில் மூவாயிரம் தேறியது.

பெரும்பாலும் சந்திரன் குளித்துவிட்டு அறையின் இருட்டில் அமர்ந்து கொண்டு நிழல்களையும் அவற்றில் பிணைந்திருக்கும்

தாவரங்களையும் பார்த்தபடியே அப்பாவின் பழைய டிரான்ஸிஸ்டரில் பாடல் கேட்பான்.நாள் முழுக்க கடையில் நின்ற களைப்பில் சற்று நேரத்தில் வாய் பிளந்து தூங்கிவிடுவான்.

''நாற்பது வயசாகுதுங்கிறீங்க. பேசாம ஒரு பொண்ணப் பார்த்துக் கல்யாணம் பண்ணிருக்கலாம் இல்லையா?''

பெருநாளுக்குப் பிறகு கடையில் ஓய்வாய் இருந்த நேரத்தில் ஆசீஃப்பும், சாகுல் ஹமீதும் கேட்டார்கள். முதலாளி பண்டிகை இனாம் கொடுத்தபோது சந்திரனுக்குப் பக்கத்தில் நின்றிருந்தவர்கள். அவர்களுக்குச் சின்ன வயதிலேயே இந்தியாவில் திருமணம் நடந்திருந்தது. குடும்பத்துக்குள்ளாகவே அவர்கள் பெண் எடுத்திருந்தார்கள்.

''சம்பளமே இப்பதான் மாசம் தொள்ளயிரம் எட்டியிருக்கு. இந்த லட்சணத்துல எனக்கு யாரு பொண்ணு கொடுப்பா?''

''நீங்க சிங்கப்பூர்க்காரர்தான. இந்த ஊர் சிட்டிசனாக முடியும்னா தமிழ்நாட்டுப்பொண்ணுங்க நான் முந்தி நீ முந்தினு நிப்பாங்களே. கல்யாணமாகி மொத பொண்டாட்டி செத்துப் போன ஆம்பிளைக்கே புதுப் பொண்ணு கெடைக்குது. உங்களுக்கென்ன? ஃபிரஷ் பீஸ்தானே.''

கடையின் சமையற்கட்டின் முன்னாலிருக்கும் குளுமையான அரை இருட்டில் அவர்கள் கண்களில் மஞ்சள் நிறம் அலைந்தது.

''அப்படி இல்ல. இப்படி ஒரு பொண்ணக் கட்டிகிட்டு அவ என்னைத்தான் கட்டிகிட்டாளா இல்ல இந்த ஊரு குடியுரிமையக்

கட்டிக்கிட்டாளானு வாழ்க்கை மொத்தமும் நா கொழம்பிகிட்டு நிக்கணுமா. அதுலயும் என் சம்பளத்துல எப்படி குடும்பம் நடத்துறது.''

''நல்லா படிச்சவருதான நீங்க. வேற வேலைக்கு முயற்சி பண்ணலாமில்லையா. இல்ல வியாபாரம் எதாவது? வயசாகிப் போச்சுனு நெனைக்குறீங்களா?''

சாகுல் ஹமீது கேட்டபோது சந்திரன் வாய்விட்டுச் சிரித்தான். தன் தோளைத் தட்டிக் காட்டினான்.

''வயசானதும் ஒரு காரணம்தான். ஆனா வேலை தேடுறதும், அதுல நெலச்சு இருக்குறதும், வியாபாரம் செய்யுறதும் மனசு சம்பந்தப்பட்ட விஷயம். எனக்கு மனசு எப்பவோ விட்டுப்போச்சு.''

''உங்களுக்கு மொத தடவை வேல போனப்பவா?''

''இல்ல. அதுக்கு முன்னாலயே. என் அப்பாவும் அம்மாவும் எனக்காக எப்ப பல்கலைக் கழகப் பாரத்தைப் பூர்த்தி செஞ்சாங்களோ அதுக்கு முன்னமேயே.''

''அப்ப நீங்க கல்யாணமே பண்ணிக்க மாட்டீங்களா?''

''என்ன மாதிரி ஆளுக்கு எதுக்குக் கல்யாணம்? கூடச் சேர்ந்து காபி குடிக்க ஒரு பொண்ணு போதும்.''

இருவரும் சந்திரனை விநோதமாய்ப் பார்த்தார்கள்.

''பொம்பள சேர்ந்துஉக்காந்துகாபி குடிச்சா போதுமா? வீட்டுல உங்களப் பார்த்துக்க, சமைச்சுப் போட ஒரு பொம்பள?'' என்று கேட்டார் ஆசீஃப்.

"அதெல்லாம் எதுக்கு? நானே எனக்குச் சமைச்சுப் போட்டுக்குவேன். எனக்குத் தேவை என்னோடு காபி சாப்பிட நல்லபலமான திடகாத்திரமான அறிவுள்ள மனுஷி. காபி சாப்பிட்டுட்டு ரெண்டு பேரும் அவங்கவங்க வழியில போயிரலாம். மறுபடியும் எப்ப தோணுதோ சந்திச்சுக்கலாம்."

அவர்களுக்குப் புரியவில்லை என்று அவர்களுடைய சுருங்கிய நெற்றியில் புலனாந்து. வாசலில் வாடிக்கையாளர்களின் நிழல்கள் ஆடுவதைக் கவனித்து ஆசீஃப்பும் சாகுல் ஹமீதும் எழுந்து போனார்கள்.

தட்டுகளைத் தூக்கி வந்து குழாய்க்கடியில் போட்டதில் சந்திரனின் கை பிசுபிசுத்தது. அவன் தண்ணீரை ஓடவிட்டு கைவிரல் நுனிகளில் லேசான சூடு பரவும்வரை கைகளை அழுத்திக்கழுவ ஆரம்பித்தான்.

காணி நிலம்

ரியல் எஸ்டேட் இளைஞனிடம் கைகுலுக்கிய பின்னர் முதல் வேலையாக ஜெயபால் தரையோடு குத்துக்காலிட்டு அமர்ந்து கையில் கொஞ்சம் மண்ணை எடுத்தார். கையிலிருந்த மண் மிகவும் காய்ந்து லேசான இளஞ்சூட்டோடு இருந்தது. அதில் கலந்திருந்த மஞ்சள் நிற மணலில் இருந்தும் சிறிய கறுப்புத் துகள்களிலிருந்தும் ஏப்ரல் வெயில் கொப்பளித்தது.

நேற்றிரவு தங்கியிருந்த ஹோட்டலிலேயே ஜெயபால் காலைச் சிற்றுண்டிக்குப் பூரி கிழங்கும் கெட்டியான காபியும் சாப்பிட்டிருந்தார். கனமான தொப்பைமீது தொடைகள் அழுந்த தரையில் முன்னோக்கிக் குனிந்து அமர்ந்திருக்கையில் ஜெயபாலுக்கு லேசாய் தலை சுற்றியது. கண்கள் இருட்டிக் கொண்டு வந்தன. ஜெயபால் தரைமீது மிக மெல்லியதாய் தனது விரல்நுனிகளை ஊன்றிச் சுதாரித்துக் கொண்டார்.

முன்னால் இருந்த கட்டாந்தரையில் அவருடைய நாற்பத்தைந்து வயது சாரமிழந்த நிழல்களாய்க் கொட்டிக் கிடந்தது.

விற்பனை இளைஞன் ஜெயபாலை வாய்க்கடை ஓரங்களில் நிழலாடிய கோணல் சிரிப்போடு பார்த்துக் கொண்டிருந்தான். இதற்குச்

சில வருடங்களுக்கு முன்னால்தான் தனது படிப்பை அவன் முடித்திருக்க வேண்டும். அவன் கண்கள் அவர்களைச் சுற்றியிருந்த காலி மனைகளை ஓய்வில்லாமல் ஆராய்ந்தபடி இருந்தன. வலது கையின் கட்டை விரலையும் ஆள்காட்டி விரலையும் ஒன்றாகச் சேர்த்து வைத்துச் சதா தேய்த்துக் கொண்டிருந்தான். பிறகு உதட்டோரமாய் மிக லேசான ''ச்'' என்ற சத்தத்தோடு கீழே அமர்ந்திருந்த ஜெயபாலின் தோளில் லேசாய்த் தட்டி அவரை எழுப்பினான்.

''அதோ, அந்தப் பக்கமாதான் தேசிய நெடுஞ்சாலை வரப் போகுது.''

ஜெயபால் தரையில் முஷ்டியை ஊன்றி மெதுவாக எழுந்து நின்றார். இப்போதும் அவர் நிற்பதில் லேசான தள்ளாட்டம் இருந்தது. இடது கரத்தின் மேல்புறம் யாரோ பிசைவதைப்போல் மிக உக்கிரமாய் வலித்தது.

அதைக் காட்டிக் கொடுக்காமல் இருக்க மூச்சை ஆழ இழுத்து விட்டபடி கடுமையான வெயிலில் கொதிப்பதைப்போல் தூரத்தில் சாம்பல் நீல நிறத்தில் ஆவிபறக்க நின்றிருந்த குள்ளமான குன்றுகளைக் கண்களால் துழாவியபடி ஒரு கணம் குழப்பத்தோடு பார்த்தார். பின்பு இளைஞனின் முகத்தை ஆர்வத்தோடு ஆராய்ந்தார்.

இளைஞன் இதற்குத் தயாராக இருந்திருக்க வேண்டும். தூரத்தில் இருந்த குன்றுகளைப் பார்த்தபடி கைகளை நீட்டி கால் அகட்டி நின்று கொண்டு பேசினான். அவன் தோரணையில் வெறும் சூனியத்திலிருந்து அதிசயம் மிகுந்த பொருள்களை வரவழைக்கும் சர்க்கஸ் வித்தைக்காரனின் சாயல் இருந்தது.

‘‘வரப் போகுதுனா இப்ப இல்ல. இன்னும் கொஞ்ச நாள் ஆகும். நெடுஞ்சாலை அந்தப் பக்கமா சுத்திப் போறப்ப இந்தப் பக்கமெல்லாம் கடைங்க வந்துரும். இந்த மனைக எல்லாம் வித்து இங்க வீடுங்க வந்திருச்சுனா இங்கயே பள்ளிக்கூடம், வங்கிக் கட்டடம், கோயில், கடைவீதி எல்லாம் உருவாகிடும். நீங்க வீடு கட்டி முடிக்கறதுக்குள்ள இங்க அடிப்படை வசதிகள்ளாம் வந்துரும்னு எதிர்ப்பார்க்கலாம்.’’

தொலைக்காட்சி விளம்பரங்களில் பேசுவதைப்போல கொஞ்சம் அவசரமாகவே பேசினான். இளைஞனின் குரல் அதன் தீர்மானிக்க முடியாத ஆழங்களில் தானே கரைந்து அடர்த்தியாகியிருந்தது. ஜெயபால் இளைஞனின் நீட்டிய கைவிரல்களில் இருந்து சிந்திக்கொண்டிருந்த வெயிலின் பிரகாசத்தை வாய் பிளந்தபடி பார்த்துக் கொண்டிருந்தார். அவருக்கு லேசாய் மூச்சிரைக்க ஆரம்பித்தது.

‘‘இந்த தண்ணி, எலெக்டிரிக் சமாச்சாரம் எல்லாம்...’’

‘‘இங்க வீடெல்லாம் கட்ட ஆரம்பிச்சப்புறம் அதெல்லாம் தானா வரத்தான போகுது.’’

ஜெயபால் தனக்கு முன்னால் இருந்த வானத்தில் மின்சாரக் கம்பங்கள் இருக்க வேண்டிய உயரத்துக்குக் கண்களை ஓடவிட்டார். பின்பு தனக்கு முன்னால் இருந்த வெறும் தரையை ஊடுருவுவதைப்போல் உற்றுப் பார்த்தார். அவருக்கு முன்னால் இருந்த தரை ஜெயபாலின் குழப்பத்தைப் பார்த்துப் செம்பழுப்புச் சமுத்திரமாகப் பொங்கிச் சிரித்தது. பார்வையைக் குருடாக்கும் அலைகளின் தெறிப்பாக வெயில்.

‘‘சார், சார்.’’

‘‘எ-என்ன?’’

‘‘தண்ணி, எலெக்டிரிக் எல்லாம்...’’

‘‘ஆமாமா, இங்க வீடுங்க வர ஆரம்பிச்சுட்டா அதெல்லாம் அரசாங்கம் செஞ்சுறாதா என்ன?’’

அவனுக்காக ஜெயபாலே முன்வந்து பேசினார். அவருக்கு எங்கேனும் அமர வேண்டும்போல் தோன்றியது. வேலை முடிந்து சரளா வீட்டிற்கு வந்திருப்பாளா என்று ஜெயபால் ஒரு கணம் யோசித்தார்.

ஆசை மிக லாவகமாகக் கையாள வேண்டிய பட்டம். பெண்ணும். கைவிரல்களுக்கிடையில் மெல்ல தவிக்கும் நூலின் சுகம் எவ்வளவு அனுபவம் வாய்ந்த மனிதனையும் வசமிழக்கச் செய்யக் கூடியது.

ஜெயபாலின் கண்களுக்கு முன்னால் நிர்மலமாய் விரிந்திருந்த வானம் மிகப் பெரிய நீல நிறப் பட்டமாகக் காட்சியளித்தது. அவர் வானத்தையே வாய்பிளந்து பார்த்துக் கொண்டிருந்தார். அவர் கால்களுக்கடியிலிருந்த தரை பட்ட நூலாய் மிக லாவகமாய் நழுவிப் போனது.

மீண்டும் இளைஞன் ஜெயபாலின் தோளைப் பற்றி மெல்ல உலுக்கினான்.

‘‘சார் - பத்திரப் பதிவ அடுத்த வாரமே வச்சுக்கலாமா? இப்ப முன் பணம்ரெண்டு லட்சம் கொடுத்துருங்க போதும்.’’

ஊருக்குப் பேருந்து ஏறிய போது ஜெயபால் தன் கண்களுக்கு மிக அருகில் தன் கைத்தொலைபேசியைத் தூக்கிப் பிடித்துத் திரையை ஒற்றை விரலால் தேய்த்தபடி தன் வங்கி இருப்பைப் பார்த்துக் கொண்டார். கருநீல திரையில் வெள்ளையாய்ச் சிரித்த எண்களின் மீதிருந்த திரையில் அவருடைய சிறு சிறுச் சுருக்கங்கள் விழுந்த கனமான கண்ணிமைகளும் வலது காதின் விளிம்பும் கன்ன மேடும் நரைத்த முள்தாடியும் நிழலாய் அசைந்தன.

ஜெயபால் வீட்டிற்குப் போய்ச் சேர்ந்தபோது சரளா வீட்டில் இருந்தாள். அவர் வேலை பார்த்த அதே அரசாங்க இலாகாவில்தான் அவள் இப்போதும் வேலை செய்து கொண்டிருந்தாள். ஆனால் வேறு பிரிவு. ஆனால் அவர்கள் வேலை நேரத்தின் போது பெரும்பாலும் சந்தித்துக் கொள்வதில்லை. வேலை முடிந்து வீட்டுக்குப் போகும் போதுகூட ஒருத்தருக்கு ஒருத்தர் காத்திருப்பதில்லை.

நாள் முழுக்கக் கட்டுக்கட்டாய் கோப்புகளை நகர்த்திய களைப்பு அவள் முகத்தில் தெரிந்தது. சமையலறையில் ஏதோ வேலையாய் இருந்தவள் வரவேற்பறைக்குள் வந்த போது அவள் கைகளில் இருந்து பழைய குழம்பு நாற்றமும் சவுக்கார வாசனையும் அடித்தன.

ஜெயபாலை ஒரு முறை எந்தவித உணர்ச்சியும் இல்லாமல் பார்த்துவிட்டுச் சரளா அவரைக் கடந்து முன் வாசலுக்குப் போனாள். அன்று லீவு எடுப்பதாகச் சரளாவிடம் ஜெயபால் ஏற்கனவே சொல்லி இருந்தார். ஜெயபால் இடுப்பில் கைகளை வைத்தபடி தன்னைக் கடந்து போகும் சரளாவை உற்றுப் பார்த்தபடி நின்றிருந்தார். வெறுப்பில் அவர் முகம் கடுமையாகி இருந்தது.

சரளா வாசலில் எதையோ நோண்டிக் கொண்டிருப்பதைக் கவனித்த ஜெயபால் படுக்கை அறைக்குள் போய் அரைக்கைச் சட்டையயும் கால்சட்டையையும் உருவிப் போட்டார். லுங்கியை எடுத்துக் கட்டிக் கொண்டு வெற்றுடம்போடு மீண்டும் வரவேற்பறைக்குள் வந்து மார்பைச் சொறிந்தபடி தொலைக்காட்சியின் முன்னால் சோபாவில் அமர்ந்தார். பின்னர் ஞாபகம் வந்தவராய் குளியலறைக்குள் போய் குழாய் ஓரமாய் வைக்கப்பட்டிருந்த குப்பியைக் கவிழ்த்து அன்றைக்கு எடுக்க மறந்த மாத்திரையை உள்ளங்கைக்குள் தட்டினார். மாத்திரையை நாக்கில் வைத்தபடி உள்ளங்கையில் குழாய் நீரைத் தேக்கி வாய்க்குள் விட்டுக் கொண்டார்.

ஜெயபால் வரவேற்பறை சோபாவுக்கு வருவதற்குள் சரளா மறுபடியும் சமையலறைக்குள் போயிருந்தாள். அவள் மீண்டும் வரவேற்பறைக்குள் வர வேண்டும் என்று ஜெயபால் எதிர்பார்த்தார். தனக்கு முன்னால் இருந்த மேசைமீது இருந்த செய்தித்தாள்களைச் சத்தம் எழும்பும்படி திறந்தும் மடித்தும் மேசைமீது தொப்பென்று வைத்தார். பின்பு தொண்டையைப் பலமுறை செறுமிக் கொண்டார்.

கொஞ்ச நேரம் தொலைக்காட்சி பார்த்தவர் இருப்புக் கொள்ளாமல் வரவேற்பறையின் ஓரத்தில் சிறு சிறு சாமிப் படங்களை மாட்டியிருந்த மேடைக்கும் சாப்பாட்டு மேசைக்கும் இடையில் அலைந்தார், பின்பு மீண்டும் சோபாவில் வந்து அமர்ந்து கொண்டார்.

''ராஜேஷ் கூப்பிட்டானா?''

மிக கவனமாய் தூக்கி நிறுத்திய கம்பீரம். தொலைக்காட்சியின் இரைச்சலுக்கு மேல் அவர் குரல் அவருக்கே அந்நியமாக, தகரத்தனம்

மிக்கதாக ஒலித்தது. பன்னிரண்டு வயது ராஜேஷ் பள்ளி மாணவர் முகாமில் இருந்தான். வர மேலும் இரண்டு நாளாகும்.

''இல்ல.''

சமையலறையில் இருந்தபடியே சரளா சுவாரஸ்யமில்லாமல் பதில் சொன்னாள்.

''டிவில புதுப்படம் போட்டிருக்கான்.''

சரளாவிடமிருந்து பதில் இல்லை. பரந்து விரிந்திருக்கும் பெருவெளிகளிலும் கடலின் நடுவினிலும் சூறாவளி உருவாவதற்கு முன்னால் வெற்றிடம் உருவாகும் என்று அறிந்து வைத்திருந்தார். பல்கலைக் கழகத்தில் ஜெயபாலும் சரளாவும் ஒருவரை ஒருவர் காதலித்தபோது வகுப்பறைகளின் வெளியே போடப்பட்டிருந்த கம்பித் தடுப்புகளின்மீது கால்களைத் தூக்கிப் போட்டு அமர்ந்து அவ்வளவு விஷயங்களைப் பேசி இருக்கிறார்கள். ஆனால் இப்போது அவர்களுக்கிடையே பல்லாண்டு காலமாய் ஆழ்ந்த நிசப்தமாய் வெற்றிடம் உருவாகியிருந்தது.

வெகு நேரம் கடந்து சரளா தட்டில் சுடச்சுட புதிதாய்க் கிண்டிய உப்புமாவோடு சோபாவில் வந்து அமர்ந்தாள். தட்டின் ஓரத்தில் நிறைய சர்க்கரை கொட்டியிருந்தாள்.

விரல் நுனிகள் வெட்சிப் பூக்களாய்ச் சிவக்க சூடான உப்புமாவை ஒவ்வொன்றாய்க் கிள்ளி வாயில் போட்டுக் கொண்டாள் . அவற்றுக்குள் நடுவில் தொலைக்காட்சி விளம்பரங்களின் கீச்சுச் சத்தம் அச்சானியமாய் இறங்கியிருந்தது.

ஜெயபாலன் சாப்பாட்டு மேசைமீது நிலத்திற்கான முன்பண ரசீது வைத்திருந்தார். அது சுற்றி வந்து கொண்டிருந்த மின்விசறிக் காற்றில் லேசாய்ச் சடசடத்தது. ஜெயபால் அதைப் பார்க்கத் துணிவில்லாமல் சரளாவின் வாயையே பார்த்துக் கொண்டிருந்தார். அதை உணர்ந்தவள் போல் சரளா உப்புமாவில் கிடந்த கறிவேப்பிலையைத் தட்டுக்கு ஓரமாக ஒதுக்கிவிட்டு அவரை நிமிர்ந்து பார்த்தாள்.

''லாயர் ஆபீஸ்ல இருந்து விவாகரத்து சம்பந்தமான பத்திரம் வந்திருக்கு. பெட்ரூம் அலமாரிகிட்ட...''

''பார்த்தேன்.''

''அடுத்த வாரத்துக்குள்ள நிரப்பி அனுப்பணும்.''

''முடிவே பண்ணிட்டியா.''

''முடிவு பண்ணாமலயா வக்கீல் வரைக்கும் போனோம்?''

''பன்னெண்டு வயசு பையனை வச்சுக்கிட்டுச் செய்யுற காரியமா இது?''

தட்டைச் சற்று மேலே தூக்கியபடி சோபாவில் சாய்ந்து அமர்ந்தாள். தொலைக்காட்சி திரையில் ஓடிக்கொண்டிருந்த பாடல் காட்சியில் அவள் கண்கள் பல நிறங்களில் ஜ்வாலை விட்டு எரிந்தன.

''இதை இன்னமும் பேசிப் பிரயோஜனமில்ல.''

அவர்கள் முதன்முதலில் வேலையில் பயிற்சி அலுவலர்களாகச் சேர்ந்த போது நிறைய திரைப்படங்கள் பார்த்தார்கள். அப்போது சரளா செய்தித் தொடர்பு இலாகாவில் இருந்தாள். பாராளுமன்ற கட்டடத்தில்

இருந்து இரண்டு பேருந்துகள் மாறி வர ஒன்றே கால் மணி நேரம் பிடிக்கும். ஜெயபால் சரளாவின் அலுவலகம் இருந்த கட்டடத்திற்கு வந்து தரைத் தளத்தில் காத்திருப்பார். சரியாக ஆறு மணியானதும் நான்காவது மாடியிலிருந்து மூன்று மாடிகள் கடந்து வளைந்துவரும் படிகளில் சரளா தோளில் பெரிய கைப்பையைச் சுமந்தபடி இறங்கி வருவது தெரியும்.

''ஏன், நீ வச்சிருக்கிறியே கள்ளக் காதலன். அவன்கிட்ட பேசுறதுக்கு மட்டும் அரிப்பெடுக்குதாக்கும்.''

இது மிகப் பழைய குற்றச்சாட்டு. சரளாவின் நடத்தை கெட்ட தனத்தைப் பற்றி யாராவது அவரிடம் மேலும் விளக்கம் கேட்டால் ஜெயபாலுக்கு எதுவும் சொல்லத் தோன்றாது. சரளா விரல்களில் கொஞ்சம் உப்புமாவை அள்ளி இருந்தாள். அதை மீண்டும் தட்டுக்குள் வீசிவிட்டு எழப் போனாள்.

அவளைவிட மிக வேகமாய் எழுந்த ஜெயபால் சாப்பாட்டு மேசைக்குப் பெரிய அடிகளை எடுத்துச் சென்று அதில் வைக்கப்பட்டிருந்த ரசீதை எடுத்தார். சமையலறைக்குள் மீண்டும் நுழையப் போன சரளாவின் முகத்தில் அதை விசிறி அடித்தார். ஒரு கை எச்சிலாக இருந்ததாலும் மற்ற கையில் தட்டிருந்ததாலும் வீசி எறியப்பட்ட தாளைச் சரளா மொத்தமாய் முகத்தில் வாங்கிக் கொண்டாள்.

''இத்தனை வருஷமாகியும் நமக்கு நிலம் வாங்க வக்கு இருக்கா, வீடு வாங்க வக்கு இருக்கானு கேப்பியே. இதோ பார், நிலம் வாங்கியிருக்கேன். இப்ப என்ன சொல்றே?''

சரளா பாதத்தை லேசாய் திருப்பி தாளைக் கடந்து போகப் பார்த்தாள். ஆனால் அதற்குள் ஜெயபால் அவளது இடது தோள்பட்டையைப் பலமெல்லாம் சேர்த்துத் தள்ளினார்.

ஜெயபால் அவள் முகத்தில் வீசி எறிந்த ரசீது அவள் காலடியில் பெரும் சிரிப்பாய்க் கிடந்தது.

"சொல்லுடி. இதைவிட ஒரு ஆம்பளை என்ன பண்ணனும்?"

சரளா தன் உடம்பை ஒருக்களித்துத் திருப்பி இருந்தாள். பக்கவாட்டில் ஜெயபாலைத் தாண்டி சமையலறைக்குள் முன்னேறப் போனாள்.

அதைப் பார்த்துக் கோபமான ஜெயபால் அவளுக்கு முன்னால் நரைமுடிகள் நிறைந்த தன் மார்பை விரித்து இடுப்பில் கைகளை வைத்தபடி நின்று கொண்டார். தோளால் அவரைத் தள்ளிச் சரளா சமையலறைக்குள் போக முயன்ற போது அவர் மூக்கில் ஊசிய குழம்பின் வாசமும் சவுக்கார நாற்றமும் பலமாக நுழைந்தன. அந்த நெடியால் போதை ஏறியவரைப் போல் ஜெயபால் சரளாவை மாறி மாறிக் கன்னத்தில் அறைய ஆரம்பித்தார்.

சரளாவின் கன்னத்தின் மென்மையை மீண்டும் உணர்ந்த கணத்தில் ஜெயபாலின் முகம் ஆச்சரியத்தில் ஆழ்ந்திருந்தது. அவர் அறைய அறைய சரளாவின் உடை விலகி அவளுடைய கனமான மார்புகள் தெளிவாகத் திறந்து கிடந்ததாலும், அவள் அடிப்பட்ட மிருகமாய் மேல்கையால் கன்னத்தைப் பொத்தியவாறு முனகியதாலும் லுங்கிக்குள் அவர் ஆண்குறி வெகு காலத்துக்குப் பிறகு முழு நீளத்தில் விறைத்துக் கிடந்தது.

சித்துராஜ் பொன்ராஜ்

அதுதான் தருணம் என்று கருதி ஜெயபால் ஒரு கையால் லுங்கியின் முடிச்சை அவிழ்த்து அதைத் தன் பாதங்களைச் சுற்றித் தரையில் தேங்க விட்டார்.

''பாருடி. இந்த உடம்புதான உனக்குப் பிடிக்கல. என் மார்புல இருக்குற மசுரெல்லாம் நரைச்சுப் போச்சுனுதான நீ வேற ஆம்பளைகிட்ட படுக்குற?''

ஜெயபாலின் உடம்பு லேசாய் நடுங்கிக் கொண்டிருந்தது. அவருக்கு மிக வேகமாய் மூச்சிரைத்தது. அந்த நேரத்திலும் சரளா உடம்பை ஒருக்களிக்காமல் கன்னத்தைப் பொத்திக் கொள்ளாமல் இருப்பதைப் பார்த்து வெகுவாக அசந்து போனார்.

அவர் முன்னால் சின்னச் சின்னச் சதுரங்களால் ஆக்கப்பட்டிருந்த அவருடைய மூன்று அறை அடுக்குமாடி வீடு பட்டங்களாகப் பிரிந்து வானமேறி பறப்பதாக அவருக்குத் தோன்றியது. பட்டங்களின் நூலைப்போல் வழவழப்பான தரை தன்னிச்சையாய் அவரிடமிருந்து வழுக்கிக் கொண்டு ஓடியது.

மாலை விளக்குகள் வீட்டை நிரப்ப ஆரம்பித்திருந்தன. சரளாவின் முகம் சிவந்து வீங்க ஆரம்பித்திருந்தது. விளக்குகளின் வெளிச்சத்தில் கண்ணாடித் தொட்டியில் வளர்க்கும் தங்க மீனைப் போன்ற பேரழகோடு சரளா அவர் முன்னால் நின்றிருந்தாள்.

பின்னர் மெதுவாக முன்னால் நகர்ந்து ஒவ்வொரு வார்த்தைக்கும் ஆள்காட்டி விரலால் அவர் மார்பைக் குத்தியபடி மிகத் தணிந்த குரலில் பேசினாள்.

"ஆமா, எனக்குப் பத்தலை. உன்னால எனக்குச் சுகம் கிடைக்கல. உன்னால என்னைச் சந்தோஷப்படுத்த முடியல. அதுக்கெல்லாம் மேல உன் படபடப்பு. உன்கிட்ட வரதுக்கே எனக்கு அருவறுப்பா இருக்கு."

இம்முறை ஜெயபாலைத் தாண்டி முன்னேறியவள் சமையலறை வாசலில் நின்றபடி அவரைப் பார்த்துத் தொடர்ந்து பேசினாள்.

"ஆமா நான் வேறொருத்தரோட உறவு வச்சிருக்கேன். நமக்கு இருந்த உறவு முடிஞ்சு போச்சுனு எனக்குத் தோணுது."

இப்போது ஜெயபால் தன் பாதங்களைச் சுற்றிக் கிடந்த லுங்கியை அள்ளி ஒற்றைக் கையால் தன் இடுப்பைச் சுற்றிப் பிடித்துக் கொண்டிருந்தார். அவர் கையில் நில ரசீது இருந்தது.

"அப்ப இந்த நிலம்? நம்ம பையன்?"

"உங்க இஷ்டம்."

சமையலறையில் இருந்து பளபளக்கும் கற்களாய் பதில் வந்தது.

சரளா சமையலறை வேலையை முடித்துவிட்டுப் படுக்கையறைக்குள் நுழைந்து கதவைப் பூட்டிக் கொண்ட நேரத்தில் ஜெயபால் சோபாவில் அமர்ந்து தன் முகத்தை மீண்டும் மீண்டும் இரண்டு கைகளாலும் அறைந்து அழுது கொண்டிருந்தார். அவர் அழுவதைத் தானே வேற்று மனிதனாகக் கவனித்துக் கொண்டும் இருந்தார்.

அவர் முகம், மார்பு, கைகள் அனைத்திலும் தாமரைகள் பூத்திருந்தன.

தூரத்தில் கரும்சாம்பல் நிறத்தில் குள்ளமான குன்றுகள் இருக்கும் ஊருக்கருகே தேசிய நெடுஞ்சாலை வந்த பின், அதன் ஓரமாக

சித்துராஜ் பொன்ராஜ்

கடைகளும், பள்ளிகளும் கோயிலும் வீடுகளும் கட்டிய பின் மின்சார வசதியும் தண்ணீர் வசதியும் எல்லோருக்கும் வழங்கிய பின், அத்தனை மனைகளுக்கு நடுவில் ஒரே ஒரு மனைமட்டும் காலியாக இருப்பது பற்றியும் அது யாருக்குச் சொந்தமானதுஎன்பதைப் பற்றியும் கேள்விகள் எழக்கூடும்.

இந்தக் கேள்விகளை நிச்சயம் யாராவது கேட்பார்கள்.

ஏழு

ஏழாவது தொலைப் பேசி அழைப்புக்குப் பொறுமையாய் பதிலளித்துவிட்டுத் துண்டித்த பிறகு ஞானமணிக்கு நாக்கு லேசாய்த்தள்ளியது. பிடறியில் இரும்பு நுகத்தடியைத் தூக்கி வைத்தது போல கடுமையான வலி. முதுகுத் தண்டில் சதா குடைச்சல். நடுமுதுகுக் கால்வாயில் விரல் அகலத்துக்கு வியர்வை இறங்கியது. சுற்றியும் தாமிரச்சட்டியின் பளபளக்கும் உட்புறமாகச் சக்திவாய்ந்த விளக்குகளால் ஒளியூட்டப்பட்டிருந்த அலுவலகம். எதிரே இருக்கும் கனமான கண்ணாடித் தடுப்பில் மேசை மீது செத்த முயலாய் அசைவில்லாமல் கிடக்கும் தொலைப் பேசியின் பின்னால் சாம்பல் நிற ராட்சச ஓநாயாய் சூட் அணிந்து டை கட்டிய ஞானமணியின் நிழல் உருவம்.

பதின் மூன்று வயதில் உயர்நிலைப் பள்ளியில் சேர்ந்த காலத்தில் இருந்தே எல்லோரையும் தன்னை ஜி. மணி என்று மட்டுமே அழைக்கச் சொல்லியிருந்தார். பல்லின மக்கள் வாழும் சமுதாயத்தோடு ஒத்துப்போக ஞானமணி எடுத்த முதல் சுயேட்சையான முடிவு. பாலர் பள்ளியிலும் தொடக்கப் பள்ளியிலும் ஆசிரியர் முதற்கொண்டு நண்பர்கள் வரை பொதுவாக வேகானமணி என்றும் ஞாஞாமணி

என்றும் அழைக்கப்பட்டிருந்தார். மிகக் குறிப்பிட்ட சம்பவங்களைத் தவிர இத்தகைய அழைப்புகளில் கேலி இருக்கவில்லை.

'ஞா' என்ற ஓசை உள்ள மொழிகள் பரவலாகாத்து சீனர்களின் குற்றமோ, மலாய்க்காரர்களின் குற்றமோ அல்ல. ஆனால் தன் பெயர்தான் அழைக்கப்படுகிறது என்று அறியாமல் பள்ளிக்கூட மேசையில் அமர்ந்து பாடத்தை எழுதிக்கொண்டிருந்த ஞானமணிக்கு இன்னும் துல்லியமாகப் புரியும் என்ற நம்பிக்கையில் அவர்கள் இந்தியபாணி என்ற நம்பிக்கையில் தலையைத் தஞ்சாவூர் பொம்மையைப் போல ஆட்டி உரக்க உச்சரிக்க முதலில் முறைத்தாலும் நாள்கள், வாரங்கள், வருடங்கள் போகப்போக அவர்களோடு அவரும் சேர்ந்து சிரித்தது ஞானமணியை உறுத்தியது.

குழந்தைகளைப் பள்ளியிலிருந்து அழைத்து வர வீட்டிலிருந்து கிளம்புவதற்கு முன்னால் ரேவதிதான் ஞானமணி மதிய சாப்பாட்டை முடித்து விட்டு அலுவலகத்துக்குத் திரும்பிய பிறகு முதல் ஆளாய் அழைத்திருந்தாள். நாற்பத்தைந்து வயதில் தொப்பையும் பிருஷ்டமும் கட்டுப்பாடில்லாமல் பெருத்திருந்ததாலும் அந்த நேரத்தில் ஏற்பட்டிருந்த அதீதமான மகிழ்ச்சியினாலும் தொலை பேசியில் அவள் குரல்லேசாய் இரைத்தது. சிலவார்த்தைகளுக்கு ஒருமுறை ரேவதிக்கு மூச்சுத்திணறியது.

''ரொம்ப சந்தோஷமா இருக்குங்க. இத்தனை நாளுக்குப் பிறகு நம் கல்யாண நாளை இவ்வளவு சரியா ஞாபகம் வச்சிருந்து நீங்களேலஞ்ச் டைம்ல வீட்டுக்கு வந்து எனக்கு ரோஜாப் பூக்களைக் கொடுப்பீங்கனு நான் எதிர்ப்பார்க்கவே இல்லை.''

ஞானமணி சம்பிரதாயமான விருந்துகள் தலையிட்டாலன்றி மதிய உணவைத் தனியாகத் தான்சாப்பிடுவார். விற்பனைத் துறையில்

இருப்பவன் லாபத்திற்கு உத்தரவாதம் இல்லாவிட்டால் கட்டிய பெண்டாட்டியைக் கூட புணரக் கூடாது என்பது மட்டுமில்லாமல், சீக்கிரம் வயதாகிவிடக் கூடாது என்று ஞானமணிக்குள் வளர்ந்திருந்த பயமும் காரணமாக இருந்தது. ஐம்பது வயதில் நிறைய திருமணமான ஆண்கள் தொப்பையும் தொந்தியுமாக. அதனால் ஞானமணி தினமும் மதிய உணவுக்குச் சின்னரொட்டித் துண்டு ஒன்றையும் சீனிகலக்காத பாலையும் மட்டும் சாப்பிட்டார். சிகரெட் புகைத்துவிட்டு தீயை அணைக்காமல் குப்பைத் தொட்டிக்கருகே ரொட்டித் துண்டுகளுக்காகக் குதித்துக் கொண்டிருந்த மைனாவின் மீது சுண்டிவிட்டார். அது ஒருவித கிறீச்சிடலோடு பறந்து போனது.

ஞானமணிக்கு உடல் ஊதிப்போன தன் நாற்பத்தைந்து வயது மனைவியின் மூச்சிரைக்கும் குரல் அச்சத்தை மூட்டியது. அந்த நேரத்தில் அவள் குரலே அவருக்கு லேசாய் அந்நியமாகத் தோன்றியது. தொலைபேசியின் நெற்றியில் இருந்த திரை காட்டிய விவரங்களைப் பார்த்து அது ரேவதிதான் என்று தீர்மானித்துக் கொண்டார். ஞானமணியும் ரேவதியும் ஒன்றாகப் படுத்துச் சிலவருடங்கள் ஆகின்றன. கடைசியாக ஞானமணி ரேவதியை நெருங்கமுயன்ற போது ரேவதிகட்டிலுக்கு எதிர்த்தாற்போல் தரையில் படுத்துக் கொண்டிருக்கும் அவர்களுடைய மைலோ என்ற பெயருடைய நாய் அவர்களையே பார்த்துக் கொண்டிருக்கிறது என்று சொல்லி இணங்கமறுத்து விட்டாள். அதற்கு முன்ன ரோபின்னரோ அவர்களுடைய வீட்டில்வேலை செய்யும்மியன் மார் பணிப் பெண் பார்க்கட்டுமே என்று கதவைலே சாய்திறந்தாற் போல் வைத்து ரேவதியோடு உறவுகொள்ள ஞானமணி தயாரானார். ஆனால் இம்முறைதனக்குத் தலைவலிக்கிறது என்று சொல்லி ரேவதி மறுத்துவிட்டாள்.

ஞானமணி தன் நெற்றியை லேசாய் விரல்களால் நீவிவிட்டுக் கொண்டார். ரேவதிக்கு வீட்டுக்குப்போய் ரோஜாக்களைக் கொடுத்தது போலவும், அவர்களுடைய துல்லியமான கல்யாண தேதியைப் போலவும் அவர்களுக்கிடையே உடலுறவு முயற்சிகள் எப்போது நடந்தன என்பது ஞானமணிக்குக் குழப்பமாகவே இருந்தது. மதிய உணவுநேரத்தில் வீட்டிற்கே வரவில்லை என்று ரேவதியிடம் அவர் சொல்வதற்கு. முன்னால் ரேவதி தொலைபேசியை வைத்துவிட்டாள்.

அவள் தொலை பேசியை வைத்த சிறிது நேரத்துக் கெல்லாம் தொடர்ச்சியாக மற்ற ஆறு அழைப்புகள் ஒன்றன்பின் ஒன்றாக வந்தன. வியாபாரம் தொடர்பாக அழைத்த இருவரும் மதிய உணவின் போது கப்பல் பாகங்களைப் பற்றியும் கப்பல்களுக்குப் பொருத்தக் கூடிய செயற்கை நுண்ணறிவு வகையிலான கப்பல் தடமறியும் செயலியைப் பற்றியும் (தனித்தனியாக) பகிர்ந்து கொண்ட கருத்துகள் மிக தெளிவாக இருந்ததாகவும் வந்திருந்த கிராக்கிகள் நிச்சயம் பொருட்களை வாங்கி விடுவார்கள் என்று சொன்னார்கள். அம்மா வாகன விபத்துக்குப் பிறகு சுயநினைவில்லாமல் இரண்டு வருடங்களாக அரசாங்க மருத்துவ மனையில் பொது பிரிவில் இன்னும் பதினைந்து பேர்களோடு மூத்திர நாற்றத் தோடு கிடந்த அப்பாவை ஞானமணி இவ்வளவு நாள் கழித்துப் பார்க்க வந்ததைச் சொல்லிச் சொல்லி அழுதாள். அலிசியா அழைத்து என்றைக்கும் இல்லாமல் இன்று மதிய உணவு வேளையில் என்னைப் பெண்டு கழற்றி விட்டாயே என்று கொஞ்சினாள். அம்மாமீண்டும் அழைத்து உடம்பைப் பார்த்துக்கொள்ளவும், வேளாவேளைக்குச் சாப்பிடவும் முடிந்த போதெல்லாம் அப்பாவை வந்து பார்த்து விட்டுப் போகவும் சொன்னாள்.

கடைசியாக, மூன்று மணிக்கு மேலாக ஃபாதர் கிறிஸ்தோபர் மரியசகாயம் அழைத்து இத்தனை வருடங்களுக்குப் பிறகு - மதிய உணவு நேரத்தில் சற்றே அசௌகரியமாக இருந்தாலும் கூட - திடீரென்று பாவமன்னிப்புப் பெற்றுக் கொள்ளும் ஆர்வத்தில் தன்னை தேவாலயத்தில் தேடிவந்ததற்காகக் கர்த்தருக்குத் தோத்திரம் சொல்லியும் புனிதஸ்டீபன் தேவாலயப் புனருத்தாரண கட்டட நிதிக்கு ஞானமணி வாக்களித்த கணிசமான தொகையை வெகுவாகப் பாராட்டியும் பேசினார்.

ஃபாதர் கிறிஸ்தோபர் பேசப்பேச ஞானமணியின் குரல் உடைந்து கரகரத்ததை உண்மையான விசுவாசத்தின் வெளிப்பாடாய் அந்த எளிய பங்குத் தந்தை எடுத்துக் கொண்டார்.

"கர்த்தரின் வழிகாட்டுதல்கள் சிலநேரத்துல ரொம்ப விசித்திரமா இருக்கும் பிரதர். நீங்க எங்கிட்ட உங்க பாவங்களப் பட்டியலிட்டுக் கிட்டு இருக்குறப்போ உங்க வாயிலேர்ந்து நெருப்பாட்டம் பிளவுபட்ட சிவப்பு நிற நாக்குள்ள குட்டிகுட்டி வெள்ளி நிறப்பாம்புங்க ஊர்ந்துபோய் பாவமன்னிப்புப் பெட்டியோட ஓரங்கள்ல இருக்குற இருட்டுலகரைஞ்சு போச்சு."

ஞானமணிக்குத் தலைலேசாய்ச் சுற்றியது. வயிற்றிலிருந்த புளித்த திரவம் உணவுக்குழாய் வழியே எம்பிக்கு மட்டலாய்ப்பாயக் காத்திருந்தது. ஆனால் ஞானமணி தனது வாயை நிறைத்த புளிப்பில் சின்னச்சின்ன ரொட்டித்துண்டுகளும் மதிய நேரத்தில் குடித்த காபியின் கசப்பும் கலந்திருக்கும் என்று எதிர்ப்பார்த்தார். ஆனால் அதற்கு மாறாக அவர் வாய் முழுக்க இதழ்கொழுத்தகுண்டு மலராகமதுவின் வாடை மலர்ந்தது. தொலைபேசியை இறுக்கமாகப் பிடித்திருந்த ஞானமணி

சித்துராஜ் பொன்ராஜ்

நெற்றியின் மேல்விளிம்புகளில் குளிர்ந்த வியர்வை பொங்கக் கிட்டத்தட்ட கீச்சுக் குரலில் தொலைப் பேசியிடம் பேசினார்.

''ஃபாதர், இன்னைக்கு நான் பாவமன்னிப்புக்கு அப்புறமா நற்கருணை வாங்கிக் கிட்டேனா?''

ஃபாதர் கிறிஸ்தோபர் மறுமுனையில் தயங்குவது ஞானமணிக்குத் தெளிவாகத் தெரிந்தது. அவர் உள்ளூர் இயேசு சபையில் வேதாகமம் முழுவதையும் தமிழில் பிழையில்லாமல் படிக்கக் கூடிய முதல் ஊழியர்களில் ஒருவராகச் சேர்ந்து குருபட்டம் வாங்குவதற்கு முன்னால் ரோமில் புனித கிரிகோரியன் பல்கலைக்கழகத்தில் இறையியலிலும் வேதயியலிலும் சிறப்புத்தேர்ச்சியும் அவருடன். படித்து வந்த கேரள இளம் பங்குத்தந்தைகளின் சகவாசத்தால் மலையாளத்தில் சரளமாகப் பேசும் ஆற்றலும் பெற்றிருந்தார். கடவுள் என்ற ஓயா பெருநெருப்பின் விரல்களால் தொடப்பட்ட புதியவிசுவாகர்களின் மன விகாரங்களும் உணர்ச்சிக் கொந்தளிப்புகளும் அவருக்குப் பரிச்சயமாவையாக இருந்தன. பாவ மன்னிப்பு பெற்றுக் கொண்ட ஞானமணியை மதிய நேரதிருப்பலி ஆராதனைக்குப் போகச் சொல்லி அவரே தன் கையால் அப்பமும் திராட்சை மதுவும் பரிமாறியிருந்தார்.

கனமான கண்ணாடி தடுப்பில்ராட்சச ஓநாய் மேசையில் கைகளை மடித்து முயலுக்கு இன்னும் அருகாமையில் அமர்ந்து கொண்டு அதை வாஞ்சையோடு பார்த்தது. பசியில் அதன் கண்கள் மஞ்சளாய் கனிந்திருந்தன. ஓநாயின் பசிக்கு மேலும் ஒருகேள்வி மீதமிருந்தது. ஆனால் ஓநாய் இரையை வேட்டையாடுதல் தந்திரம்மிகுந்தது. அதுமிகசாவதானமாய் சிரித்தபடியே அந்தக்கேள்வியையும் கேட்டு வைத்தது.

"அது இருக்கட்டும் ஃபாதர். மத்தியான நேரத்துல அவசரஅவசரமா நான் பாவமன்னிப்புக்கும் ஆராதனைக்கும் வந்ததால என் முகமெல்லாம் வெளிறிப்போயி நான்ரொம்பகளைப்பா இருந்தத பார்த்து உங்களுக்கு கொஞ்சம் அதிர்ச்சியா இருந்திருக்கும் இல்லையா?"

"அதுதான் இல்ல ஞானமணி. நானே உங்ககிட்ட சொல்லலாம்னு இருந்தேன். நீங்க நல்ல கலகலப்பா, சிரிச்சுகிட்டு, ஆரோக்கியமா இருந்தீங்க. முன்னெல்லாம் கண்ணுக்கடியில கறுப்புவளையம் விழுந்து கண்ணே மஞ்சளா தெரியுற ஞானமணியா இதுனு எனக்கே ஆச்சரியமா இருந்துச்சு."

மிச்சமிருந்த அலுவலக நேரத்தில் ஞானமணி மிகச் சுறுசுறுப்பாகவும் நேர்த்தியாகவும் தனது வேலைகளைப் பார்த்தார், வேண்டிய நேரங்களில் தனக்குக்கீழ் வேலை பார்ப்பவர்களைக் கூப்பிட்டுக் கட்டளைகள் போட்டார். ஆனால் அவர் வேலை செய்வதையும் கட்டளைகள் போடுவதையும் அவருக்குள்ளே இருந்த ஓநாய் சதா கவனித்துக் கொண்டே இருந்தது. நாலரைமணியானதும் தொலைபேசி பட்டன்களைத் தட்டி உணவுவேளைக்குப் பிறகு அவருக்கு வந்திருந்த அழைப்புகளை ஒன்றன்பின் ஒன்றாக ஆராய்ந்தார்.

வெளியே அலுவலக வேலைகளைப் பார்த்தாலும் அன்றைய நாளின் உணவு வேளையின் போது தன்னைப்போலவே ஏழுபேர்கள் வெவ்வேறு இடங்களில் இருந்தார்கள் என்ற எண்ணம் ஈரமான கழிவறைச் சுவரில் ரோமம் அடர்ந்த கனமான கால்களைத் தேய்த்து மெல்ல மெல்ல ஏறும் கரப்பான் பூச்சியாக ஞானமணியின் மனதிற்குள் அலைந்தது.

சித்துராஜ் பொன்ராஜ்

அலிசியா கடையில் இருந்திருப்பாள். ஞானமணியின் தொலைப்பேசி அழைப்பை அவள் எடுத்தபோது பின்னணியில் பெரும் கூச்சலாகவும் குழப்பமாகவும் இருந்தது. அலிசியா பெரிய பேருந்து நிலையம் ஒன்றில் நடமாடும் கண்ணாடி அடுக்குகளில் பழைய கைத்தொலைபேசிகளைப் போட்டு விற்று வருகிறாள். அதிகமாக பீர் குடிப்பதாலும் சிகரெட் புகையாலும் அவள் குரல் உப்புத்தாளின் சொரசொரப்போடு இருந்தது.

''ரொம்ப கஷ்டப்படுத் திட்டனா?''

''அதான் சொன்னேனே. சரியானமிருகம். இப்பக்கூட என்னால் ஜீன்ஸ்ல ஒழுங்கா நிக்க முடியல. கால் அகட்டிக்கிட்டு அசிங்கமா நிக்குறேன். ஆமாபுதுசா எதனாச்சும்மருந்து எடுக்குறியா? மருந்தைக் கொஞ்சம் பார்த்துப்பாவி. என்ன முரட்டுத்தனம். தண்ணியடிக்குற பம்ப்பாட்டம். சரி, அப்புறமா எனக்குப்புதுசா ஒருகடிகாரம் வாங்கித்தரியா. வெல ஓசந்தது?''

வியாபாரத்துக்காக அவருடன் மதிய உணவுக்கு வந்தவர்களும், அம்மாவும், ரேவதியும் கூட தொலைப்பேசியை எடுத்த உடனேயே சிறுசிறு கடல் நுரைகளாக, வழவழப்பான கூழாங்கற்களாகத் தூக்கிப்போட்டார்கள். அவர்கள் பேசிய வார்த்தைகள் எல்லாமும் மத்தியானம் பேசிய அதே வார்த்தைகளாக இருந்தன. அலிசியா இரண்டாம் முறையாகப் பேசிய வார்த்தைகளும் அவள் முன்னமே பேசிய வார்த்தைகள் தான் என்பது ஞானமணிக்குக் கவனமாய் யோசித்துப் பார்த்த போது புலனானது.

ஞானமணி மேசை மீது இருந்த பழுப்பு நிறக்கடித உறை ஒன்றைத் திருப்பிப் போட்டு அதில் தனக்கு தெரிந்தவரை உறுதியான நிஜங்களை மளமளவென்று எழுத ஆரம்பித்தார்.

1. நான் ரத்தமும் சதையுமாக இன்று மதியம் பன்னிரண்டரை மணியிலிருந்து இரண்டுமணிவரை ஏழு வெவ்வேறு இடங்களில் இருந்திருக்கிறேன்: சீன ரெஸ்டாரண்ட், ஜப்பானிய ரெஸ்டாரண்ட், என்வீடு, அரசாங்க பொது மருத்துவமனை, அலிசியாவின் படுக்கை, ஆபீஸ் பக்கத்திலிருக்கும் ஸ்டார்பக்ஸ், புனிதஸ்டீபன் தேவாலயம்.

2. நான் ஏழு வெவ்வேறு இடங்களில்ரத்தமும் சதையுமாக இருந்தநேரத்தில் ஏழு ரத்தமும்சதையுமான விஷயங்களை அனுபவித்திருக்கிறேன்: சீனர்களின் பன்றி மாமிசம், ஜப்பானிய கடல் உணவு, என் மனைவியின் கரம், என் அப்பாவின் சிதைந்த உடம்பு, அலிசியாவின் முலைகளும் பெண்குறியும், என் வயிற்றுப்பசி, கர்த்தரின் சதையும் ரத்தமுமான புனித நற்கருணை அப்பமும் திராட்சை ரசமும்.

3. எல்லா இடத்திலும் நான் மிகத் திறமையாகவே செயல்பட்டிருக்கிறேன். மிக ஆரோக்கியமாக இருந்திருக்கிறேன். அதாவது, ஏழாய்ப்பிரிந்ததால் நான்சாரம் குறைந்தோசத்தில் லாமலோ போகவில்லை. ஏழு உருவங்களிலும் நான் அதே உயிர்ப்போடு இருந்திருக்கிறேன்.

4. இந்த ஏழு பேரில் எது உண்மையான நான்?

கடைசிகேள்வியை எழுதிவிட்டு ஞானமணி அதைச்சுற்றி ஒளிவட்டம் போல் பேனாவால் பல வட்டங்களை வரைந்திருந்தார். அந்த ஏழு பேரைத்தாண்டியும் கானமணியும் ஞாஞாமணியும்

சத்தமில்லாமல் உலவிக்கொ ண்டிருப்பார்கள் என்று கனத்த கண்ணாடி தடுப்பில் உள்ள நிழல் உருவம் பலமுறை ஞானமணியிடம் சொல்லிப்பார்த்தது. ஆனால் அதன் ராட்ச சவடிவத்தையும் பசியால் கொழுத்த மஞ்சள் கண்களையும் பார்த்து அருவருப்பான ஞானமணி தனக்குத்தெரிந்த ஜபங்களை வார்த்தைகளை மாற்றாமல் பல முறைசொல்லி அந்தக்கறுப்பு உருவத்தை ஓட விரட்டினார். அவ்வுருவம் மீண்டும் தொலைபேசி முயலுக்குப் பின்னால் போய் அமர்ந்து கொண்டு ஞானமணியை உற்றுப்பார்த்தது.

உடற்பயிற்சிக்கூடம் ஞானமணியின் அலுவலகம் இருந்த அதே கட்டடத்தின் உச்சியில் எழுபத்தேழாவது மாடியில் இருந்தது. உடற்பயிற்சிக்கூடத்தைச் சுற்றியும் பெரிய நிலைக்கண்ணாடிகள் பதித்திருந்தார்கள். எதிரே அதே அளவுக்குப் பிரம்மாண்டமாய் கண்ணாடி ஜன்னல்கள் உடற்பயிற்சிக் கூடத்தைச் சுற்றியிருந்த நகரத்தை நோக்கியிருந்தன. சிப்பிகளின் உட்புற வெள்ளை போன்ற முத்தொளி உடற்பயிற்சிக் கூடத்திற்குள் பொழிந்து பரவிசுற்றியிருந்த நிலைக்கண்ணாடிகளில் பெரும் ஜோதியாகச் சிதறித்தெறித்தது. அலுவலகம் முடிந்து உடற்பயிற்சிக் கூடத்தில் பயிற்சிகளைச் செய்து கொண்டிருந்தவர்கள் சுற்றியிருந்த நிலைக்கண்ணாடிகளில் பல்வேறு வடிவங்களாய்ப் பல்வேறு கோணங்களில் தெரிந்தார்கள்.

உணவுக்கட்டுப்பாட்டை ஆரம்பித்த போது ஞானமணி உடற்பயிற்சிக் கூடத்தில் சேர்ந்திருந்தார். தன் அலுவலக அறையைப் பூட்டிக் கொண்டு கிளம்பியவர் மாற்று உடைகளை வைத்திருந்த பையை எடுத்துக் கொண்டு மின்தூக்கியின் வழியாக உடற்பயிற்சிக் கூடத்துக்கு வந்தார். உடைமாற்றிக் கொண்டு டிரட்மில்லில் ஏறி ஓட ஆரம்பித்தார்.

ஞானமணியின் அப்பா வேலுமணி கோமெஸ் அந்தக்காலத்தில் பிராஸ்பஸா சாலையிலிருக்கும் ஒரு கடை வீட்டின் இரண்டாவது மாடியில் நடத்திய கோமெஸ் வெஸ்டர்ன் டான்ஸ்ஸ்கூல் இயங்கிய வாடகை அறையைச் சுற்றியும் கூட தூசும் விரல் ரேகைகளும் பதிந்த பெரிய நிலைக்கண்ணாடிகளைப் பதித்திருந்தார். வேலுமணி கோமெஸ்ஸின் அப்பா நல்ல சிவப்பு நிறமான ஆங்கிலோ இந்தியர். அப்படிப்பட்ட ஆங்கிலோ இந்தியர்களை மற்ற தமிழர்கள் சட்டைக்காரர்கள் என்று அழைத்தார்கள். வேலுமணியின் அம்மா தமிழ்ப் பெண்மணி. வேலுமணி கறுப்பாக இருந்தார். ஞானமணியும் அவன் அம்மாவும் அவரைவிடக் கறுப்பு.

அப்பா எவ்வளவு முயன்றும் முகவசீகரம் இல்லாததால் மேல் நாட்டு நாட்டியப் பள்ளியை லாபகரமான தொழிலாக அவரால் மாற்ற முடியவில்லை. கோமெஸ் குடும்பம் ஞாயிற்றுக் கிழமைக்கு ஞாயிற்றுக் கிழமை ஒரே ஆடைகளை அணிந்துகொண்டு ஆராதனைக் குவருவதைக் கண்ட தமிழ் தேவாலயக்காரர்கள் அப்பாவைத்தான் ஏளனம் செய்தார்கள்.

சட்டைக் காரனுக்குப் பாட்டும், கூத்தும், குடியும், குட்டியும் இருந்தா போதுமே. குடும்பத்தைப் பத்தி அவனுக்கு என்ன கவலை?

வாடகை கொடுக்க முடியாமால் கோமேஸ் மேல் நாட்டு நாட்டியப் பள்ளியின் பிரம்மாண்டமான நிலைக்கண்ணாடிகளைக் கடன் வசூலிப்பவர்கள் லாரிகளில் பெயர்த்துக் கொண்டு போன போது அப்பாவும் ஞானமணியும் நாட்டியப் பள்ளியின் தரையில் அமர்ந்தபடி கன்னத்தில் கைவைத்துக் கொண்டு பார்த்தார்கள். அப்போது என்ன தோன்றியதோ ஞானமணி அப்பாவிடம் கேட்டான்.

‘‘இப்ப எல்லாம் நாம சர்ச்சுக்குப் போறதில்லையே. ஏம்ப்பா?’’

‘‘சர்ச்சுக்குப் போய்த்தான் ஜீஸஸைப் பார்க்கணும்ங்கிறது இல்லையே குட்டி.’’

‘‘அப்ப ஜீஸஸை எங்கெல்லாம் பார்க்கலாம்.’’

அப்பா கண்ணாடிகளைக் கைக்காட்டினார்.

‘‘இதோ இந்தக்கண்ணாடிகள் தான் ஜீஸஸ். நீ எப்படி இருக்கியோ அதை அப்படியே பிரதிபலிக்கறதுதான நீ கும்புடுற சாமியா இருக்க முடியும். எனக்கு இந்தக்கண்ணாடிகள் தான் ஜீஸஸ், குட்டி.’’

கரும் திராட்சைகளாய் தலையின் உச்சியிலிருந்து கழுத்துவரை பளபளத்து இறங்கும் சுருட்டை தலை மயிர், உடம்பில் ஒட்டியது போல் கை முனைகள் மலர்களாய் விரிந்திருக்கும் முழுக்கைச் சட்டை, இரும்பு ராடைப்போல் நிமிர்ந்திருக்கும் முதுகுத் தண்டு, தண்ணீர்க் குழாயாட்டம் இறுக்கமாக இறங்கிப்பிறகு தெருவைக் கூட்டும் அளவுக்கு பெல்பாட்டம் கால்சட்டை. கண்ணடிகள் பிடுங்கப்பட்டு லாரியில் ஏற்றப்படுவதை அழாத குறையாகப் பார்த்துக் கொண்டிருந்த அப்பா இன்னமும் அதே இடத்தில் தன்னை மறந்து உயிருடன் இருந்த போது முன்னர் பலமுறை ஆடியதைப் போல் இன்னமும் ஆடிக்கொண்டிருக்கக் கூடும்.

டிரட்மில்லில் ஓடிக்கொண்டிருந்த ஞானமணி அன்று தன்னைப் போல் ஏழுபேர் தோன்றிமறைந்து போனதை ஏறக்குறைய மறந்திருந்தார். கொஞ்சம் கூடதாட்சண்யம் இன்றி அந்த அலுவலகக் கட்டடத்துக் குள்ளும் உடற்பயிற்சிக் கூடத்துக்குள்ளும் பரவிக் கொண்டிருந்த நகரத்தின் வெளிச்சத்துக்கு மனித உருவங்களிலிருந்து

கண், காது, மூக்கு, வாய் ஆகிய அனைத்தையும் தேய்த்து எடுத்து எல்லோரையும் அச்சில் வார்த்தது போல் ஒரே உருவமாக்கக் கூடிய ஆற்றல் இருந்தது. அவை நிஜத்தில் இருந்தன என்றாலும் ஞானமணியைப் போன்ற மற்ற ஆறு உருவங்களும் ஞானமணியைப் போலவே வெறும் தோற்றமாயைகளாகவே கரைந்து போயிருக்கும்.

தனக்கு முன்னால் இருந்த நகரத்துக்குத் தன்முகத்தை முழுமையாகக் காட்டியபடி ஞானமணி இருந்த இடத்தை விட்டு நகராமலே பலமைல்கள் ஓடிக் கொண்டிருந்தார்.

சியோல்

சியோல் நகரத்தில் மழை குளிர்ந்த விரல்களாய் உடம்பின்மீது இறங்குகிறது. துடைத்து வைத்த ஸ்படிகம் போல் ஒளிவிடும் அகலமும் நீளமும் வாய்ந்த கடைக்கண்ணாடியில் உன் அகலமான கண்கள் வெளிச்சத் தகடுகளாகப் பிரதிபலிக்க நீ அந்தக் கண்ணாடிக்குப் பின்னால் அடுக்கி வைக்கப்பட்டிருக்கும் விலை உயர்ந்த கைக்கடிகாரங்களைப் பார்த்துக் கொண்டிருக்கிறாய்.

குடைக்கம்பியின் வெள்ளி நிறத் தெறிப்பை இறுகப் பற்றியிருக்கும் உன் கைவிரல்கள் பேரழகானவை. நீ கைக்கடிகாரங்களைப் பார்த்துக் கொண்டிருக்கும் வேலையில் உன் விரல்களின் நுனிகள் இளஞ்சிவப்பு நிறமாய் மாறி மிளிர்கின்றன.

"என் வாழ்க்கை பூராவும், என் இளவயது முதற்கொண்டே இப்படிப்பட்ட கைக்கடிகாரங்களை வாங்குவதுதான் என் கனவாக இருந்திருக்கிறது," என்கிறாய்.

தாழ்ந்த குரலில் சிரிக்கிறேன். என் கால்சட்டையின் பின்புறமாக நீட்டிக் கொண்டிருக்கும் பணப்பைக்குள் திணித்து வைக்கப்பட்டிருக்கும் பணத்தின்தொகை- ரொக்கத்தையும் கடன்

அட்டைகளின் இருப்புத் தொகைகளின் கணக்கையும் சேர்த்து - எனக்கு மிக நன்றாகவே தெரியும்.

மழை கனமான ஈய குண்டுகளாய் வலுத்துப் பெய்கிறது. மெல்லத் திரும்பி நாம் நடந்து வந்த அதே சாலையின் வழியாக எதிர் திசையில் நடக்கிறோம். அவ்வப்போது கடைக்கண்ணாடிகளுக்குப் பின்னால் இருக்கும் பொருட்களைப் பார்க்கத் திரும்பும் போதும் முன்னிருந்தும் பின்னிருந்தும் நம்மைக் கடந்து போகும் அலுவலக ஊழியர்களின் பாதையிலிருந்து விலகிப் போகும் போதும் நாம் அணிந்திருக்கும் கனமான குளிர்கால ஆடைகள் பாய்மரங்களாய் உப்பி அடங்குகின்றன.

"உங்கள் ஊரில் கைக்கடிகாரங்களின் விலை மலிவில்லையா சேது?" என்கிறாய்.

பதில் சொல்ல எனக்குச் சிறிது நேரம் தேவைப்படுகிறது.

"ஒரு காலத்தில் இருந்தது. எனது சிறு வயதில் இந்தியாவுக்குப் போகும் போதெல்லாம் என் அப்பா உறவினர்களுக்குக் கொடுப்பதற்காக ஜதை ஜதையாக தங்கக் கைக்கடிகாரங்களை வாங்கிக் கொண்டு போவார். ஆனால் எல்லாம் ஜப்பானியக் கைக்கடிகாரங்கள். விலை மலிவானவை. அவற்றை அணிந்து கொண்டு கை மணிக்கட்டுகள் தெரிய புகைப்படங்கள் எடுத்துக் கொள்வதில் அங்கிருந்தவர்களுக்கு அலாதி பிரியம். ஆனால் இப்போது எப்படி என்று தெரியவில்லை. அங்கும்கூட வசதிகள் பெருகிவிட்டன."

உன் முகத்தின் பளீரென்ற வெள்ளை நிறத்தில் கதை கேட்கும் ஆர்வம் தெரிகிறது. திரட்சியுள்ள பெர்ஸிமன் பழத்தைப்போல் ரசம்

மிகுந்த மாசு மறுவில்லாத முகம், சியோல் நகரத்தின் காங்நாம் பகுதியில் நிறைந்திருக்கும் அழகு நிலையங்களில் நீயும் பல கொரியர்களைப்போல் உன் முகத்தின் வடிவத்தை பணம் கட்டி அறுவை சிகிச்சையின் மூலம் சீரமைத்திருப்பாயா என்று நான் ஒரு கணம் யோசிக்கிறேன்.

"நீ இந்தியாவிற்குப் போய் உன் உறவினர்களைச் சந்திப்பாயா? அங்கு யார் யாரெல்லாம் இருக்கிறார்கள்."

குளிராலும் ஆர்வத்தாலும் உன் குரலில் லேசாக ஒரு தகரத்தனம் ஏறியிருக்கிறது. என் கற்பனையில் மதுரையில் விமானம் விட்டிறங்கிய பின் கரடுமுரடான தூசும் இரைச்சலும் நிறைந்த சாலைகளில் தெற்கே வெகு தூரம் பயணித்தபின் மண்மூடிய தெருக்கள் நிறைந்த ஒரு கிராமமும் அதன் முனையில் கோழிகளின் நடமாட்டம் அதிகமுள்ள ஒரு விவசாய வீடும் காட்சிகளாக விரிகின்றன.

அந்த வீட்டின் திண்ணைகளில் சேற்றின் சுவடுகள் இன்னமும் ஒட்டிக்கொண்டிருக்கும் பழைய ஏர்களும், மற்ற விவசாய உபகரணங்களும், கயிற்று வடங்களின் குவியல்களும் இருக்கின்றன.

வீட்டின் ஒரு புறமாக பின்னோக்கி வளைந்திருக்கும் கொம்புகளையுடைய எருமைகளைக் கட்டியிருக்கிறார்கள். அதன் முன்னால் கலைந்த தலைமயிரோடு சாயம்போன உடைகளில் என் தாத்தாவும், பாட்டியும் சித்தப்பாக்களும் அவர்களுடைய குடும்பத்தாரும் நின்று கொண்டிருக்கிறார்கள். அவர்களின் முகங்களில் சோகம் நிறைந்திருக்கிறது. அனைவரும் ஒல்லியாக இருக்கிறார்கள். அவர்களது இடது கரங்களில் தங்க நிறக் கைக்கடிகாரங்கள் பளபளக்கின்றன.

''இல்லை, அப்பா செத்த பிறகு எல்லாம் முடிந்துபோய் விட்டது. இப்போது போவதில்லை. என் அம்மாவும் நான் அப்படி போவதை விரும்புவதில்லை. சிங்கப்பூர்க்காரியான அவளை அவர்கள் எப்போதுமே ஏற்றுக் கொண்டதில்லை.''

சாலைகள் பிரியும் இடத்தில் சட்டென்று நிற்கிறோம். தெருவுக்குள் கால் வைத்துவிட்டுப் பிறகு ஒளிவெள்ளம் பெருக வரும் வாகனங்களைக் கவனித்ததால் தயங்கிக் கால்களைப் பின்னுக்கு இழுத்தபின் என்னை விநோதமாகப் பார்க்கிறாய்.

கடந்து போகும் வாகனங்களின் விளக்குகள் உன் வெண்மையான கழுத்தின் மேல் பனிக்கட்டிகளாக உறைந்து உன் மார்புகளுக்குள் வழுக்கிக் கொண்டு போகின்றன.

''வட கொரியாவில் இருக்கும் என் உறவினர்களுக்கும் தங்க நிறக் கைக்கடிகாரங்கள் பிடிக்கும் என்றுதான் நினைக்கிறேன்.''

சாலையைக் கடந்த பிறகு இப்போது பிரம்மாண்டமான கைப்பைக் கடைக்கு முன்னால் நின்று விடுகிறோம். முகப்புக் கண்ணாடிகளுக்குப் பின்னால் அடுக்கடுக்காக தோலால் செய்த கைப்பைகளை அடுக்கி வைத்திருக்கிறார்கள், எல்லாக் கைப்பைகளும் புதிதாகச் செய்துவைக்கப்பட்ட குதிரைச் சேணங்களாட்டம் கடை விளக்குகளின் வெளிச்சத்தில் பளபளக்கின்றன.

உனக்கு உயரம் குறைவுதான் என்றாலும் உனது தாடையின் அசாத்தியமான திண்மையிலும் கனமான உடைகளையும் தாண்டி கண்களுக்குத் தெரியும் உனது குறுகலான முதுகு மற்றும் கைக்கடக்கமான பிருஷ்டத்தின் வாளிப்பிலும் உனக்கும் ஒரு குதிரைத்தனம் இருக்கத்தான் செய்கிறது.

பழக்கமான சவாரிக் குதிரையைத் தடவிக் கொடுப்பதைப்போல் கைப்பைகளை உன்னிப்பாகப் பார்த்துக் கொண்டிருக்கும் உன் முதுகுத்தண்டைத் தடவிக் கொடுக்கிறேன். கைப்பைகளைப் பார்த்துக் கொண்டிருப்பதை விட்டுவிட்டு என்னை அகலமான கேள்வியோடு பார்க்கிறாய்.

"விலையுயர்ந்த கைப்பைகளையும் வாங்க வேண்டும் என்று ஏதாவது கனவு இருக்கிறதா என்ன?" என்று உன்னைச் சிரித்தபடி கேட்கிறேன்.

உனது மெல்லிய சிரிப்பு கடை விளக்குகளின் உஷ்ணத்தில் குளிர் காய்ந்து கொண்டிருக்கும் குதிரையின் மிருதுவான கனைப்பொலிபோல் ஒலிக்கிறது.

"அதுவும் முக்கியம்தான். வட கொரியாவிலிருந்து தப்பி வரும் நேரத்தில் எல்லையில் செத்துப் போன என் குடும்பத்தாருக்கு நான் வாழ்க்கையில் ஜெயிப்பது ஒன்றுதான் நான் கொடுக்கக் கூடிய சரியான இழப்பீடாக இருக்கும். அப்படி நான் ஜெயிக்கும் வரைக்கும் என் உயிரும் வருடா வருடம் படைக்கப்படும் சோற்று உருண்டைகளுக்காக ஹான் நதிக்கரையில் அலையும் அவர்களுடைய ஆவிகளோடு சேர்ந்தே அல்லாடிக் கொண்டிருக்கும்."

உன் அப்பா வட கொரியாவின் மத்திய பகுதியில் உள்ள தாபேக் மலைத்தொடர்களின் சரிவுகளில்தொத்திக் கொண்டிருக்கும் விவசாயக் குக்கிராமம் ஒன்றில் ஆரம்பப் பள்ளி ஆசிரியராக இருந்தார். தாபேக் மலைகளின் மீதிருந்த பனிக்கட்டிகள் உருகி தெளிந்த நீரோடைகளாக ஓடத் தொடங்கியிருந்த ஓர் ஏப்ரல் மாத இரவில் அரசாங்கம் உங்கள் குடும்பத்திற்கென்று ஒதுக்கியிருந்த சிதிலமடைந்த ஒற்றையறை மண்

வீட்டின் தரைக்கடியில் புதைத்து வைத்திருந்த நிறம் மக்கிப் போன பழைய தங்க நகைத்துண்டுகளைச் சப்தமெழாமல் தோண்டி எடுத்தவர், அவற்றைப் பழைய கழுத்துத்துணி ஒன்றுக்குள் முடிந்து உன்னையும், உன் அம்மாவையும், அண்ணன், அக்காள், தங்கை, கண் பார்வை முழுக்கவே மங்கிப்போயிருந்த எண்பது வயது பாட்டி அனைவரையும் அழைத்துக் கொண்டு தெற்குத் திசை நோக்கிப் பயணப்பட்டார்.

அப்படிப்பட்ட பயணங்களுக்கு உதவுவதற்கு என்றே ஆங்காங்கே சில ஆட்கள் இருந்தார்கள். உங்களை அழைத்துப் போக வந்திருந்த ஆள் கோடை காலத்தின்போது தாபேக் பள்ளத்தாக்குகளில் திடீரென்று புறப்பட்டுப் பெருத்த ஆரவாரத்துடன் பொழியும் மழையைப்போல் கருமை நிறம் நிரம்பியவனாக இருந்தான். பசித்த ஓநாயின் உடம்பைப் போல் அவன் உடல் மெலிந்திருந்தது. நீங்கள் நின்று கொண்டிருந்த அமாவாசை இருட்டிலும் அவன் கண்கள் மஞ்சள் நிறமாகச் சுடர்விட்டன.

உனது அப்பா துணிக்குள் கட்டி வைத்திருந்த நகைகளைக் குட்டையான ஜிங்கோ மர நிழலில் நின்றபடி அந்த மனிதனிடம் கைமாற்றிக் கொடுத்தார். தடித்து, பழச்சுளைகளைப்போல் கனிந்திருந்த உதடுகளில் பல் குச்சி ஒன்றை உருட்டிக் கொண்டிருந்த அந்த ஆள் மெல்லிய நமுட்டுச் சிரிப்போடு அந்த பொட்டலத்தை வாங்கிக் கொண்டு உள்ளங்கையின் அசைவால் அதன் கனத்தை அனுமானித்தான். பிறகு தோள்களைக் குலுக்கியவன் அடுத்த வார்த்தை இல்லாமல் வேகமாக இருட்டுக்குள் நடக்கத் தொடங்கினான்.

உன் பாதங்களை பல முறை என் மடியின்மீது வைத்து அவற்றின்

மென்மையை அனுபவித்திருக்கிறேன். உன் பாதங்கள் ஐந்து வயது குழந்தையின் பாதங்களைப்போல் மிகச் சிறியவை. அரிசித் தாளால் முடையப்பட்ட பொட்டலங்களைப் போன்று கனமில்லாதவை. அவற்றின் உள்பகுதி அழகான இளம் ஆமைகளின் ஓட்டைப்போல் சற்று மேலேறி பளபளப்பாக இருக்கும்.

நீங்கள் தப்பி ஓடியதற்கு முந்திய வருடம் அரசாங்கத்தின் தீவிர இயந்திரமாக்குதல் கொள்கையினால் பல ஆயிரக்கணக்கான விவசாய நிலங்கள் கையகப்படுத்தப்பட்டு அவற்றின் மீது பெரிய மஞ்சள் நிறக் கோடுகளோடு கன சாம்பல் நிறத்தில் ஆயுதத் தொழிற்சாலைகள் கட்ட ஆரம்பித்திருந்தார்கள் என்று நீயே ஓர் ஆய்வுக் கட்டுரையில் எழுதியிருக்கிறாய்.

விவசாய ஆண்களும் பெண்களும் தொழிற்சாலைகளில் வேலை செய்ய வற்புறுத்திஅழைத்துச் செல்லப்பட்டிருந்தார்கள். வருடத்தின் பிற்பகுதியில் வாரக்கணக்கில் தொடர்ந்து மழை பெய்ய ஏற்பட்ட வெள்ளச் சேதத்தினால் அரைகுறையாக வளர்ந்த பயிர்களும் அழிந்துபோகப் பனிக்காலத்தில் நாட்டில் பஞ்சம் தலைவிரித்தாடியது.

உணவில்லாமல் தளர்ந்துபோன உடம்போடு உனது சிறிய பாதங்களால் எண்பது விழுக்காட்டுக்கும் மேல் மலைப்பாங்காக இருக்கும் வட கொரிய காடுகளின் ஈரமான கற்களின் மீது இடறியும் தடுக்கி விழுந்தும் மூன்று பகல்களும் மூன்று இரவுகளும் பதுங்கிப் பதுங்கி நடந்து கடைசியில் எல்லைப் பகுதியை நீ அடைந்ததாக என்னிடம் சொல்லியிருக்கிறாய்.

இரண்டு எல்லைகளுக்கு இடையே நான்கு கிலோமீட்டர்கள் இடைவெளி விடப்பட்டிருக்கிறது. எல்லைப்பகுதி வரை உங்களை அழைத்து வந்தவன் வட கொரியா முடியும் இடத்திலிருந்து ஒன்றரை கிலோமீட்டர் தூரத்தில் உள்ள ஒரு சதுப்பு நிலத்தில் உங்கள் அனைவரையும் தரையோடு தரையாகப் படுத்திருக்கச் செய்துவிட்டு நிலத்தில் முதல் கீற்று வெளிச்சம் படும்போது தெற்கு நோக்கி எதற்கும் நிற்காமல் ஓடச் சொல்லிவிட்டு இருளில் கரைந்து போகிறான்.

அவன் குரலை அப்போதுதான் நீ முதன்முறையாகக் கேட்கிறாய். அது உயர்ரக பேரிக்காய் மதுவைப்போல் மிருதுவாகவும் கனமுள்ளதாகவும் வாசனை மிக்கதாகவும் உள்ளதை எண்ணி நீ வெகுவாக வியக்கிறாய். தரையில் படுத்தபடியே உன் அப்பா அவன் முழங்காலைப் பிடித்தபடியே எதையோ சொல்லிக் கெஞ்சுகிறார்.

இருளில் கரைந்து போகும் அவசரத்தில் அவன் "சொல்லிவிட்டேன், சொல்லிவிட்டேன்" என்று பல முறை தாழ்ந்த குரலில் சீறிய பின்பு உன் அப்பாவின் கைகளை வலுக்காட்டாயமாக உதறிவிட்டுக் கிளம்புகிறான்.

அவன் போன பிறகு சில மணி நேரங்களாக இருட்டில் அசையக் கூடத் துணிவில்லாமல் நீங்கள் அனைவரும் மண்ணைத் தழுவியபடி கிடக்கிறீர்கள். மண்ணில் மசிந்துபோன வேர்களின் போதைமிக்க நெடி உன் மூக்கினைத் தாக்குகிறது. சூரியன் உதயமாகும் நாழிகைக்குச் சற்று முன்னால் மேலும் உபாதையை அடக்கமுடியாமல் நீ இருந்த இடத்தில் இருந்து கொண்டே மண்ணிற்குள் சிறுநீர் கழிக்கிறாய். உன் சிறுநீரும் மண்ணிற்குள் மசிந்துபோன வேர்களின் மணத்தோடு இருப்பதாகவே உனக்குத் தோன்றுகிறது.

மண்ணின் மீது முதல் வெளிச்சக் கீற்றுக்கள் விழுந்த பிறகும் அசைவதற்குத் துணிவில்லாமல் பத்து பதினைந்து நிமிடங்களுக்கு மேல் தயங்கிவிட்டு நீங்கள் வெறி பிடித்ததுபோல் ஓடுகிறீர்கள். நீ, உனக்கு முன்னால் ஓடிக் கொண்டிருக்கும் அம்மா, அண்ணான், தங்கை ஆகியவர்களுக்கு மிக அருகாமையில் ஓடுகிறாய். உன் வாய் உடம்பு செய்யும் காரியத்துக்குத் தொடர்பே இல்லாமல் போன வருட சரித்திரத் தேர்வுக்கு மனப்பாடம் செய்த பழைய கொரிய மன்னர்களின் பெயர்ப்பட்டியலை மீண்டும் மீண்டும் சத்தமில்லாமல் மூச்சோடு மூச்சாக ஒப்பித்துக் கொண்டிருக்கிறது. பின்னால் தடுக்கி விழுந்தபடி ஓடி வரும் உனது பாட்டியோடு அப்பாவும் அக்காவும் ஓடி வருகிறார்கள்.

தென் கொரிய படை நிலையின் சக்திவாய்ந்த விளக்குகளின் வெளிச்சத்தினாலும் வெகு தூரம் ஓடிவந்ததில் ஏற்பட்ட வியர்வையினாலும் உங்கள் முகங்கள் சுடர்விடத் தொடங்கிய அதே கணத்தில் சொல்லி வைத்ததுபோல் பின்னாலிருந்து ரவைகள் சீறி வந்தன. இப்படி சில நேரங்களில் நடந்து விடுவது உண்டு. எல்லையைத் தாண்டுவதற்காக மனிதர்களை அழைத்துவரும் ஆட்கள் அரசாங்கம் தரும் சன்மானத்துக்கு ஆசைப்பட்டு ராணுவத்தினரிடம் அவர்கள் அழைத்து வந்த மனிதர்கள் பதுங்கி இருக்கும் இடத்தையும் அவர்கள் எல்லையைத் தாண்ட குறித்திருக்கும் நேரத்தையும் சொல்லி விடுவார்கள். அந்த ஆட்களில் பல பேர் அடிப்படையில் ராணுவத்தினரின் கையாட்கள்தான் என்றும் வதந்திகள் உலவி வந்தன.

முதலில் உன் அப்பாவும், பாட்டியும், அக்காவும் மண்ணில் சொத்தென்று விழுந்து செத்துப் போனார்கள். பிறகு உன் அம்மாவும், தங்கையும். உன் உருவம் சிறியது என்பதாலும் உன் இடுப்பும் தோலும்

பதினான்கு வயதிலும் இளம் பையன்களின் இடுப்புகளையும் தோள்களையும் போல குறுகலானவையாக இருந்ததாலும் நீ உன்னைச் சுற்றிப் பாந்து கொண்டிருந்த ரவைகளுக்கு அகப்படாமல் தப்பி ஓடி விடுகிறாய். தென் கொரிய படைநிலையை அடைந்தபோது எங்கிருந்தோ காற்றில் மிதந்து வந்த ஹான் நதியின் லேசான துர்நாற்றம் ரத்த வாடையோடு சேர்ந்து உன் மூக்கைத் துளைக்கிறது.

குடையைச் சாய்வாகப் பிடித்தபடி கைப்பைகள் வைக்கப்பட்டிருக்கும் முகப்புக் கண்ணாடியில் உன் விரல் நுனிகளை அழுத்தியபடியே நீ நின்று கொண்டிருக்கிறாய். உனது பின்னால் நின்று கொண்டு குளிரில் சிவக்க ஆரம்பித்திருக்கும் உன் காது மடல்களுக்கு அருகில் என் முகத்தைக் கொண்டு செல்கிறேன். உன்னிடமிருந்து காடுகளைப் பிளந்து கொண்டோடும் பெரும் நதிகளின் பச்சை வாடையைப்போல் வாசனை எழுகிறது.

என் எண்ணங்கள் என்னைப் பயமுறுத்த ஆரம்பிக்கும் நேரத்தில் உன் நெற்றியின் ஓரத்தில் லேசாய் முத்தமிடுகிறேன்.

''வாழ்க்கையில் ஜெயிக்க இவ்வளவு ஆசையுள்ளவள் வரலாற்றுப் பேராசிரியையாக முடிவு செய்தது ஆச்சரியம்தான்.''

நடக்க ஆரம்பித்திருந்தோம். வரிசையாக நிறுத்தி வைத்த வைரங்களாக ஜ்வலிக்கும் பேரங்காடிக் கடைகளை அலட்சியமாக நோட்டமிட்டபடியே மீண்டும் மெலிதாகச் சிரிக்கிறாய்.

''செத்துப் போனவர்களைப் பற்றி எழுத உயிருடன் இருப்பவர்களில் யாரேனும் ஒருத்தர் முன்வர வேண்டாமா சேது?''

கைக்கோர்த்துக் கொண்டு குளிர் கவ்வியிருக்கும் சியோல் நகர

வீதிகளில் நடக்கிறோம். சின்னச் சின்னச் சதுரங்க நகர்வுகளாக நீ சொல்வதற்கெல்லாம் நான் பதில் சொல்லியபடி வருகிறேன். நாளை நாமிருவரும் சேர்ந்து சியோல் பல்கலைக் கழகத்தில் படிக்கவிருக்கும் வியட்நாம் போரைப் பற்றிய வரலாற்று ஆய்வுக் கட்டுரையைக் குறித்துப் பேசுகிறோம்.

உன்னோடு இத்தனை பேசினாலும் எல்லைப்பகுதியில் உன் குடும்பத்தார் ஒவ்வொருவராக செத்து விழுவதை நான் அடிக்கடி கற்பனை செய்து கொள்வதைப் பற்றி நான் உன்னிடம் சொன்னதே இல்லை. ஆனால் ஒரே ஒரு குறை. அவர்கள் ஒவ்வொருவராகச் சுடப்பட்டு மண்ணில் விழுவது வரைக்கும் கற்பனை செய்ய முடிந்த என்னால் அவர்களின் முகங்களை மட்டும் கற்பனை செய்து பார்க்க முடிவதே இல்லை.

உன் பெற்றோரும் சகோதரர்களும் முகம் மண்ணில் புதைந்திருக்க எனக்கு முதுகு காட்டியபடி தரையில் கிடக்கிறார்கள். அவர்கள் ஒவ்வொருவரையும் புரட்டிப் பார்க்க அவர்கள் முகங்கள் மட்டும் மதுரைக்கருகே உள்ள கிராமத்தில் வாழ்ந்து கொண்டிருக்கும் என் உறவுக்காரர்களின் முகங்களாகவே தெரிகின்றன. அவர்கள் ஒவ்வொருவர் கையிலும் தங்க கைக்கடிகாரங்கள் ஒளிவிடுகின்றன.

"இருந்தாலும் உனக்கு இருக்கும் அறிவுக்கும் தாகத்துக்கும் வேறெதேனும் தொழிலுக்குப் போயிருந்தால் நீ ராணிபோல் வாழ்ந்திருப்பாய். உதாரணத்துக்குப் பங்குச் சந்தை, வங்கி, பன்னாட்டு வாணிபம்..."

"உங்கள் ஊரை விட்டு வந்து உன் அப்பா மட்டும் ராஜாபோல வாழ்ந்துவிட்டாரா சேது?"

நீ என்னை மிகுந்த கருணையுடன் உற்றுப் பார்க்கிறாய்.

‘‘இவ்வளவு பேசும் உனக்கு விலைகூடிய கைக்கடிகாரங்களின் மீதும் கைப்பைகளின் மீதும் ஏன் இவ்வளவு ஆசை?’’

திடீரென்று எழுந்த பலமான காற்றில் உன் ஆடை மேல் எழும்பிவிடாமல் இருக்க கையால் அதை அழுத்திப் பிடித்தபடியே உதடுகள் லேசாய் பிரிந்திருக்க என்ன சொல்வதென்று யோசிக்கிறாய்.

‘‘இந்த ஆசைகள்கூட இல்லை என்றால் இந்தக் காற்றோடு நானும் பறந்து போய்விடுவேனோ என்று பயமாக இருக்கிறது சேது. சரி, இங்கேயே ஏதேனும் சாப்பிடுகிறாயா? அல்லது வீட்டிற்கே போய்விடலாமா?’’

ஊரில் உள்ளவர்களை முறைத்துக் கொண்டு வெளிநாட்டிற்கு வந்து சொந்தத் தொழில் தொடங்கிய என் அப்பாவும் இப்படித்தான் சாகும்வரைக்கும் தன் வாழ்க்கையின் நடுவில் இருந்த பெயரற்ற எதையோ காற்றில் பறந்து போய்விடாமல் இருக்க அழுந்தப் பிடித்துக் கொண்டிருந்தார்.

உன் கண்கள் வேர்கள் மசிந்திருக்கும் மண்ணைப்போலவும் எந்த அதட்டலுக்கும் அடங்காமல் பவனி வரும் குதிரைகளைப்போலவும் காந்தமுள்ளவை. உனக்கும் எனக்கும் இடையில் உள்ள காமம் மிக இயல்பானது.

இரவு உணவை முடித்துவிட்டுக் குளியலறைக்குள் நுழைகிறாய். குளித்தவுடன் நீ படுக்கையில் வந்து கிடக்கும் போது உன் உடம்பு நன்றாகக் கொதிக்க வைத்து ஆறத் தொடங்கியிருக்கும் தேநீரின் உஷ்ணத்தோடும் மணத்தோடும் இருக்கிறது.

நான் உன்னை மிகத் தீர்க்கமாகவும், மிகத் துல்லியமாகவும் தொட ஆரம்பிக்கிறேன்.

"நாளைக்கு ஆராய்ச்சிக் கட்டுரை படிக்க வேண்டாமா?" என்கிறாய்.

"நாமிருவரும் சேர்ந்து ஆராய்ச்சி செய்யத் தொடங்கியதே இதற்காகத்தானே. இல்லையென்றால் சிங்கப்பூர் பல்கலைக் கழகத்தில் குப்பை கொட்டிக்கொண்டிருக்கும் எனக்கு சியோலில் என்ன வேலை?"

தலையை ஒரு பக்கமாகச் சாய்த்துச் சிரிக்கிறாய்.

ஆனால் நாம் இருவரும் நெருங்கி இருக்கும் வேளையில் உன் மூச்சின் லயம் சட்டென்று மாறியதை உணர்ந்து என் இயக்கத்தை மெதுவாக்கி உன் முகத்தை உற்றுப் பார்க்கிறேன்.

நீ உன் நினைவுகளுக்குள் ஆழ்ந்தவளாய் படுக்கையின் ஓரத்தில் உள்ள சிறு அலமாரியின் மீது நான் கழற்றி வைத்திருக்கும் எனது விலை உயர்ந்த கைக்கடிகாரத்தை விரல்களால் வருடிக் கொண்டிருக்கிறாய். அந்த கைக்கடிகாரம் என் மனைவி எங்கள் பத்தாம் ஆண்டு திருமண நிறைவுக்காக வாங்கித் தந்தது.

அதை வருடிக் கொண்டிருக்கும் உனது விரல் நுனிகள் படுக்கையறையின் மெல்லிய விளக்கொளியில் குளிர்ந்த நீருக்கடியில் கொட்டிக் கிடக்கும் சிவப்பு நிற பவளங்களாகப் பளபளக்கின்றன.

பெருச்சாளிகள்

கையிலிருந்த பணத்தை எல்லாம் சூதாடி முடித்த பிறகு இருவரும் சாலையோரமாகக் கால் அகட்டி அமர்ந்திருந்தார்கள். அவர்களுக்குப் பின்னாலிருந்த பழைய கடைவீட்டின் மேல் தளத்திலிருந்து அவ்வப்போது மங்கலான குரல்களும் பலத்த சிரிப்பொலியும் கேட்டன.

போலீஸ்காரர்கள் வருகிறார்களா என்று கண்காணித்துக் கொண்டிருந்த ஒல்லிப்பையன் தன் குண்டான உடலை கடை வாசலில் இறக்கி வைக்கப்பட்டிருந்த மரப்பலகைகள் மீது சாய்த்தபடி நின்றிருந்தான். அவன் வாயோரத்திலிருந்து பல்குத்தும் குச்சி நீட்டிக் கொண்டிருந்தது. அவர்கள் இருவரின் காலடியிலும் சிறிய குட்டைகளாகச் சாலை விளக்குகளின் கதகதப்பான மஞ்சள் வெளிச்சம் சிந்திக் கிடந்தது.

மெல்லிய வெள்ளைநிறச் சட்டையின் வழியாக இரு கைகளாலும் உள்ளாடைகளைச் சரி செய்தபடி ரேணுகா அவனிடம் 'இப்போத்தான் உன்னை ரொம்ப புடிச்சிருக்கு' என்றாள். அவர்களைச் சுற்றி ஊதா நிறமாய் இறங்கியிருந்த இருளில் சிகரெட்டின் முனை ஆரஞ்சு நிறமாய்ச்

சீறி அடங்க சித்திரன் புகையைப் பலமாய் இழுத்துப் பின்னர் வானத்தைப் பார்த்து ஊதினான். ஊதி முடிந்ததும் கடகடவென்று சிரித்தான்.

அவர்கள் அமர்ந்திருக்கும் இடத்திற்குக் கீழே சாக்கடையில் நல்ல ஆகிருதியோடு பல பெருச்சாளிகள் இருந்தன. அவற்றில் சில அவர்கள் அமர்ந்திருந்த இடத்திலிருந்து கொஞ்ச தூரம் தள்ளியிருந்த சாக்கடை துவாரங்கள் வழியாக வெளியேறி சாலையில் செத்துக் கிடந்த காகத்தின் நசுங்கிய உடல் பாகங்களை வளைக்குள் இழுத்துப் போக முயன்றன. காகம் ஏதோ ஒரு வாகனத்தால் அடிக்கப்பட்டுப் பின்னர் வாகனச் சக்கரங்களின் கீழ் நசுக்கப்பட்டிருக்க வேண்டும். காய்ந்து போன அதன் குடலும் உள்ளுறுப்புகளும் சாலையின் கறுப்பு நிறத்தில் சாலை விளக்குகளின் வெளிச்சத்தில் இளஞ்சிவப்பாய் ஜ்வலித்தன. காகம் செத்துக் கிடந்த இடத்துக்குக் கொஞ்சம் தள்ளி கறுப்பு நிறத்தில் ஒரு வட்டம் பரவியிருந்தது. அந்த வட்டத்தின் மீது சில உலர்ந்த சிறகுகள் ஒட்டிக் கொண்டிருந்தன. அது, காகம் உண்ண வந்த சாலை விபத்தில் செத்துப் போன வேறொரு பறவையின் மிச்சமாக இருக்க வேண்டும்.

ரேணுகாவும் சித்தரனும் காகத்தின் சிதைந்த உடல் பாகங்களுக்கும் சாலையோர துவாரத்துக்கும் இடையே முன்னும் பின்னும் ஓடிக் கொண்டிருந்த பெருச்சாளிகளின் இரவில் பளபளக்கும் உடல்களையும், கருப்புப் பட்டுபோன்ற மூக்குகளையும், செந்நிறமான அழகான பெரிய காதுகளையும் சிறிது நேரம் கண்கொட்டாமல் பார்த்தபடி அமர்ந்திருந்தார்கள்

அவளுக்கு இருபத்தைந்து வயதிருக்கும். சித்திரன் துணையாசிரியனாய் வேலை பார்த்த அதே மாத இதழில் வரைகலை

வடிவமைப்பாளராக இருந்தாள். கால்களுக்கிடையே தொங்கப் போட்டிருந்த கைகளை லேசாய் அசைத்தபடியே நீண்ட வெண்மையான விரல்களால் காற்றில் எதையோ சதா வரைந்து கொண்டிருந்தாள். அவனுக்கு நிச்சயம் நாற்பத்திரண்டு வயதுக்கு மேல் இருக்கும். முன் வழுக்கை விழுந்து நெற்றின் இருபக்கமும் தலைமயிர் மேடேற ஆரம்பித்திருந்தது.

"'அந்த ஓவியத்தை வித்துடலாமானு யோசனை பண்ணிகிட்டு இருக்கேன்" என்று ரேணுகா சொன்னாள்.

அவள் எந்த ஓவியத்தைச் சொல்கிறாள் என்று சித்திரனுக்குத் தெரிந்தது. ஒரு முறை அவள் வீட்டில் இரவு தங்க நேர்ந்த போது அவன் அதைப் பார்த்திருக்கிறான். சதுரங்கள், செவ்வகங்கள், ஓவியத்தில் முக்கோணங்கள் ஆகிய வடிவங்களை மட்டும் பயன்படுத்திசிவப்பு, மஞ்சள், பச்சை, நீலம் என்ற நிறங்களில் தரையில் இரை தேடிக் கொண்டிருக்கும் குண்டு குண்டான பறவைகளை ரேணுகா போட்டிருந்தாள். பிரபல சர்வதேச வங்கி நடத்திய ஓவியப் போட்டி ஒன்றில் ஓவியத்துக்கு முதல் பரிசு கிடைத்ததாக ரேணுகா சொன்னதாக ஞாபகம். சித்திரனும் ரேணுகாவுக்குப் பரிசு கிடைத்தது பற்றி அரசல் புரசலாகச் செய்தித்தாள்களில் எப்போதோ படித்திருக்கிறான்.

"முப்பதாயிரம் வரைக்கும் கொடுக்கறதா சொல்றாங்க. கேட்டா முப்பதஞ்சாயிரம் நாப்பதாயிரம்கூட கிடைக்கும். ஆனா இது அம்மாவோட கண்ணீர் கலந்த ஓவியமாச்சே. அதை விக்க மாட்டேன். விக்கவே மாட்டேன்."

இப்போது இரண்டு முழங்கால்களையும் சேர்த்து வைத்து கைகளால் அவற்றை இறுக அணைத்திருந்தாள். சித்திரனின் கண்கள்

ஒரு கணம் அகல விரிந்து அடங்கின. பின்னர் ஒரு பெருமூச்சோடு எழுந்து அவளிடம் கையை நீட்டினான்.

''அதான் ரெண்டு பேர் கிட்டயும் காசு இல்லையே. அப்ப கொஞ்ச தூரம் நடந்து எதாவது வழி கிடைக்குதானு பார்க்கலாம், வா.''

இருவரும் இருண்ட சாலையில் கை கோர்த்தபடி நடந்தார்கள். சித்திரன் அவர்கள் இருவருக்கும் இடது பக்கமாய் இருந்த சிறிய குன்றுப் பகுதியை ரேணுகாவுக்குக் காட்டினான்.

''அங்கதான் எங்க பாட்டியோட அம்மாவ புதைச்சிருக்காங்க.''

அங்கொன்றும் இங்கொன்றுமாய் வளர்ந்திருந்த காட்டு டுரியான் மற்றும் காட்டு ரம்புத்தான் மரங்களைச் சுற்றி மணமான வெள்ளை நிறப் பிசின் சுரக்கும் சிக்கு மரங்களும் தம்பினீஸ் மரங்களும் நெடிது உயர்ந்த செராயா மற்றும் சிவப்பு துப் மரங்களும் அடர்த்தியாக வளர்ந்திருந்த குன்றை ரேணுகா ஆச்சரியத்தோடு பார்த்தாள். குன்றின் மேனியில் பொங்கி வழிந்து கொண்டிருந்த செடிகளும் கொடிகளும் அதற்கு யாரோ வைத்துவிட்டுப் போன பொறியில் மயிர் சிலிர்க்க மாட்டிக் கொண்ட சிறு பிராணியின் தோற்றத்தைத் தந்தன.

''இங்கயா?''

''ஆமா, முன்னால இந்த இடம் முழுவதுமே காடுதான. அந்த குன்றுக்குப் பின்னால ரொம்ப நாளைக்கு முன்னால ஒரு கம்பம் (கிராமம்) இருந்தது. அங்கதான் எங்க அம்மாவோட அப்பா பழத்தோட்டம் வச்சிருந்த சீனன் ஒருத்தங்கிட்ட கிளார்க்கா வேலை பார்த்திருக்காரு. அவரைக் கல்யாணம் கட்டிக்கிட்ட பின்னாலதான் எங்க பாட்டியோட அம்மாவும் இந்த ஊருக்கு வந்திருக்காங்க.

பதினஞ்சே வயசுதானாம். ஆனா பாட்டி சாதாரண ஆள் இல்ல. வந்த சில நாளுலயே ஒருத்தனைக் கொலை பண்ணிட்டாங்கனு சின்ன வயசுல பாட்டி அடிக்கடி சொல்லுவாங்க.''

சாலை விளக்குகளின் மங்கிய வெளிச்சத்திலும் ரேணுகாவின் கன்னங்களில் லேசாய் சிவப்பு நிறம் ஏறியது சித்திரனுக்குத் தெரிந்தது. அவள் கண்கள் அங்கும் இங்கும் அலைந்தன. அவள் அவனை இன்னும் நெருங்கி அவனுடைய புறங்கையில் அவளுடைய மார்பு லேசாய் உரச நடக்க ஆரம்பித்தாள். இவை அனைத்தும் சித்திரனுக்கு மீண்டும் நம்பிக்கை ஏற்படுத்தின.

''உண்மையாவா?''

''அப்புறம் நான் என்ன பொய்யா சொல்றேன்?வந்த புதுசுல யாரோ மேஸ்திரி, தாத்தா இல்லாத நேரத்துல தப்பா நடந்துக்க முயற்சி பண்ணியிருக்காம் போலிருக்கு, அந்தக் காலத்துல கம்பத்துல இருந்த பொம்பளைங்க எங்க முழுசா சேலை கட்டுனாங்க. மேல ஒரு பிளவுஸூ இடுப்புல லுங்கி. மிஞ்சிப் போனா மார்மேல ஒரு மெல்லீசான துணி போட்டிருப்பாங்க. இங்க இருந்த முக்காவாசி இந்திய தொழிலாளிகளுக்கும் மேஸ்திரிகளுக்கும் இந்த ஊருல பொண்டாட்டியும் கொழந்தைகளும் கெடையாது. பாட்டியோட அம்மாவும் சின்ன வயசுல கும்முனுதான் இருந்திருப்பாங்க.''

கூரிய பற்களின்மீது ஈரம் சொட்ட நாக்கை புரளவிட்டபடி பசியோடு நிற்கும் ஓநாயாக அவன் பார்வை அவள் உடல் முழுவதும் அலைந்தது. ரேணுகா ஜில்லென்று இருக்கும் மண்ணுக்குள் புதைக்கப்பட்டிருக்கும் மூதாதைக் கிழவியின் உடம்பை நினைத்துக் கொண்டாள். அவள் உடல் லேசாய் நடுங்கியது.

‘‘அப்புறம்?’’

‘‘அப்புறம் என்ன? வம்பு செய்ய வந்தவனோட கழுத்தப் பாட்டி அரிவா முனையால அறுத்து வெறகு வெட்ட வச்சிருக்குற பாராங் கத்தியால அவன் தலைய வெட்டி எடுத்துட்டு தலை வேற முண்டம் வேறனு ஆக்கிடாங்களாம். அப்புறம் தலையத் தனியா எடுத்துக் கோழி வைக்குற பெரம்புக் கூடையில அதை வச்சு நாயி தின்னட்டும்னு தெருவுல போட்டாங்களாம்.’’

‘‘ம்.’’

‘‘நான் என்ன கேக்குறேன். வம்பு பண்ண வந்தவனோட கழுத்த அரிவா முனையால அறுக்கணும்னா அவன் எவ்வளவு பக்கத்துல வந்திருக்கணும். இருக்குறதோ கம்பம். பக்கம் பக்கமா வீடு. ஒரு குரல் கொடுத்திருந்தா மனுஷங்க வந்திருக்க மாட்டாங்க? அப்படினா அவனைக் கொல்றதுக்காகவே அந்த கெழவி அவனை எதையாவது பேசி பக்கத்துல அழைச்சிருக்கணுமா இல்லயா.? இதையேதான் அந்தக் கம்பத்துல வாழ்ந்த சில ஆளுங்க எனக்குச் சின்ன வயசா இருக்குறப்போ எம் பாட்டிக்கிட்ட பேசும்போது சொல்லிக்கிட்டிருப்பாங்க. சில பேரு பாட்டியோட அம்மா அந்த ஆளுகிட்ட புருஷனுக்குத் தெரியாம கடன் வாங்கியிருந்ததாவும், அதைத் திருப்பிக் கட்ட முடியாமதான் அவனைத் தீர்த்துக் கட்டுனதாவும் சொல்லுவாங்க.’’

ரேணுகா எதையும் சொல்லாமல் கூடையில் கோழிபோல் அடைக்கப்பட்டுத் தெருவில் ரத்தம் சொட்ட வீசப்பட்ட அந்த மனிதனின் தலையையே யோசித்தபடி நடந்தாள். அவள் கன்னங்களில் மேலும் சிவப்பேறி இருந்தது. அவள் அணிந்திருந்த மெல்லிய

வெள்ளைச் சட்டைக்குள் அவள் மார்புக் காம்புகள் வீங்கி நீளமாகி விடைத்திருக்கும் என்று சித்திரன் யூகித்தான்.

''அவங்களப் போலீஸ் புடிச்சிட்டுப் போகலயா சித்து?''

''அந்தக் காலத்துல இருந்த வெள்ளைக்கார போலீஸுக்கு இந்தியாக்காரன் செத்தா என்ன கவலை? யாரும் புகார் சொல்லாத வரைக்கும் தலைவலி இல்லனு போயிகிட்டே இருப்பாங்க. கம்பத்து ஆளுங்களும் பாட்டியோட அம்மாவ விட்டுக் கொடுக்கல. புருஷனையெல்லாம் தாண்டி எண்பத்தேழு வயசு வரைக்கும் அந்தக் கெழவி கம்பத்துக்கே ராணி மாதிரி வாழ்ந்து செத்துப் போச்சு. சின்ன வயசுல அவங்களப் பார்த்தா கொள்ளுப் பேரப்பிள்ளைங்க எல்லாம் அப்படி பயப்படுவோம்.''

''எனக்கும் எங்க பாட்டி இந்த மாதிரி நெறைய கதைகளைச் சொல்லிருக்காங்க சித்து. இந்த மாதிரியான கம்பங்களச் சுத்தி இருக்குற தெறந்த எடங்கள்ல அந்தக் காலத்துல நெறைய காட்டு நாய்ங்க கூட்டம் கூட்டமா சுத்துமாம். இப்படிப்பட்ட ஒரு கம்பத்துல இருந்த சர்ச்சுக்கு ஞாயித்துக்கெழமை ஆராதனையை நடத்த வழக்கமா டவுனுல இருந்து சைக்கிளில போற பாதிரியார் ஒருத்தரு ஒரு நா சர்ச்சுக்கு வந்து சேரலயாம். அவரத் தேடிக்கிட்டுக் கம்பத்து ஆளுங்க எல்லாம் சுத்தி இருந்த எடத்த தேடுனப்போ லாலாங் புல்லுங்க நெறைய மொளச்ச பொதரு பக்கமா காட்டு நாய்ங்க அவரோட உடம்பக் கடிச்சுத் திங்குறதப் பார்த்திருக்காங்க. சர்ச்சுக்கு வெள்ளனயே சைக்கிள் மிதிச்சிக்கிட்டு வந்த பாதிரியார் நடுவழியிலேயே மாரடைப்பு வந்து செத்துப் போயிருக்காரு. அவரு செத்த சூடு அடங்குறதுக்கு உள்ளாறயே நாய்ங்க வந்து அவரோட உடம்பப் பிச்சுத் திங்க

ஆரம்பிச்சிருக்குதுங்க. ஆனா என்ன அதிசயம்னா நாய்ங்க பாதிரியாரோட உடம்பு முழுக்கத் தின்னாலும் பைபிள் பிடிச்சிகிட்டு இருந்த அவரோட கைய மட்டும் திங்கலையாம். கை வெள்ளை வெளேருனு செம்மண் தரையில கெடந்திருக்கு. பாதிரியாரோட உடம்புல கெடச்ச மிச்ச மீதிய எல்லாம் அள்ளிகிட்டு வந்து கம்பத்துல உள்ளவங்க சுடுகாட்டுல பொதைச்சிருக்காங்க. ஆனா நாய்ங்க திங்காத அந்தக் கைய மட்டும் பொதைக்காம ஒரு தகர பெட்டியில வச்சுப் பெட்டிய அவங்க சர்ச்சுல இருக்குற பலிபீடத்துக்குப் பின் பக்கமா சுவத்துல வச்சுட்டாங்களாம். இன்னைக்கு வரைக்கும் அந்தக் கையும் அதிலிருக்குற பைபிளும் அழுகாம புதுசு மாதிரியே இந்தப் பக்கத்துல இருக்குற ஒரு சர்ச்சுல இன்னைக்கு வரைக்கும் இருக்குறதா பேசிக்கிறாங்க.''

இருவரும் ஒரு கிலோமீட்டர் நடந்து வந்திருப்பார்கள். ரேணுகா கதையைச் சொல்லிவிட்டுச் சித்திரனின் முகத்தை அகல விரிந்த கண்களால் உற்றுப் பார்த்தபடியே தொடர்ந்து நடந்தாள். தெரு விளக்குகளின் வெளிச்சம் பிரகாசித்த அவள் உதடுகளில் வேறொரு கதையும் ஊதா நிற இரவாகப் பொங்க ஆரம்பித்திருந்தது.

''இன்னொரு கதையும் இருக்கு. இது கொஞ்சம் சமீபத்துல நடந்த கதை. என் அப்பாவோட நண்பர் ஒருத்தர் இருந்தாரு. அவரு தெனமும் வேலைக்குப் போக குவீன்ஸ்டௌன்ல முனீஸ்வரன் கோவிலுக்குப் பின்னாடி இருந்துச்சே ரயில்வே தடம் அதைத் தாண்டிப் போவாராம். ஒரு நாள் கவனக் கொறைவாத் தாண்டும்போது ரயில் அவர அடிச்சு இடுப்புல இருந்து கீழ பாதி உடம்பு முழுக்க நசுங்கிக் கூழாப் போச்சாம். ரயில் தடத்துக்கு அந்தப் பக்கமா தோட்ட வேல பார்த்துக்கிட்டு இருந்த சில பேருதான் குத்துயிரும் கொலையுயிருமாத் துடிச்சிகிட்டு இருந்த

அவரோட பாதி உடம்பத் தூக்கி வந்து புல் தரையில போட்டாங்களாம். அதுக்குள்ள எக்கச்சக்கமா ரத்தம் சேதமாயிருக்கு. அவர இழுத்துட்டு வந்த வழியெல்லாம் நசுங்கிய சதை இழுக்க இழுக்க ரப்பராட்டம் தரையில ஜவ்வு மாதிரி இழுபடுதாம். இழுத்துவந்து போட்டோடுன பாதி மயக்கத்துல இருந்தவரு அவரோட வெள்ளை நிற நாட்டியக் காலணி ரெண்டும் ரயில் தடத்துல கெடக்குதானு கேட்டிருக்காரு. ரெண்டு கை விரல்களையும் சொடுக்கி ஏதோ டான்ஸ் மூவ்மெண்ட் போட்டிருக்காரு. பின்னாலதான் சுத்தி இருந்தவங்களுக்கு தெரிஞ்சிருக்கு. அவரு ஒரு காலத்துல சிங்கப்பூரோட சால்சா நடன சாம்பியன்னு.''

அவள் இந்தக் கதையைச் சொல்லி முடித்துவிட்டு அதுவரைக்கும் சிரமப்பட்டு அடக்கி வைத்திருந்த சிரிப்பை வெறிச்சோடிப் போயிருந்த அந்த சாலையின்மீது அழகிய வெள்ளிப் பூக்களாய்ச் சிதற விட்டாள். இருவரும் நடுச்சாலையில் நின்றபடியே தமது விலாப்பகுதிகளைக் கைகளால் பிடித்துக் கொண்டு முகம் சிவக்கச் சிரித்தார்கள். அந்தச் சிரிப்பு அடங்க வெகு நேரம் பிடித்தது.

''நாம ரெண்டு பேரும் நல்ல சூதாடிங்கதான். இந்தச் சின்ன கதைங்களுக்குக்கூட நம்ம மூஞ்சியச் சலனமில்லாம வச்சுக்கவே தெரியல. சீட்டாத்துல நாம எப்படி மூஞ்சியச் சலனமில்லாம வச்சுக்கிறது, ஜெயிக்குறது?''

ரேணுகா மீண்டும் பேசினாள். சித்திரன் மிக மெல்லியதான அவள் கையின் உட்புறத்தை ஒற்றை விரலால் நீவிக் கொடுத்தபடியே அவளை மேலும் தூண்ட ஆரம்பித்தான்.

''மூஞ்சியச் சலனமில்லாம வச்சுகிட்டா மட்டும் பத்தாது ரே.

தைரியமும் வேணும். சில நேரங்கள்ல நம்ம கிட்ட எல்லாத்தையும் பணயமா வச்சிரணும். நம்ம கிட்ட என்ன இருக்கோ அது எல்லாத்தையும். தயக்கமே இல்லாம."

சித்திரன் மிகப் பெரும் கடனாளியாக இருந்தான். பல வருடங்களுக்கு முன்பு பொழுதுபோக்காய் தொடங்கிய சூதாட்டப் பழக்கம் இன்று அவன் வாழ்ந்துவந்த வீட்டையும் குடும்ப வாழ்க்கையையும் விழுங்கக் காத்திருந்தது. விவாகரத்து வழக்கில் அவன் முன்னாள் மனைவி கணிசமான ஜீவனாம்ச தொகையைக் கேட்டு மனு போட்டிருந்தாள்.

ரேணுகா அமைதியாகி இருந்தாள். நீ இதழில் ஆசிரியராக வேலை செய்யவில்லை என்றால் வேறென்னவாய் ஆகியிருப்பாய் என்று சித்திரனைக் கேட்டாள்.

எனக்கு இதழாசிரியராய் இருப்பதுதான் பிடித்திருக்கிறது. என்னால் எதையும் படைக்க முடியாது, ஆனால் என்னால் விவரங்களை நன்றாக கிரகித்துக் கொள்ள முடியும். சின்னச் சிறிய விஷயங்களைச் சரி செய்யும், அழகாய் ஒழுங்குபடுத்தும் திறமை எனக்கு உண்டு. நீ, ரே? சின்ன வயதிலிருந்தே நீ ஓவியராகத்தான் நினைத்திருப்பாய் என்பது என் அனுமானம்.

இல்லை நான் திருமணம் செய்து கொள்ளவே விரும்பினேன்.

கல்யாணமா? சரியான போர். ஓவியப் பள்ளியில் நீ முதல் மாணவிதானே?'' உண்மையாகவா?

ஆமாம். நானும் என் அம்மாவும் மணிக்கணக்காக என் எதிர்காலத் திருமணத்தைப் பற்றிப் பேசிக் கொண்டிருப்போம். ஆனால் அவளுக்கு

நல்ல திருமணம் வாய்க்கவில்லை.

உன் அப்பாவுக்கு அவள்மேல் அன்பு இல்லையா?

நேரம் இல்லை. தன் மனைவின் மீது இருந்த அன்பைவிட தன்மீது அவருக்கிருந்த அன்புதான் அதிகம். திருடர்கள் கம்பத்திலிருந்த எங்கள் வீட்டுக்குள் நுழைந்து அப்பாவைக் கொன்றுவிட்டு அடுத்ததாக அம்மாவைக் கொன்றார்கள். என் அறைக்குள் தவழ்ந்து போன என் அம்மா சுவரில் மாட்டியிருந்த என் ஓவியத்தைக் கையில் எடுத்துப் பார்த்தபடி மரித்துப் போனார். பிரேத பரிசோதனை சாவுக்குக் காரணம் தலையில் பலமான சுத்தியல் அடி என்றது.

சித்திரன் அவளை ஒரு கணம் உற்றுப் பார்த்தப்டி நின்றான். அவனுக்குப் புரிந்தது.

''ஆக, அதனாலதான் நீ சூதாடுறியா ரே?''

''ஆமா சூதாட்டங்கிறது எனக்குப் பிரார்த்தனையப் போல. ஒண்ணும் தராம வேறொண்ண வாங்கிக்கிற விஷயம். உனக்கு ஒண்ணு தெரியுமா. நான் பலமான கடவுள் நம்பிக்கை உள்ளவ.''

தனது அழகான கூந்தல் கீழ் முதுகைத் தொடும்வரை தலையைப் பின்னால் சாய்த்து ரேணுகா கண்களில் நீர் கட்டும் வரை சிரித்தாள்.

அவர்கள் நடந்து கொண்டிருந்த சிறிய சாலையை விட்டு நிறைய வெளிச்சம் மண்டிக் கிடந்த முக்கியச் சாலைக்கு வந்திருந்தார்கள்.

''சரி, நான் அதை வித்துடுறேன்.''

வியர்வையால் காதோரம் கறுத்துக் கிடந்த அவளுடைய தலைமயிரை விரலால் ஒதுக்கிவிட்டுச் சித்திரன் ஆழமாக மது அருந்துவதுபோல் ரேணுகாவின் காதில் முத்தமிட்டான்.

அடுத்த நாள் அவளே அலுவலகத்தில் வந்து பேசினாள்.

''கை கொடு சித்து. அதே ஓவியத்துக்காக வேறொரு பார்ட்டி அம்பதாயிரம் கொடுக்குறதா சொல்றாங்க.''

''வேறொரு பார்ட்டியா. ஓவியத்த விக்க நீ பல எடங்கள்ல முயற்சி பண்ணுறது எனக்குத் தெரியாதே.''

அவன் கண்களும் குரலும் கரும்பாறைகளாகவும், கோடை காலத்து முன்பகல் நேரமாகவும் கனத்திருந்தன.

''எப்பவோ யார்கிட்டயோ சொல்லியிருப்பேன் சித்து. அதைவிடு. அம்பதாயிரம். ஓவியத்தைக் கொண்டு போய் கொடுத்தா இன்னைக்கே காசு கெடைச்சிரும்.''

''அம்பதாயிரம்.'' என்று அவன் அவளைத் தொடர்ந்து சித்திரன் ஜபித்தான்.

''ஆமாம். இன்னைக்கு ராத்திரி குடிக்கப் போகலாமா?'' என்றாள்.

இப்போதுசித்திரன் தலையைச் சாய்த்துப் பலமாகச் சிரித்தான்.